'लेखकाच्या गद्यशैलीचे विशेष गुण म्हणजे साधेपणा, कर्णमाधुर्य आणि अचूकपणा. बोट्स्वानातील निसर्गवर्णनं वाचताना वाचकाला आपण स्वत: बोट्स्वानात उभे असल्याचा भास होतो. यालाच मी कला दडवणारी कला (Art that conceals art) असं नाव देईन. इतका निर्भेळ आनंद देणारं साहित्य गेल्या कित्येक वर्षांत माझ्या वाचनात आलेलं नाही'.

– **अँथनी डॅनिअल्स,** संडे टेलिग्राफ

'प्रेश्यस रामोत्स्वे या व्यक्तिरेखेनं मला भुरळ पाडली तसंच अॅलेक्झँडर मॅक्कॉल स्मिथच्या लेखनशैलीनंही. अतिशय कुशलपणे त्यांनी एक संस्कृतीला उजाळा दिला आहे.'

– **अँथनी मिंघेला,** द इंग्लिश पेशंट चे दिग्दर्शक

'अनेक वर्षांनंतर लाभलेली, मनाला भुरळ पाडणारी साहित्यिक मेजवानी'

– वॉल स्ट्रीट जर्नल

'एक खंबीर, स्वतंत्र विचाराची आणि प्रिय वाटणारी स्त्री- आजच्या काळातल्या कुठल्याही देशातल्या स्त्रियांना आदर्श वाटेल अशी व्यक्तिरेखा... गजबजलेल्या कादंबरीविश्वात प्रेश्यस रामोत्स्वेसाठी वेगळं स्थान निर्माण करायलाच हवं अशी ही आगळीवेगळी स्त्री. काही म्हणा, एका वेगळ्या अर्थानंसुध्दा ती भारदस्तच आहे'

– बॉस्टन लोब

'एक दुर्मीळ सुख'

– डेली टेलिग्राफ

या कादंबरीच्या शैलीचं वर्णन करायचं झालं तर 'कला दडवण्याची कला' असंच म्हणावं लागेल गेल्या कित्येक वर्षांत इतक्या निखळ, निर्भेळ आनंदाची चव मी चाखली नव्हती.'

– संडे टेलिग्राफ

'ग्रंथालय विसरा-शरीर मातीच्या झोपडीत आहे. स्कॉटलंडमधील एका कायद्याच्या प्राध्यापकानं मिस मार्पलच्या तोडीची आफ्रिकन प्रतिकृती साकारली आहे... अप्रतिम'

— संडे टाइम्स

'अतिशय रंजक, बुध्दिमान आणि हृदयस्पर्शी'

— द स्कॉट्समन

'लिखाणात कुठेही अवास्तव गडबड धांदल नाही, पात्रांचे आवाज स्पष्ट आणि विलक्षण, त्यांच्यातून एक प्रकारचा मनाला भुलवणारा व प्रसन्न करणारा विनोदी सरळसोटपणा जाणवतो... ॲलेक्झँडर मॅक् कॉल स्मिथ एक असं रम्य कल्पनाविश्व निर्माण केलं आहे ज्याला तोड नाही. माझ्या मनाला अनेक वर्षांनंतर अशी भुरळ पडली.'

— स्कॉटलंड ऑन संडे

'गुप्तहेरगिरीवरच्या या कादंबऱ्यांमधून आशावाद, चांगली कृत्यं, परंपरागत मूल्यं यांचा निनाद ऐकू येतो... मॅक् कॉल स्मिथच्या गद्याला एक संथ लय आहे, कुठेही घाईगर्दी जाणवत नाही. आफ्रिकेतल्या दुपारी वातावरणात जी मनाली शांतवणारी धीमी गती असते ती कादंबऱ्यांमधल्या शैलीत जाणवते... रामोत्स्वेच्या कादंबऱ्यांमध्ये एक प्रकारच्या चांगुलपणाचं दर्शन घडतं जो आफ्रिकेतल्या गडबडगोंधळाच्या जोडीनं सुखेनैव नांदताना दिसतो'

— डेली टेलिग्राफ

'मॅडम रामोत्स्वेच्या कार्यपध्दती आणि तिनं साध्य केलेले परिणाम हे तिच्याविषयीच्या कादंबऱ्यांइतकेच विलक्षण आहेत. तिचं सगळं काम कुणी हे दुष्टकृत्य केलं असेल या प्रश्नाचा छडा लावण्याऐवजी त्यामागची कारणमिमांसा शोधणयासाठी असतं. त्याच बरोबर या देशातलं वैविध्य आणि देशाची स्थितिस्थापकता यांचीही झलक आपल्याला मॅक् कॉल स्मिथ यांच्या शैलीत प्रतिबिंबीत झालेली दिसते ज्याच्या विषयी लेखकाच्या मनात एक प्रकारचा भक्तिभाव आहे. अर्थातच त्यांच्यासारखीच देशभक्ती मॅडम रामोत्स्वेच्या मनातही आहे.'

– न्यू यॉर्क टाइम्स

'अॅलेक्झँडर मॅक् कॉल स्मिथ या माणसानं बोट्स्वानाच्या पार्श्वभूमीवर काही खऱ्या अर्थानं उत्कृष्ट पुस्तकं लिहिली आहेत. ती वाचत असताना मजा तर येतेच, शिवाय असंही वाटत राहातं की मनुष्य प्राणी खरोखरच किती चांगल्या प्रकारे आयुष्य जगू शकतो. या मालिकेतील पहिल्या पुष्पाचं नाव आहे द नं. वन लेडीज डिटेक्टिव्ह एजन्सी. तुम्हाला खुष व्हायचं असेल तर मी ते वाचण्याची शिफारस करेन'

– रेड हॉट चिलि पेपर्समधील फ्ली हे पात्र.

'बुध्दिमान आणि चुणचुणित...प्रेश्यस रामोत्स्वेच्या कामगिरीविषयीची वर्णनं वाचत असताना आपली कधी करमणूक होते, कधी आपल्याला आश्चर्याचा धक्का बसतो तर काही वेळा आपलं काळीज हेलावलं जातं. अन् काही वेळा तर या सगळ्या भावना एकाच वेळी अनुभवायला मिळतात'

– लॉस एंजेलिस टाइम्स

आपल्या स्नेहीजनांना पुस्तके भेट द्या

मॉरॅलिटी फॉर ब्यूटिफुल गर्ल्स

अलेक्झांडर मॅक्काल स्मिथ

अनुवाद
नीला चांदोरकर

मेहता पब्लिशिंग हाऊस

MORALITY FOR BEAUTIFUL GIRLS by Alexander McCall Smith

Copyright © Alexander McCall Smith, 2002

Translated into Marathi Language by Neela Chandorkar
मोरॅलिटी फॉर ब्यूटिफुल गर्ल्स / अनुवादित कादंबरी
अनुवाद : नीला चांदोरकर
जी-२०४, हृषीकेश, अपना घर हौ. सो., स्वामी समर्थ नगर, अंधेरी - पश्चिम, मुंबई - ४०००५३.
मराठी अनुवादाचे व प्रकाशनाचे हक्क मेहता पब्लिशिंग हाऊस, पुणे.
प्रकाशक : सुनील अनिल मेहता, मेहता पब्लिशिंग हाऊस, १९४१, सदाशिव पेठ, माडीवाले कॉलनी, पुणे ३०.

मुखपृष्ठ : फाल्गुन ग्राफिक्स
प्रथमावृत्ती : जून, २०१५

ISBN 9788184987935

जीन डेनिसन आणि
रिचर्ड डेनियन
यांसाठी

मनोगत

'द नं. वन लेडीज डिटेक्टिव्ह एजन्सी' या हेरकथांच्या मालिकेतलं हे तिसरं पुस्तक वाचकांसमोर सादर करताना मला मनापासून आनंद होत आहे. हेरकथा वाचायला सर्वसामान्य वाचकाला मनापासून आवडतात, हे सर्वकालीन सत्य आहे, असं म्हणणं धाडसाचं होणार नाही. कारण अनेक भाषांमध्ये अशा मालिका आलेल्या आहेत आणि वाचक नवीन अशा कथांची उत्सुकतेनं वाट पाहत असतात हेदेखील मी अनुभवलं आहे. तीच गोष्ट गुप्तहेरांवरील चित्रपटांची. यामागचं कारण समजणं फार अवघड नाही. कारण त्यामागे मनुष्यस्वभावाचा एक महत्त्वाचा पैलू दडलेला आहे. लहानांपासून थोरांपर्यंत सर्वांनाच साहस किंवा शौर्याला दाद द्यावीशी वाटते, मग ते साहस एखाद्या योद्ध्यानं दाखवलेलं असो, वा एखाद्या पोलिसानं गुंडांशी सामना करताना दाखवलेलं असो. 'युद्धस्य कथा रम्या' असं म्हटलेलंच आहे.

गुप्तहेरकथा वाचणं किंवा त्या विषयावरील चित्रपट पाहणं याला आणखी एक कारण आहे. हा गुप्तहेर नुसताच शूर नसतो, तर तो चतुरही असतो. बुद्धीच्या बळावर तो समाजकंटकांचा माग काढतो, त्यांची कृष्णकृत्यं उघडकीला आणतो आणि त्यांना नामोहरमही करतो. असे चित्रपट पाहताना प्रेक्षक श्वास रोखून त्याचे कारनामे पाहत असतो, तो खुर्चीला अक्षरश: खिळलेला असतो. जेम्स बाँडचे चित्रपट वर्षानुवर्षं गर्दी खेचताहेत ती या प्रकारच्या मोहिनीमुळेच.

इथे एक गोष्ट प्रामुख्यानं सांगावीशी वाटते, अन् ती म्हणजे एकविसाव्या शतकातही गुप्तहेरगिरीच्या या क्षेत्रात स्त्रिया अजूनही फार मागे आहेत. इतर अनेक व्यावसायिक क्षेत्रांमध्ये पुरुषांच्या खांद्याला खांदा लावून यशस्वीपणे वावरणाऱ्या स्त्रियांना या क्षेत्रानं का खुणावलेलं नाही? हा एक संशोधनाचा विषय ठरू शकेल. आपल्याकडे माझ्या माहितीत तरी एकच महिला गुप्तहेर आहे ज्यांनी आपल्या कर्तृत्वाच्या बळावर एकमेवाद्वितीय म्हणता येईल असं स्थान मिळवलं आहे. त्यांचं नाव रजनी पंडित. स्त्रियांमधील कमतरता, बौद्धिक वैगुण्यांवर विनोद करणारे पुरुष असं म्हणण्याची शक्यता आहे की, स्त्रिया या क्षेत्रात यायला धजावत नाहीत, कारण

त्यांच्याकडे बुद्धिचातुर्य तर कमी असतंच, पण त्यांना तर्कनिष्ठ विचारही करता येत नाहीत. शिवाय शारीरिक क्षमतेतही त्या कमी पडतात, वगैरे, वगैरे. असो. जोपर्यंत या गोष्टी संशोधनाच्या कसोटीवर खऱ्या ठरत नाहीत, तोपर्यंत त्यावर विश्वास ठेवावा की नाही हा ज्याचात्याचा प्रश्न आहे असं मी म्हणेन. तूर्तास इतकंच म्हटलं तरी पुरे आहे की, म्हणूनच या मालिकेची नायिका, प्रेश्यस रामोत्स्वेही एकमेवाद्वितीय आहे. खरोखरच, ज्या देशात ही कथा घडते त्या आफ्रिकेतील बोट्स्वानातील ती एकमेव स्त्री गुप्तहेर आहे.

जेम्स बाँडच्या किंवा काही प्रमाणात शेरलॉक होम्सच्या पठडीतले चित्रपट आवडीनं पाहणाऱ्या किंवा गुप्तहेरकथा चवीनं वाचणाऱ्या लोकांची अशी समजूत असते की, सदासर्वदा हे गुप्तहेर गुंडांच्या, देशद्रोह्यांच्या कारवायांचा बीमोड करत असतात. तळहातावर आपलं शीर घेऊन बारा महिने तेरा काळ ते बंदुकीच्या, पिस्तुलांच्या फैरी झाडत असतात. प्रत्यक्षात तसं नसतं असं प्रेश्यसचे गुरू सांगतात. ते या क्षेत्रात नव्यानं पदार्पण करणाऱ्यांना एक प्रकारे सावध करतात, 'बाबा रे, तुमच्याकडे येणारे नव्वद टक्के लोक साध्या घरगुती किंवा व्यावसायिक समस्या घेऊन येणार आहेत हे लक्षात ठेवा. एखाद्या विवाहितेचा नवरा घराबाहेर लफडे करत असेल किंवा एखाद्या पतीला आपली पत्नी बदफैली असल्याचा संशय येत असेल किंवा एखादा कर्मचारी मालकाला फसवत असेल. अशा प्रकरणांची शहानिशा करणं हेच तुमचं काम असेल.'

तर वाचकहो, प्रेश्यस रामोत्स्वेही या मालिकेत बहुतांशी अशाच लोकांना मदत करते. पण तिचं वैशिष्ट्य हे की, ती आपल्याला आपल्यासारखी एक हाडामांसाची व्यक्ती वाटते. एकाच वेळी दहा गुंडांवर नेमकेपणानं गोळ्या घालून त्यांचा खातमा करणारा, देखण्या कोमलांगींनी वेढलेला जेम्स बाँड आणि प्रेश्यस रामोत्स्वे यांच्यात फरक आहे तो या बाबतीत. एरवी, गुन्ह्यांचा छडा लावताना, गुन्हेगारांना शासन करताना (हो, काही वेळा ती असे निर्णय स्वतःच घेते अन् तेदेखील नैतिकतेच्या आणि मानवतावादी दृष्टिकोनातून) प्रेश्यसमध्ये तुम्हाला काही वेळा तुमचंच प्रतिबिंब दिसेल असं मी म्हणते ते याच कारणांसाठी – तरुणपणात पोळल्या गेलेल्या या स्त्रीच्या मनात इतरांविषयी, खासकरून गोरगरिबांसाठी, दीन-दुबळ्यांसाठी एक हळवा कोपरा आहे. पण प्रेश्यस रामोत्स्वे म्हणजे केवळ दुःखितांचे अश्रू पुसणारी स्त्री नाही. वेळ पडली तर ती किती कणखरपणा दाखवू शकते, त्याचं प्रत्यंतर आपल्याला मिळतं, तेव्हा मनात हाच विचार येतो – भयचकित नमावे तुज रमणी!

खरोखरच मला प्रामाणिकपणे असं वाटतं की, आपल्यासारख्या सर्वसामान्यांना असे धीरोदात्त नायक किंवा नायिका आवडतात ज्यांच्या व्यक्तिमत्त्वात आपल्याला आपल्या सुप्त आशा-आकांक्षांचं प्रतिबिंब दिसतं. प्रेश्यस तुम्हाला तुमचीच वेगळी

ओळख वाटेल, अशी मला खात्री वाटते.

मेहता प्रकाशनाचा अन् माझा ऋणानुबंध आता इतपत दृढ नक्कीच झाला आहे की, ज्यामुळे मी माझ्या वाचनात आलेल्या आगळ्यावेगळ्या पुस्तकांविषयी मी श्री. सुनील मेहतांशी मोकळेपणानं बोलू शकते. ही मालिका मी सुचवली तेव्हा मी काहीशा साशंकपणे त्यांच्याशी बोलले. पण माझ्या मनातील ती भावना दूर करण्याचं श्रेय मला त्यांना द्यावंसं वाटतं. वेगळ्या देशातले, वेगळ्या जातिधर्मपंथांचे, वेगळ्या रंगाचे लोकसुद्धा शेवटी त्याच भावभावना उराशी जपून आयुष्याची वाटचाल करत असतात. हे त्रिकालाबाधित सत्य अशा अनुवादित पुस्तकांवाटे आपल्याला जाणवतं, हीच या अनुवादप्रपंचाची सार्थकता, असं मला शेवटी म्हणावंसं वाटतं.

मेहता प्रकाशनातील सर्वच्या सर्व व्यक्तींचे,राजश्रीचे त्यांच्या सौजन्यपूर्ण वागण्यासाठी मला मनापासून आभार मानावेसे वाटतात.

लोभ असावा, हीच विनंती.

— नीला चांदोरकर

त्रयस्थाच्या नजरेतून

मॅडम रामोत्स्वेंचं लग्न श्री. मातेकोनींबरोबर ठरलं होतं, ही बातमी त्यांच्या मित्रमैत्रिणींना समजली, तेव्हा बहुतेकांनी तिचं मनापासून स्वागत केलं; इतकंच नव्हे, तर सगळ्यांना वाटलं की, हे दोघंही परस्परांना अगदी अनुकूल होते. प्रेश्यस रामोत्स्वे ही मोचुडीच्या स्व. ओबेद रामोत्स्वेंची एकुलती एक मुलगी होती. बोट्स्वानातील गॅबोरोनमध्ये तिची खासगी गुप्तहेर संस्था होती आणि ती या देशातील एकमेव स्त्री गुप्तहेर असल्यामुळे जनमानसातली तिची प्रतिमा अतिशय उजळ होती. श्री. मातेकोनींचे वडील, स्व. पुंफामिलित्से मातेकोनी हे मूळचे एक शेतकरी, पण पुढे त्यांनी रेल्वेच्या मुख्यालयात महत्त्वाच्या पदावर नोकरी केली होती. श्री. मातेकोनींचं स्वत:चं मोटारदुरुस्तीचं गॅरेज होतं आणि आपल्या क्षेत्रात त्यांनीही चांगलं नाव कमावलेलं होतं. दोघांचे स्वतंत्र व्यवसाय होते ते बरं होतं, असं मत गावातल्या अनुभवी लोकांनी व्यक्त केलं. पूर्वीच्या काळी घरातला एकटा पुरुष कमवत असे. साहजिकच, घरातले लहानमोठे निर्णयही तोच घेत असे; घरातल्या पैशाअडक्यावरही त्याचंच नियंत्रण असे. त्याच्या बायकोला त्यात काही गैर वाटत नसे, कारण जेवणखाण आणि मुलांचं संगोपन यांतच ती बुडून गेलेली असे. पण आताच्या काळातल्या शिकल्यासवरलेल्या बायकांना फक्त चूल न् मूल एवढंच करायचं नसतं. त्यांना स्वत:च्या कर्तृत्वावर आयुष्यात काहीतरी कमवायचं असतं. अशा परिस्थितीत नवराबायकोंची क्षेत्रं वेगळी असली, तर बरंच असतं. उगीच संघर्षाला कारण का पुरवा, नाही का?

अशा प्रकारे यशस्वी ठरलेल्या लग्नाची अनेक उदाहरणं लोकांना माहीत होती. मॅडम माकेतेत्सेचं तर अगदी ठळक म्हणावं, असं उदाहरण होतं. लग्नाआधी तिचा कपडे शिवून विकायचा उद्योग होता. शाळेत जाणाऱ्या मुलांसाठी ती खाकी पँट्स बनवत असे. आपल्या घरामागील एका छोट्याशा खोलीत तिनं हा व्यवसाय सुरू

केला होता. सुरुवातीला तिच्या काही बहिणींनाच तिनं शिवणकामाला लावलं होतं. काही वर्षांनी तिचा हा उद्योग चांगला नावारूपाला व भरभराटीला आला आणि एक दिवस तिनं मोठ्या कारखान्यांना मागे सारत नामिबियासारख्या दुसऱ्या देशातील शाळांना पँट्स विकून आपलं कर्तृत्व सिद्ध केलं होतं. तिनं ज्या सेड्रिक माकेतेत्सेंबरोबर लग्न केलं, त्यांची गॅबोरोनमध्ये मद्यविक्रीची दोन दुकानं होती आणि नुकतंच त्यांनी फ्रान्सिसटाउनमध्येही आणखी एक दुकान उघडलं होतं. त्यांचं लग्न ठरल्याची बातमी देणाऱ्या वृत्तपत्रात एका काहीशा वाह्यात बातमीदारानं जरा वात्रट असं शीर्षक दिलं होतं – 'खाकी पँटचे दारूच्या बाटलीबरोबर नातेसंबंध!' विशेष कौतुकाची बाब म्हणजे, दोघंही पतीपत्नी 'चेंबर ऑफ कॉमर्स'चे सदस्य होते आणि त्याहून कौतुकास्पद गोष्ट म्हणजे, श्री. माकेतेत्सेंना आपल्या पत्नीच्या व्यावसायिक यशाचा सार्थ अभिमान होता.

अर्थात यशस्वी व्यावसायिक स्त्रीनं लग्न ठरवताना ही काळजी घेणं जरूरीचं असे की, तिचे भावी पतिदेव तिच्या पैशावर डोळा ठेवून तर तिच्याशी विवाह करू पाहात नाहीत ना? पूर्ण चौकशी करूनच मग लग्नगाठ बांधायला तयार व्हावं लागे. काही वेळा अशी शक्यता असे की, आपल्याला उरलेलं आयुष्य आरामात जगता यावं, या हेतूनंच अशा स्त्रीशी काही पुरुष लग्न करत आणि मग जन्मभर तिला पस्तावावं लागत असे. असे नवरे बायकोची कष्टाची कमाई दारू पिण्यात किंवा जुगार खेळण्यात खर्च करत, हे प्रेश्यस रामोत्स्वेनंही पाहिलेलं होतं. काही वेळा हे महाशय व्यवसायाची धुरा आपल्या खांद्यावर घेत असत अन् आपल्या मूर्खपणापायी तिच्या उद्योगाचे तीनतेरा वाजवत असत. पुरुषांना व्यवसाय, उद्योग चांगल्या प्रकारे करता येतो, ही गोष्ट तिला मान्य होती; पण स्त्रिया याबाबतीत मागे असतात, हे मात्र तिला मान्य नव्हतं. जात्याच स्त्रिया काटकसरी असतात, मोजक्या पैशात त्यांना घर चालवायचं असतं; तोंडाचा सतत 'आ' वासलेल्या भुकेल्या मुलांना पोटभर जेवूखावू घालायची जबाबदारी त्यांच्यावर असते; कितीही बटाटे नाही तर भोपळे शिजवा, तरी ते कमीच पडतात, हे तिला माहीत होतं. आणि नवरेमंडळींना तर काय, त्यांना कितीही महागडं मटण खायला दिलं, तरी त्यांचं समाधान म्हणून होतच नाही. हे सगळं चित्र तसं पाहिलं तर बायकांच्या दृष्टीनं फारसं सुखाचं कधीच नसतं.

काही म्हणा, पण हे लग्न त्या दोघांनाही सुखाचं ठरेल, असं भविष्य बहुतेकांनी वर्तवलं. मातेकोनी एक जबाबदार मेकॅनिक होते आणि मॅडम रामोत्स्वेदेखील गुणी होत्या. दोघंही आपापले व्यवसाय नीट संभाळतील आणि सुखानं नांदतील, याची लोकांना खात्री होती.

लोकांचं त्यांच्या लग्नासंबंधीचं भाकीत प्रेश्यसच्या कानावर आलं होतं आणि तिला स्वत:लाही तसंच वाटत होतं. यापूर्वी तरुणपणी जॅझ संगीतप्रकारात ट्रंपेट

वाजवणाऱ्या आणि सतत तरुण पोरींभोवती पिंगा घालणाऱ्या नोते मोकोतीबरोबर तिनं लग्न केलं होतं. त्याचा लवकरच बोजवारा वाजला होता. आपले हात पोळून घेतल्यानंतर प्रेश्यसनं जणूकाही शपथ घेतली होती की, पुन्हा म्हणून या फंदात पडायचं नाही. तशी तिची काही प्रेमप्रकरणं झाली होती, पण तिला कायमचं बंधनात अडकायचं नव्हतं. खरं म्हणजे, सहा महिन्यांपूर्वी मातेकोनींनीच तिला मागणी घातली होती; पण तेव्हा तिनं त्यांना नकार दिला होता आणि पुन्हा विचारलं, तेव्हा होकारही दिला होता.

या सहा महिन्यांच्या काळात कधीतरी तिला असं वाटलं होतं की, खऱ्या अर्थानं योग्य अशा जीवनसाथीची निवड करायची असेल, तर प्रत्येक स्त्रीनं स्वत:ला फक्त एकच साधासा प्रश्न विचारावा; निदान जिला चांगले अन् सुज्ञ वडील लाभले आहेत, तिनं तरी नक्कीच विचारावा. अन् त्याचं उत्तर तिच्या मनात तयारच आहे याची तिला खात्री असावी. मातेकोनींच्या बाबतीत तिनं हा प्रश्न स्वत:ला विचारला अन् क्षणातच तिच्या मनानं तिला कौल दिला होता.

माझ्या डॅडींचं त्यांच्याविषयी काय मत झालं असतं? तिनं स्वत:ला हा प्रश्न विचारला, पण त्यापूर्वीच तिनं त्यांना होकार दिलेला होता. त्या वेळी ती एकटीच संध्याकाळच्या वेळी धरणाच्या बाजूला फिरायला गेली होती. आजूबाजूला सगळीकडे काटेरी झुडपांचं रान माजलेलं होतं. अगदी सहजपणे तिची नजर वरती आकाशाकडे गेली होती. अथांग पसरलेलं पांढऱ्या, भुरकट रंगाचं आकाश आणखी काही वेळानंतर सूर्यास्त झाला की, क्षणार्धात लालकेशरी होईल, हे तिला माहीत होतं. आजूबाजूला कुणीही नाही, अशा अवस्थेत ती उभी असताना तिच्याही नकळत तिच्या तोंडून तो प्रश्न बाहेर पडला होता.

तिनं वरती पाहिलं, तेव्हा तिला उगीचच वाटलं की, जणूकाही आकाशवाणीच्या रूपात तिला तिच्या प्रश्नाचं उत्तर मिळेल. अर्थातच, तसं काही होणार नव्हतं, हेही तिला माहीत होतं. एवीतेवी तिनं त्यांना होकार दिलेलाच होता. पण एक गोष्ट खरी होती. तिच्या वडिलांनी तिच्या पसंतीला दाद दिली असती याची तिला पूर्ण खात्री होती. ओबेद रामोत्स्वेंनी बराच काळ दूरदेशीच्या खाणीत नोकरी केली होती, मनुष्यस्वभावाचे अनेक नमुने त्यांनी पाहिले होते. माणसाच्या स्वभावातील गुणदोषांची त्यांना चांगली पारख होती. त्यांनी एका दृष्टिक्षेपातच मातेकोनींना पसंत केलं असतं. त्या क्षणी तिचं मन निर्धास्त झालं. जर डॅडींना मातेकोनी आवडले, तर ते चांगलेच असणार. एक पती म्हणून ते तिच्याशी चांगलेच वागतील.

त्या दिवशी आपल्या ऑफिसमध्ये प्रेश्यस रामोत्स्वे बसली होती. समोरच तिची सेक्रेटरी – मॅडम माकुत्सीही काहीतरी काम करत होती. बोट्स्वाना सेक्रेटरियल

कॉलेजमधून थोड्या-थोडक्या नव्हे, तर ९७ टक्के गुणांनी उत्तीर्ण झालेल्या मॅडम माकुत्सीला अलीकडेच तिनं आपली साहाय्यक गुप्तहेर बनवलं होतं. ती एक बढतीच होती तिच्या दृष्टीनं. आता मातेकोनींशी तिचं लग्न होणार होतं. त्या संदर्भात तिला आपल्या संस्थेत काही बदल करायचे होते, काही महत्त्वाचे निर्णय घेणं आवश्यक होतं. त्यांपैकी सगळ्यात तातडीनं घ्यायचा निर्णय होता, लग्नानंतर त्या दोघांनी कुठे राहायचं हा. तिच्या मनानं दोन्ही घरांची तुलना केली होती आणि तिच्या लक्षात आलं होतं की, रेसकोर्सजवळ असलेलं मातेकोनींचं घर तिच्या झेब्रा ड्राइव्हवरील घरापेक्षा मोठं असलं, तरी राहण्याच्या दृष्टीनं तिचंच घर अधिक सोयीस्कर होतं. त्यांच्या घरासमोरची बाग असून नसल्यात जमा होती; तर तिच्या बागेत पोपयांची पुष्कळ झाडं होती, सावल्या देणारे डेरेदार अकेशियाचे वृक्ष होते आणि चांगल्या स्थितीत राखलेला कलिंगडांचा वाफाही होता. घराच्या आतील रचनाही तिच्याच घरात अधिक चांगली होती, अन् त्यांच्या घरातील बैठकीची खोली तर काय? तिच्याविषयी न बोललेलंच बरं! तिच्या बैठकीच्या खोलीत छानसा गालिचा होता, एका भिंतीवर सर सेरेत्से खामांचं चित्र असलेलं पितळी तबक होतं आणि एका कोपऱ्यात तिचं शिवणाचं जुन्या पद्धतीचं पायमशीन होतं. वीजपुरवठा नसला तरी तिला त्यावर कपडे शिवता येत असत.

अर्थात, या बाबतीत मातेकोनींचं मन वळवण्यासाठी तिला काही कष्ट घ्यावे लागलेच नव्हते. एका वेगळ्या कारणामुळे तो प्रश्न आपोआपच निकालात निघाला होता. एका अनाथाश्रमाच्या संचालिका असलेल्या मॅडम पोतोक्वानींनी एकदा श्री. मातेकोनींना गळ घातली आणि दोन मुलांना आपल्या घरी संभाळायची जबाबदारी त्यांना घ्यायला लावली. त्यामुळे ती मुलं – एक अपंग मुलगी आणि तिचा धाकटा भाऊ त्यांच्या घरी राहायला आली अन् फार लवकर घरातलीच होऊन गेली. त्यामुळे या दोघांनी असा निर्णय घेतला की, संपूर्ण कुटुंबानं तिच्याच घरी राहावं. लग्न होईपर्यंत मातेकोनी त्यांच्याच घरी राहाणार होते. रात्रीचं जेवण मात्र, ते प्रेश्यसच्या घरी घेणार होते.

अशाप्रकारे, घराचा प्रश्न तर सहजपणे सुटला होता. आता तिच्यासमोर प्रश्न होता, तो तिच्या व्यवसायाचा. त्यामध्ये काही बदल करणं आवश्यक होतं. मॅडम माकुत्सी त्या वेळी त्यांचं फाइल्सचं कपाट आवरत होती. आपल्या विचारांच्या तंद्रीत प्रेश्यस तिच्याकडे पाहात होती अन् एकीकडे मनाशी म्हणत होती, जो निर्णय घेणं आवश्यक आहे, तो घेतला तर पाहिजेच आणि तो श्री. मातेकोनींच्या कानावरही घातला पाहिजे. ह्या प्रक्रियेतला दुसरा भाग जरा नाजूक आणि म्हणूनच खूप कठीण असा होता, ह्याची तिला जाणीव होती. काही वेळा व्यवसायात मन खंबीर केल्याशिवाय चालत नाही, हे तिला अनुभवानं कळलं होतं.

कुठलाही व्यवसाय यशस्वीपणे चालवायचा असेल, तर एक साधं तत्त्व पाळावं लागतं. ते म्हणजे अनावश्यक खर्चात काटकसर करायची. त्या दृष्टीनं विचार केला, तर त्यांच्या लग्नानंतर त्यांनी आपले व्यवसाय दोन वेगवेगळ्या जागी चालवायची आवश्यकता नव्हती. दोन्ही व्यवसायांचं स्वरूप अगदी वेगळं असलं, तरी त्लॉकवेंग रोड स्पीडी मोटर्सच्या ऑफिसात भरपूर रिकामी जागा असल्यामुळे तिथे तिचं डिटेक्टिव्ह एजन्सीचं ऑफिसही थाटणं शक्य होतं. त्या दृष्टीनं आवश्यक ती पाहणी तिनं यापूर्वीच केली होती; एवढंच नव्हे, तर एका स्थानिक बांधकामव्यावसायिकाचा सल्लाही घेतला होता.

"त्यात काही कठीण नाही," त्यानं आपलं मत व्यक्त केलं होतं. "त्या पलीकडच्या बाजूला मी एक नवीन दार बसवू शकेन, त्यामुळे तुमची अशिलं तिथूनच तुमच्या ऑफिसमध्ये प्रवेश करतील. गॅरेजमधल्या चिकट, तेलकट भागाशी तुमचा काही संबंधच राहाणार नाही."

दोघांची ऑफिसेस एकाच जागी थाटली गेली, तर ती स्वत:चं ऑफिस भाड्यानं देऊ शकली असती. ते उत्पन्न तिच्या दृष्टीनं फारच महत्त्वाचं ठरलं असतं. सध्या परिस्थिती अशी होती की, तिच्याकडे जमाखर्चाची तोंडमिळवणी करण्याइतकी कामं नव्हती. याचा अर्थ असा नव्हता की, तिच्याकडे लोक येतच नव्हते. तिला गुप्तहेरगिरीची काम मिळत होती, पण ती फार झटपट हातावेगळी करता येण्यासारखी नसत. शिवाय तिला तिच्या अशिलांकडून तासाच्या दरानं फी आकारणंही शक्य व्हायचं नाही, कारण तितकी फी देणं बहुतेकांना परवडण्यासारखं नव्हतं. मनातल्या कुठल्यातरी संशयाचं निराकरण करण्यासाठी किंवा एखाद्या हरवलेल्या व्यक्तीच्या तपासासाठी लोक शंभरदोनशे पुला खर्चायला काकू करत नसत; पण त्याच कामासाठी हजारो पुला खर्च करावे लागणार असते, तर त्यांनी काढता पायच घेतला असता, हे तिला माहीत होतं. इतकी मोठी रक्कम खर्चण्यापेक्षा, मनातला संशय दूर नाही झाला तरी चालेल, असा व्यवहारी विचार तिच्या अशिलांनी नक्कीच केला असता.

तिच्या उत्पन्नात आणखी एका कारणामुळे मोठं भगदाड पडत होतं अन् ते म्हणजे मॅडम माकुत्सीचा पगार. सुरुवातीला प्रेश्यसनं तिला आपली सेक्रेटरी म्हणून कामावर ठेवलं होतं, कारण सेक्रेटरीशिवाय तिच्या व्यवसायाकडे लोकांनी पुरेशा आदरानं बघितलं नसतं. त्यानंतर लवकरच या जाड भिंगांचा चश्मा लावणाऱ्या तरुणीची हुशारी प्रेश्यस रामोत्स्वेला जाणवली, म्हणून तिनं तिला साहाय्यक गुप्तहेराची जागा देऊ केली. केव्हापासून हे काम आपल्याला मिळेल, अशी आशा ती बाळगून होती, हेही चाणाक्ष प्रेश्यसनं हेरलं होतंच. त्यामुळे झालं होतं काय की, तिला आपल्या सेक्रेटरीच्या पगारात वाढ करावी लागली होती. तात्पर्य, उत्पन्नातलं

भगदाड आणखीनच मोठं झालं होतं!

शेवटी एक दिवस प्रेश्यसनं श्री. मातेकोनींजवळ हा विषय काढला, तेव्हा त्यांचंही तेच मत झालं.

"अशाच प्रकारे तुम्ही आपला व्यवसाय चालवलात, तर एक दिवस तुमचं दिवाळं निघेल, यात काही शंका नाही. माझ्या माहितीत असे बरेच उद्योग आहेत. ही माणसं व्यवस्थापक नेमतात आणि हा माणूस एखाद्या गिधाडाप्रमाणे त्यांच्या व्यवसायाचे लचके तोडून त्याची पार वाट लावतो."

"मला तसलं काही व्हायला नकोय माझ्याबाबतीत," प्रेश्यसनं म्हटलं, "कुठल्याही व्यवसायाची अशी अखेर होणं, हे काही चांगलं नाही."

काही वेळ दोघंही एकमेकांकडे गंभीर नजरेनं पाहात राहिले. मग श्री. मातेकोनींनी धीर एकवटून तिला आपल्या मनातला विचार सांगितला, "तुम्हाला तुमच्या सेक्रेटरीला कमी करण्यावाचून तरणोपाय नाही, असं मला तरी वाटतं. मलाही पूर्वी माझ्या कामगारांच्या बाबतीत तेच करावं लागलं होतं. फार अवघड असतं ते, हे मलाही मान्य आहे; पण धंदा म्हटला की, या गोष्टी येणारच."

"मी तिला बढती दिली, तेव्हा तिला किती आनंद झाला होता," शांतपणे प्रेश्यस म्हणाली. "अन् आता एकदम मी तिला नाही म्हणू शकत की, 'बाई गं, तुला परत आपलं पहिलंच काम करावं लागेल.' इथे गॅबोरोनमध्ये तिचं कुणीच नाही. सगळे नातेवाईक तिकडे दूर बोबोनाँगमध्ये राहतात. फार गरीब असावेत सगळे, असा माझा अंदाज आहे."

मान हलवत श्री. मातेकोनी म्हणाले, "या जगात पुष्कळ गरीब लोक आहेत. त्यांच्यापैकी कित्येक जण अगदी दैन्यावस्थेत जगतात. पण आपल्याला आपला धंदा नुसत्या हवेवर तर नाही ना चालवता येत? धंद्यात आपण जे पैसे घालतो, ती आपली खर्चाची बाजू; जो पैसा त्यातून निर्माण होतो, ती जमेची बाजू. या दोन्हींतला फरक म्हणजे आपला नफा. तुमच्याबाबतीत या नफ्याच्या रकमेमागे उणे हे चिन्ह आहे. अशा प्रकारे तुम्ही फार काळ टिकाव नाही धरू शकणार..."

"पण मी या घटकेला तिला नाही काढू शकत. मी तिला तिच्या आईच्या जागी आहे. तिला गुप्तहेर व्हायची फार इच्छा आहे आणि बिचारी कष्ट करायला जरादेखील मागेपुढे पाहात नाही."

आता यापुढे मी काय बोलणार, या अर्थी श्री. मातेकोनींनी मान खाली घातली आणि ते आपल्या बुटांकडे पाहू लागले. मॅडम रामोत्स्वेंची अशी इच्छा दिसत होती की, त्यांनीच काहीतरी मार्ग सुचवावा यातून, हे त्यांना जाणवलं; पण त्यांना आपल्याकडून नक्की काय हवं होतं, ते त्यांच्या लक्षात येईना. 'त्यांना माझ्याकडून आर्थिक मदत हवी असेल का?' बहुधा नसावी, कारण यापूर्वी त्यांनीच ही गोष्ट

अगदी स्पष्ट केली होती की, त्या त्यांचा गुप्तहेरगिरीचा व्यवसाय एकटीनंच संभाळतील आणि श्री. मातेकोनींनी आपलं गॅरेज संभाळावं. मग आता त्यांची अशी अपेक्षा होती का की, त्यांच्या एजन्सीच्या खर्चाचा भार त्यांच्या भावी पतिराजांनी उचलावा?

"तुम्ही काही खर्च करावा, अशी माझी मुळीच अपेक्षा नाही हं," प्रेश्यसचे हे ठामपणे उच्चारलेले शब्द त्यांच्या कानावर पडले, तेव्हा ते दचकलेच. त्यांना तिचं कौतुक वाटलं अन् काहीशी भीतीही. "नाही नाही, मला तसं काही म्हणायचं नव्हतं," ते घाईघाईनं म्हणाले.

"पण त्याच वेळी मी असंही म्हणेन की, तुम्हालाच एखाद्या सेक्रेटरीची गरज आहे. तुमची सगळी बिलं अस्ताव्यस्त पसरलेली असतात, खरं की नाही? तुमच्या त्या कामगारांना जे काही पगाराव्यतिरिक्त पैसे तुम्ही देता, त्याचाही काही हिशोब तुम्ही ठेवत नाही. तुम्ही त्यांना कर्जाऊ रकमा देत असता ना नेहमी? त्याची काही नोंद ठेवता का तुम्ही?"

श्री. मातेकोनी एकदम चपापल्यासारखे झाले. त्यांच्या दोन्ही कामगारांनी त्यांच्याकडून सहाशे-सहाशे पुला कर्जाऊ घेतलेले होते आणि दोघेही ते परत करायचं नावही काढत नव्हते, हे प्रेश्यसला कसं कळलं, असा प्रश्न त्यांच्या मनात तरळला.

"तिनं माझ्या ऑफिसमध्ये काम करावं, अशी तुमची अपेक्षा आहे का?" त्यांनी तिला विचारलं. आपल्याला हे सुचलं कसं, याचंच त्यांना आश्चर्य वाटलं. "पण मग तिच्या गुप्तहेरीच्या कामाचं काय?"

प्रेश्यसनं लगेच त्यांच्या प्रश्नाचं उत्तर दिलं नाही, कारण तशी काही योजना तिच्या मनात यापूर्वी आलेलीच नव्हती; पण आता मात्र ती काहीतरी आकार घेऊ लागली. समजा, तिनं तिचं ऑफिस याच इमारतीत हलवलं, तर मॅडम माकुत्सीला दोन्ही कामं एकाच वेळी करणं शक्य झालं असतं. सेक्रेटरीपदावर काम करण्यासाठी श्री. मातेकोनींनी तिला काही पगार दिला असता, म्हणजे तिच्या संस्थेवरचा भार बराच कमी झाला असता. त्याशिवाय तिचं जागेचं भाडंही वाचलं, तर तिची आर्थिक बाजू बरीच सुधारणार होती, अशी तिला खात्री होती.

तिनं ही योजना त्यांना समजावून सांगितली, तेव्हा त्यांनाही ती पटल्यावाचून राहिली नाही. त्यापूर्वी त्यांना नेहमी वाटायचं की, मॅडम माकुत्सी काही फारसं काम करत नव्हती, पण आता त्यांना तिच्या योजनेत तथ्य आढळलं. आपल्या भावी पत्नीच्या योजनेमुळे ते खूश झाले. कारण महत्त्वाची बाब म्हणजे, त्यामुळे ती खूश होणार होती आणि त्यांना तरी दुसरं काय हवं होतं?

मॅडम रामोत्स्वेंनी बोलायला सुरुवात करण्यापूर्वी घसा खाकरल्यासारखं केलं. सर्वसाधारणपणे एखाद्या नाजूक अन् अवघड विषयावर बोलायचं असलं की, माणसं अशा प्रकारे सुरुवात करतात.

''मॅडम माकुत्सी, मी भविष्याविषयी विचार करतेय गेले काही दिवस,'' तिनं सूतोवाच केलं.

मॅडम माकुत्सीनं त्या वेळी नुकतंच फायली ठेवायचं कपाट आवरलं होतं. अकरा वाजता त्या दोघी बुश टी प्यायच्या, तो करायची वेळ तोपर्यंत झाली होती, म्हणून माकुत्सीनं चहा केला. चहा पितापिता साधारणपणे अर्धा तास ती अवांतर वाचन करत असे. त्या दिवशी तिच्या हातात नॅशनल जिओग्राफिकचा एक जुना अंक होता. तिच्या एका शिक्षक असलेल्या भावाकडून तिनं तो वाचण्यासाठी आणला होता.

''भविष्याविषयी? व्वा! हा तर छानच विषय आहे. माझ्या अगदी आवडीचा विषय आहे म्हणा ना. पण खरं सांगू? भविष्यापेक्षा मला भूतकाळात डोकवायला जास्त आवडतं. या मासिकात एक छान लेख आहे, मॅडम. माझा वाचून झाला की मी तुम्हाला देईन. त्यामध्ये आपल्या पूर्व आफ्रिकेतल्या पूर्वजांबद्दल माहिती दिली आहे. तिथे डॉ. लीकी नावाचे एक विद्वान राहतात. ते एक अत्यंत प्रसिद्ध हाडांचे डॉक्टर आहेत.''

''हाडांचे डॉक्टर?'' प्रेश्यसनं गोंधळून जाऊन विचारलं. तसं पाहिलं, तर तिची सेक्रेटरी व्यवस्थितपणे आपले विचार मांडू शकत असे, तिला इंग्रजी आणि सेत्स्वाना भाषा चांगल्या बोलता येत असत; पण कधीकधी ती काहीतरी विचित्र विधानं करत असे. आजचं हे विधान त्याच प्रकारातलं होतं. 'हाडांचा डॉक्टर' असा शब्दप्रयोग तिनं आत्तापर्यंत कधीच ऐकला नव्हता. तिला तर वाटलं की, हा डॉक्टर एखादा मांत्रिक वगैरे असावा; कारण मांत्रिक लोकच हाडांचा वापर करत असत. पण हे डॉ. लीकी तसल्या प्रकारातले डॉक्टर नसावेत, अशी खात्री तिला वाटत होती.

''हो,'' मॅडम माकुत्सी म्हणाली. ''ह्या डॉ. लीकींना जुन्या हाडांबद्दल खूप माहिती आहे. ते अशी हाडं उकरून काढतात आणि त्यांच्या आधारे आपल्या पूर्वजांची माहिती सांगतात. हे चित्र बघा.''

तिनं मासिक वर उचलून दाखवलं. त्याच्या दोन पानांवर एक मोठं चित्र छापलेलं होतं. प्रेश्यसनं डोळे बारीक करून त्या चित्राकडे पाहिलं. अलीकडे तिच्या ध्यानात आलं होतं की, तिची दृष्टी पहिल्यासारखी राहिली नव्हती. लवकरच आपल्यालाही मॅडम माकुत्सीसारखा जाड मोठ्या भिंगांचा चश्मा लावावा लागणार होता, हे ती जाणून होती.

"ते डॉ. लीकी आहेत का?"

"हो, मॅडम, तेच डॉ. लीकी," मॅडम माकुत्सी म्हणाली. "त्यांनी आपल्या हातात जी कवटी धरलीय, ती एका फार पूर्वीच्या माणसाची आहे. हजारो वर्षांपूर्वी हा माणूस राहत होता आणि त्याला मरूनही कित्येक वर्षं लोटलीयंत."

हा सगळा विषय मॅडम रामोत्स्वेंसाठी एकदम नवा होता. तिची उत्सुकता चाळवल्यासारखी झाली. तिनं विचारलं, "हा जो कुणी माणूस पूर्वी राहत होता, तो होता तरी कोण?"

"या मासिकात असं लिहिलंय की, हा इथे राहत असताना फारच थोडे लोक इथे होते. डॉ. लीकींच्या मते आपण सगळे तेव्हा पूर्व आफ्रिकेत राहत होतो."

"सगळे जण?" प्रेश्यसला भयंकर आश्चर्य वाटल्याचं तिच्या स्वरावरून, मॅडम माकुत्सीला जाणवलं.

ती म्हणाली, "हो. आपण सगळे जण. तुम्ही सगळे जण, आम्ही आणि इतर सगळे लोकपण. आपल्या सगळ्यांचे पूर्वज एकच होते, असं डॉ. लीकींनी सिद्ध केलंय म्हणे."

तिच्या या विधानानं मॅडम रामोत्स्वे विचारात पडल्यासारखी झाली. काही वेळानं ती म्हणाली, "याचा अर्थ आपण सगळे एकमेकांचे भाऊ-बहीण आहोत, खरं की नाही?"

"आहोतच, त्यात काही शंकाच नाही," मॅडम माकुत्सी ठामपणे म्हणाली. "आपण सगळे जण अगदी सारखेच आहोत – एस्किमो लोक, रशियन लोक आणि नायजेरियाचे लोकपण. त्यांच्यामध्ये आणि आपल्यात काही फरक नाही. सगळ्यांचं रक्त सारखं असतं आणि सगळ्याचा डीएनएपण."

"डीएनए? हे काय प्रकरण आहे?" प्रेश्यसनं हे नाव यापूर्वी कधीच ऐकलं नव्हतं.

"मला नक्की माहीत नाही, पण तो एक असा पदार्थ आहे, जो देवानं आपल्याला तयार करताना वापरला. आपण सगळे जण डीएनए आणि पाणी यांपासून बनलेलो असतो."

ह्या सगळ्या अगम्य वक्तव्याचा अर्थ लावायचा प्रयत्न प्रेश्यसनं करून पाहिला. एस्किमो किंवा रशियन लोकांबद्दल तिच्या मनात काहीच कल्पना नव्हती, त्यामुळे त्यांच्याबाबतीत तिचा काही आक्षेपही नव्हता; पण नायजेरियन्स आणि आपणही एकच? मग तिच्या मनात आलं – 'मॅडम माकुत्सी म्हणते ते कदाचित असेलही बरोबर. विश्वबंधुत्वाची कल्पना मान्य करायची म्हटली, तर मग नायजेरियन लोकांनाही इतरांमध्ये सामावून घ्यायलाच हवं.'

"आपले सगळ्यांचे पूर्वज एकच होते, ही गोष्ट जर लोकांना कळली, तर

कदाचित ते परस्परांशी अधिक प्रेमानं वागतील, असं नाही तुला वाटत?''

मॅडम माकुत्सीनं हातातलं मासिक खाली ठेवलं अन् ती म्हणाली, ''नक्कीच! ही गोष्ट जर त्यांना कळली, तर ते इतरांशी दुष्टपणानं वागणारच नाहीत, त्यांना तसं वागताच येणार नाही. उलट ते एकमेकांना अधिक मदत करण्याचा प्रयत्न करतील.''

प्रेश्यस काही न बोलता स्वस्थ बसून राहिली. आत्ता जे काही मॅडम माकुत्सीनं विश्वबंधुत्वाविषयी सांगितलं होतं, त्यानंतर आपण ऑफिसमधल्या बदलांविषयी तिच्याजवळ कसा विषय काढायचा, असा प्रश्न तिला पडला. पण तिनं आणि श्री. मातेकोनींनी निर्णय घेतला असल्यामुळे त्याविषयी मॅडम माकुत्सीला सांगणं आवश्यकच होतं. ऐकायला कितीही कटू वाटलं, तरी सत्य परिस्थिती तिला सांगण्याशिवाय प्रेश्यसला गत्यंतरच नव्हतं.

''आत्ता जे काही तू सांगितलंस, ते मला खूपच रंजक वाटलं ऐकायला,'' आपल्या आवाजात पुरेसा खंबीरपणा आणत तिनं बोलायला सुरुवात केली. ''कधीतरी वेळ मिळाला की, या डॉ. लीकींबद्दल वाचेनही मी. पण या क्षणी मात्र माझ्यासमोर एकच गहन प्रश्न आहे – माझा हा व्यवसाय चालू कसा ठेवता येईल. आपला जमाखर्चाचा ताळेबंद फारसा आशादायी नाही, हे तू जाणतेसच. वृत्तपत्रात मोठ्या कंपन्यांचे ताळेबंद छापून येतात, ते तू पाहिलं आहेसच. त्यामध्ये जमा आणि खर्च यांचे दोन रकाने असतात. त्यातला पहिला रकाना नेहमी मोठी रक्कम दाखवतो. आपल्या व्यवसायाच्या बाबतीत मात्र परिस्थिती अगदी उलट आहे.''

आपल्या शब्दांचा मॅडम माकुत्सीवर काय परिणाम होत होता, ते पाहाण्यासाठी प्रेश्यस काही क्षण बोलायची थांबली; पण माकुत्सीच्या जाड भिंगांमुळे तिच्या मनाचा ठाव घेणं प्रेश्यसला तितकंसं जमलं नाही.

''त्यामुळे मला काही निर्णय घ्यावे लागणार आहेत. तसं नाही केलं, तर मग एखादा लवाद नेमला जाईल किंवा बँकेचा व्यवस्थापक आपली मालमत्ता ताब्यात घेईल. तोट्यात चालणाऱ्या बहुतेक व्यवसायांची तीच गत होते. ते फार वाईट असतं.''

मॅडम माकुत्सीची नजर तिच्यासमोरच्या टेबलावर खिळलेली होती. मग तिनं मान वर करून प्रेश्यसकडे बघितलं, तेव्हा बाहेरच्या बाजूला असलेल्या काटेरी झाडांच्या फांद्यांचं प्रतिबिंब त्यात पडलेलं प्रेश्यसनं पाहिलं. त्यामुळे तिला काहीसं अस्वस्थ झाल्यासारखं वाटलं, जणूकाही ती जगाकडे दुसऱ्याच्या नजरेतून पाहात होती. तिच्या मनात हा विचार येत होता, इतक्यात मॅडम माकुत्सीनं आपलं डोकं हलवलं, त्यामुळे प्रेश्यसला स्वतःच्या लाल ड्रेसचं प्रतिबिंब तिच्या चश्म्यात दिसलं.

"माझ्याकडून मी सगळे प्रयत्न करतेच आहे," अगदी खालच्या सुरात मॅडम माकुत्सी म्हणाली. "मला गुप्तहेर बनण्याची एकतरी संधी तुम्ही द्याल, एवढीच मला आशा आहे. आयुष्यभर मला फक्त सेक्रेटरी म्हणून काम नाही करायचं."

ती बोलायची थांबली आणि तिनं प्रेश्यसकडे पाहिलं. तिच्या हताश चेहऱ्याकडे पाहताना प्रेश्यसच्या मनात विचार आला, 'काय वाटत असेल या पोरीला? सेक्रेटेरियल कॉलेजमधून ९७ टक्के गुणांनी ही परीक्षा उत्तीर्ण झालीय, पण तिकडे बोबोनाँगसारख्या दूरच्या गावी राहणारे काही नातलग सोडले, तर हिला आपलं म्हणावं असं कुणीच नाही.' प्रेश्यसनं तिला एकदा पोस्टऑफिसात पाहिलं होतं, तेव्हा ती शंभर पुलांची पोस्टल ऑर्डर विकत घेत होती. त्यामुळेच तिला ही गोष्ट समजली होती. आत्ता प्रेश्यसच्या मनात विचार आला, माकुत्सीनं बढती मिळाल्याचं कळवल्यानंतर त्यांना आपल्या या भाचीचा अभिमान वाटला असेल. गॅबोरोनसारख्या मोठ्या शहरात राहणारी आपली एक नातलग एवढ्या मोठ्या पदावर काम करत होती, या विचारानं त्यांचा ऊर भरून आला असेल. अन् खरी परिस्थिती अशी होती की, तिच्या मालकिणीनं केवळ दयाबुद्धीनं तिची नोकरी चालू ठेवली होती. वेगळ्या शब्दांत सांगायचं, तर तिची मालकीणच त्यांना पोसत होती.

प्रेश्यसची नजर मॅडम माकुत्सीच्या टेबलावरील मासिकातल्या डॉ. लीकींच्या फोटोकडे गेली. त्यांच्या हातातल्या आपल्या कुठल्यातरी फार पूर्वीच्या पूर्वजाच्या कवटीकडेही तिचं लक्ष गेलं. तिला असा भास झाला की, डॉ. लीकी आपल्याकडे पाहत आपल्याला विचारत होते, "मला सांगा, ही मॅडम माकुत्सीपण तुमची कुणीतरी लागतच असेल ना?"

एकदम भानावर येत ती मॅडम माकुत्सीला म्हणाली, "तुला काळजी करायचं कारण नाही. तू माझी साहाय्यक गुप्तहेर म्हणूनच काम करणार आहेस. मात्र, आपण आपलं ऑफिस त्लॉक्वेंग रोड, स्पीडी मोटर्सच्या ऑफिसमध्ये हलवल्यानंतर तुला त्याव्यतिरिक्तही काही कामं करावी लागणार आहेत. श्री. मातेकोनींना त्यांच्या ऑफिसमधलं काम करायला कुणाचीतरी गरज आहे, तेव्हा अर्धा वेळ तू त्यांची सेक्रेटरी म्हणून काम करायचंस अन् उरलेला अर्धा वेळ साहाय्यक गुप्तहेर म्हणून." ती क्षणभर बोलायची थांबली. मग काहीतरी विचार तिच्या डोक्यात आला आणि घाईघाईनं ती म्हणाली, "पण तू स्वत:ला साहाय्यक गुप्तहेर म्हणायला काहीच हरकत नाही. तोच तुझा अधिकृत दर्जा असेल."

त्या दिवसाचा उरलेला सगळा वेळ मॅडम माकुत्सी फारसं काही न बोलता मुकाट्यानं काम करत राहिली. दुपारचा चहा केल्यानंतर तिनं प्रेश्यसच्या हातात चहाचा मग ठेवला, त्या वेळीही तिनं एक शब्दही तोंडातून बाहेर काढला नाही. संध्याकाळ होत आली, तोपर्यंत मात्र तिचं मन स्थिरावलं होतं; तिनं आपल्या

नोकरीतला हा बदल नशिबाचा एक भाग म्हणून स्वीकारला होता.

"मला वाटतं, श्री. मातेकोनींच्या ऑफिसमध्ये बरंच काम पडलेलं असणार," ती म्हणाली. "हे काम करण्याचा त्यांना कंटाळा येत असणार, असं माझं मत आहे. पुरुषांना असली कामं करायला कधीच आवडत नाहीत."

तिच्या आवाजातला फरक जाणवल्यानंतर प्रेश्यसचा जीव भांड्यात पडला. "काही विचारू नकोस. निव्वळ पसारा दिसेल तुला त्यांच्या ऑफिसमध्ये. तो तू आवरलास की, त्यांना खूपच मदत होईल."

"आम्हाला आमच्या कॉलेजमध्ये असलीच कामं करायला शिकवत असत," मॅडम माकुत्सी म्हणाली. "एक दिवस आम्हाला त्यांनी एका ऑफिसमध्ये पाठवलं होतं. तिथे प्रचंड गोंधळ होता आणि तो आम्हाला निस्तरायचा होता. आम्ही चौघी जणी गेलो होतो. मी आणि माझ्या तिघी मैत्रिणी. त्या सगळ्या दिसायला सुंदर होत्या. दिवसभर त्या तिथल्या पुरुषमंडळींशी गप्पा मारत बसल्या आणि सगळं काम मात्र मी एकटीनंच केलं."

"हं," प्रेश्यस गंभीरपणे म्हणाली, "मला येतेय त्याची कल्पना."

"त्या दिवशी रात्री आठ वाजेपर्यंत मी काम करत होते. संध्याकाळी पाच वाजता मला एकटीला ऑफिसमध्ये सोडून, त्या मुली ऑफिसमधल्या पुरुषांबरोबर बारमध्ये दारू प्यायला गेल्या. दुसऱ्या दिवशी आम्ही परत कॉलेजला गेलो, तेव्हा आमच्या प्राचार्यांनी आमची खूप स्तुती केली आणि आम्हाला म्हटलं, 'तुमच्या या कामगिरीबद्दल मी तुम्हाला तुमच्या पाठाला उच्च श्रेणी देणार आहे.' त्या तिघी अगदी खूश झाल्या अन् मला म्हणाल्या, 'खरंच, आम्ही तिघींनी केवढं अवघड काम केलं. तिथल्या पुरुषांनी तुझ्या कामात लुडबूड करू नये, म्हणून आम्ही त्यांना गप्पांमध्ये गुंतवून ठेवलं, म्हणूनच तुला तिथला पसारा आवरता आला.' तुम्हाला सांगते मॅडम, वास्तविक पाहता बरंचसं काम मी एकटीनंच केलं, पण त्यांना मात्र खरोखरच असं वाटत होतं की, त्यांचं कामच अधिक महत्त्वाचं होतं."

मान हलवून प्रेश्यसनं मॅडम माकुत्सीला सहानुभूती दाखवली आणि म्हणाली, "खरंच, अगदी नालायकच म्हणायला हवं त्या मुलींना. पण हल्ली बोट्स्वानात त्यांच्यासारखे बरेच लोक आढळतात. पण तुला एक समाधान वाटतंय ना की, तू तुझ्या कामात यशस्वी ठरलीयंस. एक साहाय्यक गुप्तहेर झालीयंस तू, अन् त्या मुली? माझ्या मते तरी त्यांनी काहीच मिळवलेलं नाही, हो ना?"

मॅडम माकुत्सीनं आपल्या डोळ्यावरचा चश्मा काढला अन् रुमालानं त्याच्या काचा काळजीपूर्वक पुसल्या.

"त्यांच्यापैकी दोघींची चांगल्या पैसेवाल्या पुरुषांबरोबर लग्नं झाली. सन हॉटेलजवळ मोठ्या घरांमध्ये राहतात त्या. काय थाटात हिंडतफिरत असतात, ते

मी पाहिलंय माझ्या डोळ्यांनी. भारी किमतीचे गॉगल्स पाहिले मी त्यांच्या डोळ्यांवर. तिसरी दक्षिण आफ्रिकेला गेली आणि मॉडेल बनलीय. एकदा तिचा फोटो मी एका मासिकात पाहिला. त्याच मासिकासाठी तिचा नवरा फोटोग्राफर म्हणून नोकरी करतो. त्याच्याकडेदेखील चिक्कार पैसा आहे. खूप सुखात आहे तीपण. तिच्या नवऱ्याला लोक 'पोलरॉइड खुमालो' या नावानं ओळखतात. दिसायला तर देखणा आहेच, शिवाय मोठं नावही कमावलंय त्यानं.''

डोळ्यांवर चश्मा चढवत तिनं प्रेश्यसकडे पाहिलं.

''तुलाही मिळेल एक दिवस नवरा,'' प्रेश्यस म्हणाली. ''आणि मी सांगते तुला, तो फार भाग्यवान माणूस असेल माझ्या मते.''

हताशपणे मान हलवत ती म्हणाली, ''मला नाही वाटत, माझं लग्न होईल असं. बोट्स्वानात हल्ली तितके पुरुषच नाही राहिलेत. बहुतेक सगळ्या पुरुषांची लग्नं झालीयंत. कुणी लग्नायोग्य उरलेलाच नाही.''

''पण लग्न केलंच पाहिजे, असं कोण म्हणतं,'' तिला बरं वाटावं, म्हणून प्रेश्यस म्हणाली. ''हल्ली एकट्या राहणाऱ्या मुलींनापण चांगले दिवस आलेत. मीपण एकटीच राहतेय, माझंही लग्न झालेलं नाहीये.''

''पण तुम्ही श्री. मातेकोनींबरोबर लग्न करणार आहात, मॅडम,'' ती म्हणाली. ''आता फार दिवस काही एकट्या राहणार नाही तुम्ही. तुम्हाला हवं तर...''

''त्यांच्याशी लग्न करायलाच हवं असं मला मुळीच नाही, हं'' तिला थांबवत प्रेश्यस म्हणाली. ''माझी मी एकटी राहत होते, तेव्हाही मी अगदी मजेत होते. मनात आलं असतं, तर मी तशीच राहू शकत होते.''

ती एकदम बोलायची थांबली. तिचं लक्ष मॅडम माकुत्सीकडे गेलं. परत एकदा ती आपल्या चश्म्याच्या काचा रुमालानं पुसत होती. तिचे डोळे पाणावल्यामुळे काचा ओल्या झाल्या होत्या.

मॅडम रामोत्स्वे गंभीर झाली. दुसऱ्याचं दुःख तिला कधीच बघवायचं नाही. आणि ते पाहिलं की, काहीतरी मदत केल्याशिवाय स्वस्थही बसवायचं नाही. तसं पाहिलं, तर एका गुप्तहेराच्या बाबतीत हा स्वभावविशेष काही बरोबर नव्हता, कारण तिच्या व्यवसायात दुःखाची गाठ पावलोपावली पडत असे. पण इतक्या वर्षांनतरही हृदयावर दगड ठेवण्याइतका कठोरपणा तिच्या स्वभावात उतरला नव्हता. मॅडम माकुत्सीच्या दुखऱ्या मनावर फुंकर घालण्याच्या हेतूनं ती म्हणाली, ''एक गोष्ट तुला सांगायची राहूनच गेली. तू जे नवीन काम करणार आहेस, त्यासाठी तुझं पद त्लॉक्वेंग रोड स्पीडी मोटर्सची साहाय्यक व्यवस्थापक असं राहील. फक्त कारकुनी स्वरूपाचं काम असणार नाहीये तुझं.''

मॅडम माकुत्सीनं वर पाहिलं, तेव्हा तिच्या चेहऱ्यावर स्मितहास्य होतं.

"हे फारच छान होईल," ती म्हणाली. "तुम्ही किती चांगल्या आहात, मॅडम."

"आणि पैसेही जास्त मिळतील," प्रेश्यसनं आणखी उदार होत म्हटलं, "म्हणजे खूप जास्त नाहीत, पण थोडेफार नक्कीच. तुझ्या गावच्या लोकांना थोडी जास्त मदत करता येईल तुला."

या माहितीमुळे तर तिचा आनंद द्विगुणित झाला. त्या दिवशीची उरलेली कामं तिनं एक प्रकारच्या झपाट्यानं उरकली. अनेक पत्रं टाइप केली. आता मॅडम रामोत्स्वेच खिन्नशी वाटू लागली. "ही सगळी त्या डॉ. लीकींची चूक!" ती स्वत:शीच म्हणाली. आज त्यांचा विषय निघाला नसता, तर तिला अधिक खंबीरपणे हा विषय हाताळता आला असता. आता असं झालं होतं की, तिनं मॅडम माकुत्सीला परत एकदा बढतीच दिली नव्हती, तर श्री. मातेकोनींचा विचार न घेता तिला पगारवाढही दिली होती. ही गोष्ट त्यांच्या कानावर घालायला हवी, असं तिनं ठरवलं, पण योग्य वेळ आल्यावरच, तिनं आपल्या मनाला समजावलं. अवघड विषयावर बोलायचं असेल, तर त्यासाठी योग्य वेळच निवडायला हवी. काही वेळा पुरुष थोडे गाफील असतात. पुरुषांवर त्यांचीच खेळी उलटवायची असेल, तर त्या अचूक क्षणाची वाट पाहिली पाहिजे. हेच स्त्रीच्या यशाचं महत्त्वाचं इंगित, असं म्हणतात. तो क्षण गवसला की, मग कुठल्याही पुरुषाला हरवणं म्हणजे डाव्या हाताचा खेळ. त्यासाठी एकच करावं लागतं, शांतपणे वाट पाहायची!

तो मुलगा

मौनच्या बाहेरच्या बाजूला, ओकावांगोमध्ये त्यांनी तळ ठोकला होता. वरती आकाशाला भिडणाऱ्या मोपाने वृक्षांचं छत होतं. त्यांच्या तंबूच्या उत्तरेला जेमतेम अर्ध्या मैलाच्या अंतरावर चहूबाजूंनी गवताळ रान असलेलं एक तळं होतं. या भागातलं सॅव्हाना गवत दाट आणि चांगल्या प्रकारचं होतं. जंगली प्राणी त्यामध्ये सहज दडून जातील, इतकं ते उंचही होतं. एखादा हत्ती पाहायचा असेल, तरी ते या गवतामुळे कठीण व्हायचं, कारण त्याचं महाकाय धूडही या गवतामुळे लपलं जायचं. आपल्या संथ गतीनं गवताचा फडशा पाडत हत्ती वाटचाल करायचे.

ह्या तळावर पाच-सहा तंबू होते. ते वर्षातला बहुतेक काळ उभारलेले असायचे. त्यांचा जो मालक होता, त्याचं नाव श्री. पुला असं होतं; पण लोक गमतीनं त्याला श्री. पावसाळे असं म्हणायचे; कारण त्यांचा अनुभव असा होता की, तो आला की, त्याच्यापाठोपाठ पावसाचंही आगमन व्हायचं. पुलादादांनापण त्यांचं हे टोपणनाव आवडायचं, कारण आपल्यामुळे पाऊस येतो, ही भावनाही त्यांना सुखवणारी होती. पावसाचं येणं म्हणजे सुखसमृद्धीचं आगमन, असा लोकांचा समज होता; म्हणूनच आनंदाच्या प्रसंगी, शुभसमयी लोक 'पुला! पुला! पुला!' असा गजर करत करायचे. पुलादादा मूळचे गोऱ्या वंशाचे होते; पण आपलं आयुष्य त्यांनी आफ्रिकेतल्या कडक उन्हात अन् तेदेखील सतत मोकळ्या हवेत काढलं असल्यामुळे त्यांचा मूळचा गोरा रंग करपून चामड्यासारखा रुक्ष झाला होता. गोऱ्या लोकांच्या त्वचेवर दिसणारे बारीक ठिपके आणि उन्हामुळे आलेलं करपलेपण या दोन्हींमुळे आता त्यांचा रंग भट्टीत भाजलेल्या बिस्किटासारखा सरसकट तपकिरी झाला होता.

"पुलादादा हळूहळू आपल्यासारखेच दिसू लागणार आहेत," त्यांचे सगळे नोकर एका रात्री शेकोटीभोवती बसलेले असताना त्यांच्यातल्या एकानं आपलं मत व्यक्त केलं. "एक दिवस सकाळी उठून ते बघतील, तेव्हा त्यांच्या लक्षात येईल

की, ते आता मोट्स्वाना लोकांसारखेच दिसताहेत. त्यांचा रंग आणि आपला रंग एकच असेल.''

''काहीतरीच बडबडू नकोस,'' दुसरा एक जण म्हणाला. ''नुसता कातडीचा रंग बदलला, म्हणजे काही कुणी मोट्स्वाना होत नाही. मोट्स्वाना माणूस आतूनबाहेरून मोट्स्वाना असतो. झुलू माणूस बाहेरून आपल्यासारखा असेल, पण मनानं तो झुलूच असतो. झुलू माणसाला तरी मोट्स्वाना करता येईल का? शक्यच नाही. ते मुळातच वेगळे असतात, समजलं?''

सगळे जण गप्प बसले. तो जे काही म्हणाला होता, ते त्यांना पटलं असावं.

जंगली जनावरांचा मागोवा घेणाऱ्यांपैकी एक साधारण वयस्क माणूस म्हणाला, ''आपण जे काही असतो, ते एकाच नाही, तर अनेक गोष्टींमुळे तसे झालेलो असतो, हे खरं आहे; पण सगळ्यात महत्त्वाची गोष्ट असते, ती आपल्या आईचं पोट. तिच्या गर्भात आपण असतो, तेव्हा ती जे दूध आपल्याला पाजते, त्यामुळे आपण मोट्स्वाना होतो किंवा झुलू होतो. मोट्स्वाना दूध, मोटस्वाना मूल. झुलू दूध, झुलू मूल.''

''आईच्या पोटात असताना तुम्हाला तिचं दूध मिळत नाही,'' त्यांच्यातला एक इतरांच्या मानानं तरुण असलेला माणूस म्हणाला. ''ते काही खरं नसतं.''

त्या वयस्क माणसानं डोळे मोठे करून त्याच्याकडे बघितलं. ''ए शहाण्या, कॉलेजात शिकला आहेस, असं समजतोस की काय स्वत:ला? मला सांग, मग पहिले नऊ महिने तुम्ही काय खाता रे? मुलं आपल्या आईचं रक्त खातात, असं म्हणायचंय का तुला?''

तरुणानं मान हलवली अन् तो म्हणाला, ''मुलं त्या काळात काय खातात, ते मी सांगू शकत नाही; पण मूल जन्माला आल्याशिवाय आईला दूध येत नाही, एवढं मात्र मला नक्की ठाऊक आहे.''

काय वेड्यासारखा बरळतोय, अशा अर्थानं वयस्क माणसानं त्याच्याकडे बघितलं अन् तुच्छतेनं तो म्हणाला, ''तुला काहीच माहिती नाही. तुला स्वत:ला मुलं झालीयंत का? नाही ना? मग तू कशाला इतरांना शहाणपणा शिकवतोयस? मला चांगली पाच मुलं आहेत. पाच.'' असं म्हणून त्यानं हाताची पाची बोटं वर केली. ''पाच मुलांना जन्म दिलाय मी आणि माझी सगळी मुलं त्यांच्या आईच्या दुधावरच पोसलेली आहेत, बरं का?''

मग सगळीकडे शांतता पसरली. काही अंतरावर दुसऱ्या एक शेकोटीभोवती पुलादादा आणि त्यांची दोन गिऱ्हाइकं खुर्च्यांवर बसलेली होती. त्यांच्या बोलण्याचा आवाज या नोकरांच्या कानावर पडला होता, पण त्यांना त्याचा अर्थ समजला नव्हता. आता ते तिघं जणही शांत बसले होते. एकदम पुलादादा उठून उभे राहिले.

“त्या तिकडे काहीतरी आहे,” ते म्हणाले. “एखादा कोल्हा असेल कदाचित. कधीकधी ते येतात शेकोटीच्या जवळ. इतर प्राणी मात्र दूर अंतरावरच राहतात.”

त्यांच्या दोघा गिऱ्हाइकांपैकी मध्यमवयीन पुरुषानं मोठ्या आकाराची टोपलीसारखी दिसणारी हॅट घातली होती. तोही दचकून उभा राहिला अन् त्यानं विचारलं, “एखादा चित्ता इतक्या जवळ येईल?”

“छे, कधीच नाही,” पुलादादांनी उत्तर दिलं. “फार लाजाळू प्राणी असतो तो.”

तेवढ्यात एका कापडी स्टुलावर बसलेली स्त्री झटकन मान वळवून म्हणाली, “हो, निश्चितपणे तिथे काहीतरी आहे. कान देऊन ऐका.”

पुलादादांनी आपल्या हातातला मग खाली ठेवला आणि आपल्या माणसांना हाका मारल्या.

“सायमन, मोतोपी, कुणीतरी एकानं माझी बॅटरी आणा. पटकन!”

तो तरुण माणूस घाईघाईनं सामानाच्या तंबूकडे धावला. बॅटरी आपल्या मालकाला देण्यासाठी जात असताना त्यानंही काहीतरी सळसळ ऐकली आणि झर्रकन तिचा झोत त्यानं आसमंतावर फिरवला. बॅटरीच्या उजेडात त्या सगळ्यांना समोरची खुरटी झुडपं अन् लहान झाडं सपाट वाटली.

“उजेडामुळे तो प्राणी घाबरणार नाही का?” त्या बाईनं विचारलं.

“शक्य आहे,” पुलादादा म्हणाले. “पण आपण सावधगिरी दाखवलेली बरी, नाही का?”

बॅटरीचा प्रकाशगोल आसमंतावर फिरून एका काटेरी झाडावर स्थिरावला. मग खाली सरकला, तेव्हा त्यांनी काहीतरी बघितलं.

“एक लहान मूल दिसतंय,” हॅट घातलेला माणूस म्हणाला. “या ठिकाणी एक लहान मूल?” त्यानं आश्चर्यानं म्हटलं.

ते मूल आपल्या दोन्ही हातापायांवर रांगण्याच्या स्थितीत उभं होतं. एखाद्या प्राण्यावर गाडीच्या दिव्यांचा उजेड पडल्यावर ते जसं बावचळून एका जागी गोठल्यासारखं उभं राहतं, तशीच त्या मुलाची अवस्था झाली होती.

“मोतोपी!” पुलादादांनी जोरात म्हटलं, “त्या मुलाला इकडे आण!”

बॅटरी घेतलेला माणूस एका झटक्यात पुढे झाला आणि गवतात शिरला. तो त्या मुलापर्यंत पोचला, तेव्हा ते मूल पाठीमागे वळलं आणि अंधारात गडप झाल्यासारखं वाटलं. पण काहीतरी कारणामुळे त्याची हालचाल मंदावली. ते कशालातरी अडखळलं आणि खाली पडलं. त्याला पकडण्यासाठी तो माणूस पुढे झुकला, तेव्हा त्याच्या हातातली बॅटरी खाली पडली. एखाद्या दगडावर आदळल्यामुळे ‘खण्ण!’ असा आवाज झाला आणि अंधार पसरला. तोपर्यंत त्या माणसानं मुलाला हातानं पकडून वर उचललं होतं. सुटण्यासाठी ते धडपडत होतं, लाथा मारत होतं.

“माझ्याशी झटापट नको करू, बाळा,” तो प्रेमानं म्हणाला. “मी तुला काही नाही करणार, मारणार नाही मी तुला.”

त्या मुलानं पाय जोरात झटकला, तेव्हा त्या माणसाच्या पोटात लाथ बसल्यासारखी झाली.

“ए, काय करतोयंस!” त्यानं मुलाला गदागदा हलवलं, मग त्याला एका हातानं पकडून त्याच्या खांद्यावर एक चपराक लगावली.

“आता कळेल तुला. आपल्या काकाला लाथ मारतोस काय? नीट वागला नाहीस, तर आणखी फटके बसतील.”

चपराक बसल्यामुळे मूल घाबरलं, त्यानं झटापट थांबवली आणि निपचित बसून राहिलं.

पुलादादांकडे जाताना तो माणूस मुलाला म्हणाला, “बाप रे, काय भयंकर वास येतोय रे तुझ्या अंगाला!”

त्यानं टेबलापाशी मुलाला खाली ठेवलं खरं; पण त्यानं सटकू नये, म्हणून त्याचं मनगट धरून ठेवलं.

“हा आपला छोटा कोल्हा आहे होय!” पुलादादा मुलाकडे पाहत म्हणाले.

“ते असं नागडं का आहे? अंगावर बोटभर कापडही नाही त्याच्या,” ती बाई म्हणाली.

“वय काय असेल त्याचं?” एका पुरुषानं विचारलं. “सहासात वर्षांपेक्षा मोठा नसणार तो. तेसुद्धा जास्तीत जास्त.”

पुलादादांनी खाली पडलेला दिवा उचलून मुलाच्या जवळ धरला, तेव्हा दिव्याच्या प्रकाशात त्यांना त्याच्या अंगावरलं ओरखड्यांचं जाळं दिसलं. ते पाहणाऱ्याला वाटलं असतं की, त्याला कुणीतरी काटेरी झुडपांच्या मधून फरफटवलं असावं. त्याचं पोट पार खपाटीला गेलं असल्यामुळे त्याच्या छातीतल्या बरगड्या स्पष्ट दिसत होत्या. त्याच्या अंगावर फारच थोडं मांस दिसत होतं. त्याच्या पायावर या टोकापासून त्या टोकापर्यंत एक उघडी, चिघळलेली जखम दिसत होती.

दिव्याच्या प्रखर उजेडामुळे आणि सगळ्यांच्या नजरांमुळे तो बावचळल्यासारखा मागे सरला.

“कोण आहेस बाळ, तू?” पुलादादांनी त्याला सेतस्वाना भाषेत विचारलं. “कुठून आलायंस तू?”

मुलगा उजेडाकडे पाहत राहिला, पण त्यानं काही उत्तर दिलं नाही.

“त्याच्याशी कलंगा भाषेत बोलून बघ,” पुलादादांनी मोतोपीला सांगितलं. “नाही तर हेरोरोमध्ये बोलून पहा. तो कदाचित हेरोरो जमातीचा असेल किंवा मोसर्वापण असेल, यातली कुठलीतरी भाषा बोल त्याच्याशी. तो काही सांगतोय का

तुला, ते बघ.''

मोतोपी आपल्या चवड्यांवर बसला. त्यानं एका भाषेतले शब्द सावकाशपणे उच्चारायला सुरुवात केली. मुलानं काही उत्तर दिलं नाही, तेव्हा मोतोपीनं दुसरी भाषा वापरून पाहिली, पण मुलगा काही न बोलता तसाच उभा राहिला.

''मला नाही वाटत या मुलाला बोलता येत असेल,'' तो म्हणाला. ''मी काय बोलतोय, ते त्याला कळतच नसावं.''

ती बाई आता पुढे झाली आणि तिनं मुलाच्या खांद्याला स्पर्श केला. ''बिच्चारं पोर!'' ती कळवळून म्हणाली. ''तुला...''

तेवढ्यात ती जोरात ओरडली अन् तिनं झटकन आपला हात मागे घेतला. मुलगा तिला चावला होता.

मोतोपीनं पुन्हा एकदा मुलाचा हात खेचला अन् त्याला त्याच्या पायावर उभं केलं. मग पुढे वाकून त्यानं मुलाच्या थोबाडीत लगावली. ''असं वागतात? बेअक्कल कुठला!''

त्या बाईला मोतोपीच्या वागण्याचा संताप आला. तिनं त्याला मागे ढकललं. ''मारू नकोस त्याला,'' ती किंचाळून म्हणाली. ''दिसत नाही का तुला तो किती घाबरलाय ते. त्यानं मला काहीच केलं नाही. मीच त्याला हात लावायला नको होता.''

''मुलांनी लोकांना चावलेलं कसं खपवून घेता येईल, मॅडम?'' तो शांतपणे म्हणाला. ''आम्हाला असलं वागणं आवडत नाही.''

बाईनं आपल्या हाताभोवती रुमाल गुंडाळला, तरीही त्यावर रक्ताचा डाग दिसू लागला, तेव्हा पुलादादा उठून उभे राहिले. ''मी तुमच्यासाठी पेनिसिलीन घेऊन येतो. माणसाचा चावा कधीकधी चिघळण्याची शक्यता असते.''

सगळे जण पुन्हा एकदा मुलाकडे पाहू लागले. आता तो जमिनीवर आडवा होऊन झोपायच्या तयारीत होता, असं त्यांना वाटलं. मात्र, त्याचे डोळे त्यांच्या हालचाली टिपत होते.

''त्याच्या अंगाला कसलातरी विचित्र वास येतोय,'' मोतोपी म्हणाला. ''तुम्हाला आला का काही वास, पुलादादा?''

पुलादादांनी हुंगल्यासारखं केलं अन् म्हणाले, ''होय, येतोय खरा कसलातरी वेगळा वास. कदाचित तो त्याच्या जखमेमुळे असेल. किती चिघळलीय, बघितलंस ना तू?''

''नाही. माझं नाक एकदम तीक्ष्ण आहे. मला त्या जखमेचा वास तर येतोयच, पण आणखी काहीतरी वेगळा वासही येतोय. असला वास मुलांच्या अंगाला येत नाही कधी.''

"मग कसला वास आहे हा?" पुलादादांनी विचारलं. "तुला ओळखता येतोय का?"

मोतोपीनं मान हलवली. "हो. हा वास सिंहाच्या वासासारखा आहे. फक्त सिंहांच्या अंगालाच असा वास येतो."

काही वेळ कुणी काही बोललं नाही. मग पुलादादा एकदम हसले. "त्यावर आहे की उपाय आपल्याकडे. साबण लावून त्याला स्वच्छ आंघोळ घातली की, जाईल सगळा वास. आणि त्याच्या जखमेवरही काहीतरी औषध लावायला हवं. गंधकाची पूड टाकली, म्हणजे काम भागेल."

मोतोपीनं जरा बिचकतच त्या मुलाला उचललं. मुलानं त्याच्याकडे पाहिलं, तोही थोडा घाबरलेला वाटत होता; पण त्यानं विरोध केला नाही.

"त्याला आंघोळ घाल आणि तुझ्या तंबूतच ठेव," पुलादादा म्हणाले. "पळून जाणार नाही, याची खबरदारी घे."

त्यांचे ग्राहक परत आपल्या खुर्च्यांवर बसले. त्या बाईनं पुरुषाकडे अन् त्यानं तिच्याकडे सूचक नजरेनं पाहिलं. त्यानं फक्त भुवई उंचावली आणि खांदे उडवल्यासारखं केलं.

"कुठून आला असेल हा मुलगा?" तिनं पुलादादांना विचारलं.

"इथल्याच कुठल्यातरी खेड्यातून आला असावा," त्यांनी अंदाज व्यक्त केला. "सगळ्यात जवळचं गाव इथून वीस मैलांवर आहे. माझ्या कल्पनेप्रमाणे हा एखाद्या गुराख्याचा मुलगा असावा. वाट चुकल्यामुळे गवताळ रानात शिरला असावा. होतं असं बऱ्याच वेळा."

"पण त्याच्या अंगावर काही कपडे कसे नाहीत?"

त्यांनी खांदे उडवले. "कधीकधी ही मुलं अंगावर नुसता एखादा अंगरखा घालतात. काटेरी झुडपांमध्ये तो हरवलाही असेल, किंवा कुठेतरी काढून ठेवला असेल त्यानं." त्यांनी मान वर करून तिच्याकडे पाहिलं अन् म्हणाले, "आफ्रिकेत अशा गोष्टी बऱ्याच वेळा घडतात. कितीतरी मुलं हरवतात, मग काही दिवसांनी परतही येतात. काही होत नाही त्यांना. तुम्हाला त्याच्याबद्दल काळजी वाटतेय, खरं ना?"

तिच्या कपाळावर सूक्ष्मशी आठी उमटली. "अर्थातच! मला नक्कीच काळजी वाटतेय त्याची. काहीही होऊ शकलं असतं ना त्याला? जंगली जनावरांचं काय? एखाद्या सिंहानं पळवलंही असतं त्याला. काहीही घडू शकलं असतं."

"खरं आहे तुम्ही म्हणता ते," पुलादादा म्हणाले. "तसं होऊ शकलं असतं, पण सुदैवानं तसं काही नाही झालं, एवढं मात्र खरं. आता उद्या त्याला आपण मौनला घेऊन जाऊ आणि तिथल्या पोलिसांच्या हवाली करू... मग ते बघतील पुढे त्याचं काय करायचं ते. तो कुठून आलाय, याची चौकशी करतील आणि त्याला

त्याच्या घरीही घेऊन जातील.''

तरीही ती विचारात पडल्यासारखी वाटली. ''त्या मुलाच्या अंगाला सिंहाचा वास येतोय, असं तुमचा माणूस का म्हणाला असेल? त्याचं बोलणं विचित्र नाही वाटलं तुम्हाला?''

पुलादादा परत एकदा जोरात हसले. ''इथले लोक काहीही बडबडतात. त्यांच्या डोक्यात काय विचार येतात, देव जाणे. हा आमचा मोतोपी आहे ना, तो जनावरांचा मागोवा घेण्यात फार तरबेज आहे. पण त्याची एक गंमत आहे. तो जनावरांविषयी बोलतो, तेव्हा त्याच्या बोलण्यावरून वाटतं की, जणूकाही तो माणसांबद्दलच बोलतोय. तो असंही म्हणतो की, जनावरं त्याच्याशी बोलतात. त्यांच्या मनातली भीती त्याला समजते, असंही तो म्हणतो. खरंच असं काहीतरी तो बडबडत असतो. खरं-खोटं एक तोच जाणे!''

काही वेळ सगळे जण शांत बसून राहिले. मग ती स्त्री उठून उभी राहिली अन् म्हणाली, ''मी झोपायला जाते आता.'' ती निघून गेल्यावर तो हॅट घातलेला माणूस आणि पुलादादा शेकोटीजवळ अर्धा तास बसले, पण दोघांचीही काही बोलण्याची इच्छा नसावी. शेकोटीतल्या ज्वालांमधून वर उडणाऱ्या ठिणग्या बघत दोघं शांतपणे बसून राहिले. आपल्या तंबूच्या तोंडाशीच मोतोपी आडवा पडून होता. आतल्या बाजूला निजलेला मुलगा रात्रीत उठला अन् बाहेर जायला निघाला, तर त्याला जाग आली असती. अर्थात ती शक्यता वाटत तरी नव्हती. तंबूत आणल्यावर लगेचच तो झोपून गेला होता. मोतोपीच्या डोळ्यांवरही झापड यायला लागली होती. अर्धवट मिटल्या डोळ्यांनी तो मुलाला न्याहाळत होता. त्यानं मुलाच्या अंगावर स्वतःचं पांघरूण घातलं होतं. गाढ झोपेत त्याची छाती मंदपणे वरखाली होत होती. शेकोटीजवळ बसलेल्या माणसांनी त्याला मांसाचा एक तुकडा खायला दिला, तेव्हा त्यानं तो अधाशासारखा मटकावला होता आणि नंतर पेलाभर पाणीही प्यायला होता; पण ते एखाद्या प्राण्यासारखं पेल्यात तोंड घालून. ''अजूनही त्याच्या अंगाला कुबट वास येतोच आहे,'' मोतोपी स्वतःशीच पुटपुटला. ह्या वासानं त्याला परत-परत सिंहाची आठवण येत होती. एका लहान मुलाच्या अंगाला सिंहाचा वास का बरं येत असेल, हे त्याला समजलं नाही.

गॅरेजला भेट

त्या दोघींमध्ये जे काही बोलणं झालं, ते सगळंच्या सगळं श्री. मातेकोनींना सांगून टाकायचं, असं प्रेश्यस रामोत्स्वेनं मनाशी ठरवून टाकलं. मॅडम माकुत्सीला गॅरेजमध्ये साहाय्यक व्यवस्थापकाचं पद आपण देऊ केलं, तेही त्यांना न विचारता, ह्या गोष्टीमुळे तिला काहीसं अपराधीपण जाणवत होतं. तिच्या नोकरांच्या बाबतीत श्री. मातेकोनी असे वागले असते, तर तिला ते आवडलं नसतं, ह्याचीही जाणीव तिला होती. कोणत्या परिस्थितीत आपण हा निर्णय घेतला, ते त्यांना समजावून सांगायचं, असं तिनं ठरवलं; तेव्हाच तिच्या मनाला थोडं बरं वाटलं. तसे ते स्वभावानं फार दयाळू होते. जरी यापूर्वी ते अनेकदा तिला म्हणाले होते की, मॅडम माकुत्सीला कामावर ठेवण्याची चैन तिला परवडण्यासारखी नव्हती; तरी प्रेश्यसला एका गोष्टीची खात्री होती की, आपल्या निर्णयात ते खोट नक्कीच काढणार नाहीत. नाहीतरी मॅडम माकुत्सी जे काम त्यांच्या गॅरेजमध्ये करणार होती, ते कारकुनी स्वरूपाचंच असणार होतं. मग तिनं स्वत:ला साहाय्यक व्यवस्थापक म्हटलं, तरी त्यानं असा काय मोठा फरक पडणार होता? इथपर्यंत सगळं ठीकच होतं. पण तिनं कबूल केलेल्या पगारवाढीचं काय? ते त्यांच्या गळी उतरवणं जरा कठीण जाणार होतं.

दुपारी आपल्या चिमुकल्या पांढऱ्या व्हॅनमध्ये बसून ती त्यांच्या त्लॉक्वेंग रोड स्पीडी मोटर्सच्या गॅरेजमध्ये गेली. अलीकडेच त्यांनी तिच्या गाडीची बरीच दुरुस्ती केलेली असल्यामुळे गाडीतून काही आवाज वगैरे येत नव्हते. दोघांचं लग्न ठरल्यापासून जेव्हा वेळ मिळेल, तेव्हा ते तिच्या गाडीची काळजी घेत असत. बरेचसे जुने भाग काढून त्यांनी नवे कोरे भाग बसवले होते. गाडीतला कार्ब्युरेटर बदलला होता, नवे ब्रेक्स बसवले होते; त्यामुळे ब्रेकचं पॅडल दाबताच गाडी झटकन थांबत होती. पूर्वी तिनं तीनचार वेळा पॅडल दाबल्याशिवाय गाडीचा वेग कमीच

व्हायचा नाही.

नवीन ब्रेक बसवल्यानंतर तिनं पहिल्यांदा गाडी चालवली, तेव्हा कृतज्ञतेनं ती म्हणाली, ''यापुढे निदान या कामासाठी मला कुणाचे पाय धरायला लागणार नाहीत. ज्या क्षणी गाडी थांबवायची असेल, तेव्हा लगेच मला थांबवता येईल.''

श्री. मातेकोनींच्या चेहऱ्यावर भीती उमटली. ''नाही, नाही. गाडीचे ब्रेक नेहमीच चांगल्या स्थितीत असायला हवेत. इतके खराब होईपर्यंत वाट पाहता कामा नये. काहीतरी बिघाड आहे, असं वाटलं की, मला लगेच सांगा. मी बघेन काय करायचं ते.''

''जरूर. मी लक्षात ठेवेन तुमची सूचना,'' तिनं वचन दिलं. तसं पाहिलं, तर गाड्यांमध्ये प्रेश्यसला फारसा रस नव्हता; पण तिची व्हॅन मात्र तिची फार लाडकी होती. त्या व्हॅननं प्रेश्यसची चाकरीही अगदी इमानेइतबारे केली होती. तिला एक गोष्ट मात्र कधीच समजली नाही – 'लोक मर्सिडिझ बेंझ गाडी घेण्यासाठी इतके का धडपडायचे? तिला वाटायचं, इतर गाड्यासुद्धा तुम्हाला जिथे जायचं तिथे व्यवस्थितपणे घेऊन जाऊ शकतात ना? मग मर्सिडिझ बेंझलाच काय एवढं सोनं लागलंय? किती महागडी होती ती गाडी इतर गाड्यांच्या तुलनेत!' सगळ्याच पुरुषांना गाड्यांचा भलताच शौक असतो, हे तिच्या लक्षात आलं होतं; पण तो का, हे मात्र तिच्या आकलनापलीकडचं होतं. अगदी लहान मुलांमध्येही हे वेड आढळतं. त्यांना तारेपासून गाड्या बनवायला आवडतात. मुलं मोठी झाली, तरी हे वेड काही कमी होत नाही. काय कारण असेल या वेडामागचं? तसं पाहिलं, तर गाडी म्हणजे तरी काय, तर एक प्रकारचं यंत्र. पण पुरुषांना कधी इतर यंत्रांमध्ये रस वाटतोय, असं तिनं पाहिलं नव्हतं. कुठल्याही पुरुषाला एखाद्या कपडेधुलाईच्या यंत्रात किंवा इस्त्रीमध्ये रस दाखवताना तिनं पाहिलं नव्हता किंवा पुरुषांना कधी एखाद्या धुलाईयंत्राजवळ उभं राहून त्याविषयी चर्चा करतानाही पाहिलं नव्हतं. 'हे काहीतरी गौडबंगाल आहे, एवढं निश्चित,' ती स्वत:शीच म्हणत असे.

त्लॉक्वेंग रोड स्पीडी मोटर्सच्या पुढील भागात तिनं आपली गाडी थांबवली आणि ती खाली उतरली. याच आवारात उघडणाऱ्या एका खिडकीकडे तिनं पाहिलं अन् तिच्या लक्षात आलं की, ऑफिसमध्ये कुणी नव्हतं श्री. मातेकोनी एखाद्या गाडीच्याखाली दुरुस्तीसाठी आडवे झालेले असणार किंवा आपल्या कामगारांना कुठल्यातरी गाडीपाशी एखाद्या यंत्राच्या वेगळ्या भागाविषयी काहीतरी सांगत असणार असा तर्क तिनं केला. आपल्या या मुलांना नवीन शिकण्यात काही रस नाही, ह्याबद्दलची त्यांना वाटणारी निराशा त्यांनी अनेक वेळा तिला बोलून दाखवली होती. तिलाही त्यांच्या भावना समजत होत्या. आजकालच्या तरुणांना काम करण्याचं महत्त्व पटवणं सोपं राहिलं नव्हतं. ते समजून घ्यायलाच तयार नव्हते की, आज

जी काही प्रगती बोट्स्वानात त्यांना दिसत होती, जी समृद्धी त्यांना उपभोगायला मिळत होती, आणि जी पुष्कळच प्रमाणात होती, ती या देशातल्या आधीच्या पिढीनं केलेल्या कष्टांचं आणि त्यागाचं फळ होतं. बोट्स्वानानं कधीही कुठल्याही देशाकडून कर्ज घेतलं नव्हतं. आफ्रिकेतल्या बऱ्याच देशांची वाईट अवस्था झाली होती, ती त्यांनी घेतलेल्या प्रचंड कर्जामुळेच. बोट्स्वानानं मात्र फार मोठ्या प्रमाणात बचत केली होती आणि त्यातूनच मग खर्च केला होता. प्रत्येक सेंटचा, प्रत्येक थीबेचा हिशोब त्यांच्या सरकारी अधिकाऱ्यांनी ठेवला होता. राजकारण्यांच्या खिशात त्यातले काही पैसे गेले नव्हते. आपल्याला आपल्या देशाचा अभिमान वाटायला हवा, असं प्रेश्यसला वाटलं. 'मला तरी निश्चितपणे वाटतो', ती स्वत:शीच म्हणाली. 'मला माझ्या वडिलांचा, ओबेद रामोत्स्वेंचाही अभिमान वाटतो. ब्रिटिशांनी ज्या देशाकडे दुर्लक्ष केलं आणि ज्याला सर सेरेत्से खामांनी प्रगतीपथावर आणलं, एका नव्या देशाचा उदय घडवला; त्या खामांविषयीही मला नितांत आदर वाटतो. आपण काय करू शकतो, हे त्या ब्रिटिशांना हा देश दाखवू शकतोय, ते केवळ खामांच्यामुळेच!' ब्रिटिशांनी नंतर आपलं पुष्कळ कौतुकही केलं त्याबद्दल. एका अमेरिकन राष्ट्रदूतानं असे उद्गार काढले होते, "बोट्स्वानाच्या प्रगतीदाखल आम्ही त्या देशवासीयांना प्रणाम करतो." ते शब्द ऐकल्यावर प्रेश्यसचा चेहरा अभिमानानं फुलला होता. तिला माहीत होतं की, दूर देशीच्या नागरिकांना बोट्स्वानाच्या कामगिरीचं कौतुक वाटत होतं.

स्वत: एक आफ्रिकन असण्याचा तिला सार्थ अभिमान होता. नुसता विचार करण्यानेही लाज वाटावी अशा अनेक भयंकर गोष्टी या खंडात घडत होत्या. हे खरं असलं, तरी खरी आफ्रिका त्याहून कितीतरी वेगळी होती. इथल्या लोकांनी किती भयंकर संकटांना तोंड दिलं होतं. सैनिकांनी केलेले अनन्वित अत्याचार सहन केले होते. ते सैनिक म्हणजे तरी काय, बंदुका हातात धरणारे पोरसवदा तरुणच होते. पण या व्यतिरिक्तही म्हणून जी आफ्रिका होती, ती कुणालाही अभिमान वाटावा अशीच होती. उदाहरणच द्यायचं झालं, तर इथले लोक अत्यंत सहृदय होते. कुठल्याही कठीण परिस्थितीला हसतमुखानं तोंड देण्याची क्षमता त्यांच्या ठायी होती. आफ्रिकेत वाखाणण्यासारखी कला होती, संगीत होतं...

ती मागील बाजूला असलेल्या वर्कशॉपच्या प्रवेशदारापाशी गेली. आत दोन गाड्या होत्या. एक दुरुस्तीसाठी उंच चढवली होती, तर दुसरी एका भिंतीजवळ उभी करून ठेवली होती आणि तिची बॅटरी एका चार्जरला जोडलेली होती. गाडीचे बरेच भाग सुटे करून इतस्तत: ठेवलेले होते. त्यातला एक इंजिनातला धूर बाहेर टाकणारा पाइप होता. आणखी एक भाग तिला नवीन वाटला, पण त्याविषयी तिला काही माहिती नव्हती. वर चढवलेल्या गाडीखाली अवजारांची एक पेटी उघडी

पडलेली दिसत होती, पण श्री. मातेकोनी मात्र कुठेच दिसत नव्हते.

तिला पाहिल्यावर दोघा कामगारांपैकी एक जण उठून उभा राहिला, तेव्हा कुठे त्यांचं अस्तित्व तिच्या लक्षात आलं. एका रिकाम्या पिंपाला टेकून दोघं बसले होते आणि कुठलातरी नेहमी खेळला जाणारा दगडांचा खेळ खेळत होते. तिला पाहाताच दोघांपैकी जो उंचेलासा होता, तो उठून उभा राहिला आणि आपले हात त्यानं अंगावरच्या मळकट कपड्यांना पुसले.

"मॅडम, साहेब इथे नाहीत आत्ता. ते घरी गेलेत," असं म्हणून तो काहीतरी विचित्रपणे हसला. त्याच्या त्या हसण्याचा तिला फार राग आला. त्यात एक प्रकारचा वाह्यातपणा जाणवला तिला. एखाद्या मुलानं मुलीकडे पाहून हसावं, तसं वाटलं त्याचं हसू तिला. तिला या तरुण पोरांचं वागणं माहीत होतं. श्री. मातेकोनींनी अनेक वेळा तिला सांगितलं होतं, "या पोरांना मुलींशिवाय दुसरं काही सुचतच नाही." तिलाही ते आता पटलं होतं. सगळ्यात खेदाची बाब ही होती की, त्यांच्याबरोबर उंडारायला, मजा करायला बऱ्याच पोरी एका पायावर तयार झाल्या असत्या. त्याचे पोमेड लावून चमकदार झालेले केस आणि त्यांचं दात विचकून हसणं, यावर पोरी फिदा व्हायच्या.

"आज इतक्या लवकर कसे काय घरी गेले तुमचे साहेब? काम संपलं एवढ्यात?" तिनं चौकशी केली. "म्हणूनच तुम्ही नुसते बसून राह्यलायत काय?"

पुन्हा एकदा तो हसला. त्याला काहीतरी खास गोष्ट माहीत होती, असं त्याच्या हसण्यावरून तिला जाणवलं. 'काय माहीत असेल त्याला,' तिनं स्वत:लाच विचारलं. 'उगीचच मोठेपणाचा आव तर तो आणत नव्हता ना? काही पुरुषांना बायकांपुढे शहाणपणा दाखवायची खुमखुमी येते, त्यातला तर हा प्रकार नसेल ना?'

"तसं काही नाही," आपल्या साथीदाराकडे नजर टाकत तो म्हणाला. "काम संपलंय कसलं? चिक्कार कामं पडलीयंत. त्या वर चढवलेल्या गाडीची दुरुस्ती व्हायचीय अजून." त्यानं हातानंच दाखवलं.

आता तो दुसरा कामगारही उभा राहिला. तो काहीतरी खात होता, कारण पांढरट पिठाची मिशी त्याच्या ओठावर उमटली होती. एखाद्या मुलीनं त्याला अशा स्थितीत पाहिलं, तर तिचं काय मत होईल त्याच्याविषयी, असा वात्रट विचार प्रेश्यसच्या मनात आला. तसा दिसायला छान होता तो, पण अशी मिशी चेहऱ्यावर असली, तर ती पाहून मुलीचं हृदय धडधडण्याऐवजी तिला हसूच येईल.

"साहेब बऱ्याच वेळा नसतातच इथे हल्ली," त्यानं माहिती पुरवली. "कधीकधी दुपारी दोन वाजताच निघून जातात. आम्हालाच सगळं काम करायला सांगतात ते."

"पण त्यामुळे आमची खूप पंचाईत होते. आम्हाला सगळं काम करता येत

नाही. म्हणजे तसं बरंच माहिती झालंय आता, पण सगळं काही शिकलेलो नाही आम्ही अजून.''

प्रेश्यसनं वर चढवलेल्या गाडीकडे पाहिलं. ती एक जुन्या धर्तीची फ्रेंच बनावटीची स्टेशन-वॅगन होती. ह्या गाड्या आफ्रिकेच्या काही भागात फार लोकप्रिय होत्या.

''आता तीच गाडी बघा. तिच्या धुराच्या पाइपमधून वाफ बाहेर येते, तीपण पुष्कळ प्रमाणात; वाफेचा ढगच बाहेर आल्यासारखा वाटतो. त्याचा अर्थ एक रबराची रिंग खराब झालीय आणि कूलंट नावाचं द्रावण पिस्टनच्या आत शिरतंय. त्यामुळे वाफ तयार होते अन् 'हिस्स्' असा आवाज करत बाहेर पडते.'' पहिल्या कामगारानं म्हटलं.

''मग? तू ते दुरुस्त का नाही करत?'' प्रेश्यसनं त्याला विचारलं. ''श्री. मातेकोनी दर वेळी तुझा हात धरून तर काम शिकवणार नाहीत ना तुला?''

त्यांच्यापैकी लहान असलेल्यानं तोंड वाकडं केलं अन् म्हणाला, ''ते सगळं तुम्हाला अगदी सोपं वाटतं ना, मॅडम? खरंच अगदी सोपं वाटतं का? एखाद्या प्यूजो गाडीच्या सिलिंडरचा वरचा भाग कधी काढून पाहिलाय का कधी, मॅडम, तुम्ही? केलंय ते काम, तुम्ही?''

हात वर करत तिनं त्याला शांत होण्याचा इशारा केला अन् म्हणाली, ''मी तुमच्यावर टीका करत नाहीये. पण तुम्ही तुमच्या साहेबांकडून या गोष्टी शिकत का नाही?''

''हे सगळं म्हणायला फार सोपं आहे, मॅडम,'' त्यांच्यातला मोठा चिडून म्हणाला, ''पण त्यातली अडचण अशी आहे की, ते आम्हाला शिकवणार नाहीत. आणि हल्ली तर ते स्वत: घरी निघून जातात आणि मग आम्हालाच सगळ्या गोष्टी ग्राहकांना समजावून सांगाव्या लागतात. ते काही त्यांना आवडत नाही. ते आम्हाला विचारतात, 'आमची गाडी कुठे आहे? तुम्ही असे दिवसचे दिवस लावलेत माझी गाडी दुरुस्त करायला, तर मी माझ्या कामासाठी कुठे जायचं कसं? गाडी नसलेल्या माणसासारखं मी काय पायी हिंडत बसू का?' असं ते म्हणतात आम्हाला. मग आम्ही काय करायचं मॅडम, तुम्हीच सांगा.''

मॅडम रामोत्स्वे त्यावर काहीच बोलली नाही. हे वागणं श्री. मातेकोनींच्या स्वभावाशी इतकं विसंगत होतं की, तिला काही अर्थच लागेना. एरवी ते इतके नीटनेटके आणि टापटीप होते की, ते अशा प्रकारे आपल्या ग्राहकांशी वागतील, यावर तिचा विश्वासच बसला नाही. ग्राहकांची कामं व्यवस्थित आणि तीही वेळच्या वेळी करूनच त्यांनी या व्यवसायात नाव कमावलं होतं. एखाद्या ग्राहकाचं त्यांच्या कामानं समाधान झालं नाही, तर ते त्याला गाडी परत घेऊन यायला सांगत आणि

काहीही मोबदला न घेता ती परत दुरुस्त करून देत असत. ही त्यांची नेहमीची पद्धत असल्यामुळे ते एखादी गाडी वर चढवून ठेवतील आणि ज्यांच्यावर त्यांचा मुळीच विश्वास नव्हता, अशा आपल्या नोकरांवर तिच्या दुरुस्तीचं काम सोपवतील, हे तिला खरंच वाटेना.

तिनं दोघांमधल्या मोठ्या नोकराला जरा खोदून विचारायचं ठरवलं. आवाजाची पट्टी खाली आणत ती त्याला म्हणाली, "तुला असं म्हणायचंय का की, हल्ली तुझे साहेब या गाड्यांविषयी पर्वाच करत नाहीत?"

आढ्यतेखोरपणे तो तिच्या नजरेला नजर देत तो काही वेळ नुसताच उभा राहिला. 'मोठ्या माणसांशी कसं वागायचं, याची याला थोडीशीदेखील अक्कल असती, तर त्यानं माझ्या नजरेला नजर दिली नसती. नजर खाली करून तो माझ्याशी बोलला असता,' ती पुटपुटली

"हो," तो म्हणाला. "गेले दहाबारा दिवस आम्ही बघतोय, साहेबांना त्यांच्या कामाकडे लक्षच द्यावंसं वाटत नाहीये. कालच ते मला म्हणाले, 'गॅरेजची जबाबदारी तुझ्यावर सोपवून मला आपल्या गावी जाऊन राहावंसं वाटतंय. तुला जमेल सगळं?' असंही ते म्हणाले."

प्रेश्यसनं एक दीर्घ श्वास घेतला. हा पोरगा जे सांगत होता, ते खरं होतं, हे तिला पटलं होतं; पण त्यावर विश्वास ठेवणं तिला कठीण जात होतं.

"आणखी एक गोष्ट," आपले हात तेलकट फडक्याला पुसत तो सांगू लागला. "जो वितरक आम्हाला सुटे भाग पुरवतो, त्याला साहेबांनी गेल्या दोन महिन्यांत काही पैसे दिलेले नाहीत. एक दिवस ते असेच लवकर निघून गेले, त्यानंतर त्याचा फोन आला, तेव्हा मीच त्याच्याशी बोललो. हो की नाही रे, सिलेत्सी?"

त्यानं दुसऱ्याकडे बघितलं, तेव्हा त्यानं आपल्या मित्राला दुजोरा देण्यासाठी मान हलवली. "ते जाऊ दे. 'तुझ्या मालकांना सांग की, जरा वेळेवर पैसे देत जा,' असं म्हणाले ते – मला, त्यांच्या एका नोकराला. मी माझ्या मालकाला समजवावं, असं त्यांनी सुचवलं."

"मग? तू केलंस का ते?" प्रेश्यसनं त्याला विचारलं.

"अर्थातच. मी त्यांना म्हणालो, 'साहेब, तुमच्या कानात मला काहीतरी सांगायचंय.' आणि मग मी त्यांना सगळं काही सांगितलं."

तो बोलत असताना तिची नजर त्याच्या चेहऱ्यावर होती. त्याच्या चेहऱ्यावर एक प्रकारचा आनंद तिला दिसला. आपल्याला आपल्या साहेबांची काळजी वाटत होती, हे दाखवण्याची संधी त्याला पहिल्यांदाच मिळाली होती, त्यामुळे त्याला एक प्रकारचं विचित्र समाधान वाटत असावं.

“मग काय झालं? तुझा सल्ला ऐकून तुझे साहेब काय म्हणाले?”

हातानं नाक पुसल्यासारखं करत तो तुच्छतेच्या सुरात म्हणाला, “दुसरं काय म्हणणार ते? ‘बघतो काहीतरी करून,’ असं म्हणाले साहेब. पण मला काय वाटतं, ते सांगू मी तुम्हाला? त्यांच्या मनात काय चाललं असावं, त्याविषयी ऐकायचंय तुम्हाला, मॅडम?”

प्रेश्यसनं त्याच्याकडे अपेक्षेनं पाहिलं, तेव्हा तो म्हणाला, “मला तरी असं वाटतं की, साहेबांना आता आपल्या गॅरेजची काही काळजीच वाटत नसावी. त्यांना आता अगदी कंटाळा आलाय या कामाचा. आमच्या हातात गॅरेज सोपवावंसं वाटतंय त्यांना. मग आपल्या गावी जाऊन त्यांना कलिंगडं पिकवायचीत त्यांच्या शेतात. मॅडम, त्यांचं वय झालंय आता, म्हणूनच कंटाळलेत ते.”

प्रेश्यसनं स्वत:च्या मनावर ताबा ठेवण्यासाठी एक दीर्घ श्वास घेतला. श्री. मातेकोनी म्हातारे झाले होते, असा विचारही डोक्यात आणणाऱ्या या आगाऊ पोराचा तिला संताप आला. एक दीड दमडीचा कामगार, गॅरेजसमोरून जाणाऱ्या पोरींची छेडछाड करणारा, अशीच ज्याची ख्याती होती, ज्याला श्री. मातेकोनींनी हातात हातोडा धरून इंजिनावर काम करायला शिकवलं; तो आता तिला सांगत होता की, आता त्यांनीच उत्तरं द्यायची वेळ आली होती.

स्वत:च्या तोंडून काही अपशब्द निघू नये, म्हणून ती मिनिट-दीड मिनिट थांबली. मग ती त्याला म्हणाली, “नंबर एकचा उर्मट अन् वाह्यात माणूस आहेस तू. श्री. मातेकोनींना आपल्या गॅरेजचा कंटाळा वगैरे काही आलेला नाही. आणि ते म्हातारेही झालेले नाहीत. आत्ता कुठे त्यांची चाळिशी झाली आहे. त्या वयाच्या माणसाला कुणी म्हातारा नाही म्हणत. आणि तुला अखेरचं सांगते, ते काही त्यांचं गॅरेज तुम्हा दोघांच्या हवाली करणार नाहीत. त्यांना आपल्या धंद्याचे बारा वाजवायचे नाहीत. लक्षात आलं का मी काय म्हणतेय ते?”

त्यानं आपल्या मित्राकडे तो काहीतरी आपल्या बाजूनं बोलेल या आशेनं बघितलं; पण प्रेश्यसच्या भडिमारामुळे तो मान खाली घालून बसून राहिला, तेव्हा त्यानंही माघार घेतल्यासारखी तिची माफी मागितली. “तुमचं म्हणणं माझ्या लक्षात आलंय, मॅडम,” तो नम्रपणे म्हणाला.

“ठीक आहे. आपली चूक तुला कळायलाच हवी,” ती म्हणाली. “आणखी एक गोष्ट तुमच्या कानावर घालते, ती नीट लक्षात ठेवा. श्री. मातेकोनींनी नुकतीच एक साहाय्यक व्यवस्थापक नेमली आहे. लवकरच ती इथे कामाला सुरुवात करणार आहे. तेव्हा नीट वागायचं बघा, म्हणजे झालं.”

तिच्या या बोलण्याचा त्या मोठ्या नोकरावर बरोब्बर परिणाम झाला. हातातलं फडकं खाली टाकत त्यानं आपल्या साथादाराकडे काळजीच्या नजरेनं पाहिलं.

"कधीपासून येणार आहे हा व्यवस्थापक?" त्यानं घाबरलेल्या आवाजात तिला विचारलं.

"पुढच्या आठवड्यापासून," ती म्हणाली. "अन् तो नाही. ती आहे."

"बाई? एक बाई इथे व्यवस्थापक म्हणून येणार आहे?"

"हो," निघता-निघता ती म्हणाली. "तिचं नाव मिस माकुत्सी आहे अन् कामगारांबरोबर ती खूप कडकपणे वागते. तेव्हा यापुढे हे दगड घेऊन खेळण्याचे प्रकार थांबवायला लागतील. मी सांगते, ते ध्यानात येतंय ना?"

त्यांनी तोंडं वाकडी करत माना हलवल्या.

"आता चला, उठा आणि ती गाडी दुरुस्त करायला घ्या," ती दरडावल्याच्या सुरात म्हणाली. "मी आणखी दोन तासांनी परत येईन बघायला, तुमचं काय चाललंय ते."

ती परत आपल्या व्हॅनमध्ये बसली, तेव्हा तिच्या मनाला एक प्रकारचं समाधान वाटत होतं. आपण त्या दोघांबरोबर पुरेशा ठामपणे वागलो, याचं तिला बरं वाटलं; पण मनातल्या मनात मात्र ती हादरल्यासारखी झाली होती. खरं म्हणजे तिला फार काळजी वाटू लागली होती. माणसं जेव्हा त्यांच्या नेहमीच्या वागण्यापेक्षा फारच वेगळी वागू लागतात, तेव्हा ते लक्षण मुळीच चांगलं नसतं, असा तिचा अनुभव होता. श्री. मातेकोनी हे एक अत्यंत कर्तव्यदक्ष माणूस होते. त्यांच्यासारखी कर्तव्यदक्ष माणसं काहीतरी तसंच कारण असल्याशिवाय आपल्या ग्राहकांशी असं कधीच वागत नाहीत. 'पण काय कारण असू शकेल? त्याचा संबंध त्या दोघांच्या लवकरच होणाऱ्या लग्नाशी तर नसेल ना? त्यांनी आपला विचार तर बदलला नव्हता ना? त्यांना ते टाळायचं तर नव्हतं ना?'

मॅडम माकुत्सीनं 'नं. वन लेडीज डिटेक्टिव्ह एजन्सी'च्या बाहेरच्या दाराला कुलूप लावलं. त्या दिवशी दुपारीच मॅडम रामोत्स्वे श्री. मातेकोनींशी तिच्याविषयी बोलायला गेल्या होत्या. त्यांनी तिला काही पत्रं टाइप करायला आणि मग पोस्टात टाकायला सांगितली होती. बढती आणि पगारात वाढ यांमुळे मॅडम माकुत्सी इतकी खूश झाली होती की, तिला प्रेश्यसनं काहीही काम सांगितलं असतं, तरी तिनं ते आनंदानं केलं असतं. त्या दिवशी गुरुवार होता; त्यानंतरचा वार शुक्रवार – पगाराचा दिवस होता. या वेळी तिला जुन्याच दरानं पगार मिळणार होता हे खरं असलं, तरी बढतीचा आनंद साजरा करण्यासाठी तिनं थोडी मौजमजा करायचं ठरवलं. घरी जाताना तिच्या आवडीचा डोनट खायचा विचार तिनं केला. तिच्या घराच्या वाटेवर डोनट आणि इतर तळलेल्या पदार्थांचा एक छोटा स्टॉल होता. तिथल्या वासानंच तिच्या तोंडाला पाणी सुटायचं. खरं पाहिलं, तर एका तळलेल्या

मोठ्या डोनटला दोन पुला पडत असत. तेवढ्या किमतीत रात्रीचं जेवण बाहेर पडायचं. गॅबोरोनमध्ये राहायचं, म्हणजे बराच खर्च व्हायचा. तिच्या गावच्या मानानं तर सगळ्या वस्तू जवळजवळ दुपटीनं महाग होत्या. गावाकडे दहा पुलांमध्ये बरेच दिवस भागायचं, इथे गॅबोरोनमध्ये दहा पुलाची नोट हातातून केव्हाच गायब व्हायची.

लोबात्से मार्गावरील एका घराच्या मागच्या बाजूला असलेली एक खोली मॅडम माकुत्सीनं भाड्यानं घेतलेली होती. एका साध्याशा झोपडीवजा घराचा अर्धा भाग म्हणजे तिची खोली होती. तिचा दरवाजा मुख्य घराच्या मागच्या कुंपणाच्या दिशेला असलेल्या लहानशा गल्लीत उघडत होता. बऱ्याच वेळा तिथे बेवारशी कुत्रे वावरत असायचे. तसं म्हटलं तर, ते कुत्रे या मोठ्या घरांमधल्या मालकांचेच होते; पण दिवसभर ते गल्लीबोळातल्या कुत्र्यांबरोबर भटकत असायचे. कुणीतरी त्यांना खायला देत असेल, पण त्यांच्या छातीतल्या बरगड्या उठून दिसायच्या आणि कचऱ्याच्या कुंडीत काहीतरी खायला मिळेल, या आशेनं ते सतत तिथेच घुटमळत असायचे. मॅडम माकुत्सीच्या घराचं दार एखादे दिवशी चुकूनही उघडं राहिलं, तर त्यांच्यापैकी एखादा कुत्रा तिच्या घरात शिरून तिच्याकडे अशा काही केविलवाण्या नजरेनं बघत असायचा की, तिला त्याची दया यायची अन् रागही. तिच्या ऑफिसमध्ये कोंबड्या शिरल्यावर त्यांना हुसकून लावताना तिला जेवढा वैताग यायचा, त्याहून जास्त लाज तिला असा एखादा कुत्रा घरात शिरल्यावर वाटायची.

डोनट विकत घेतल्यानंतर तिनं तो तिथंच उभं राहून खाल्ला, बोटांना लागलेली साखर चाटून बोटं स्वच्छ केली आणि तृप्त मनानं ती घराच्या दिशेनं चालू लागली. मिनीबसनं जाणंही तिला शक्य होतं, कारण बसचं तिकिट फार महाग पडायचं नाही; पण त्या दिवशी हवा छान असल्यामुळे तिनं चालत जाणंच पसंत केलं. शिवाय घरी पोचायची तिला विशेष घाईही नसायची. तिच्या घरी राहायला आलेल्या भावाची तिला आठवण आली. दोन महिन्यांपूर्वी तो तिच्या घरी राहायला आला होता. त्याची प्रकृती बरी नव्हती. खोकल्यानं त्याला त्रास दिला असेल का, असा विचार तिच्या मनात आला. त्याला अशक्तपणा खूपच आला होता, पण गेले काही दिवस त्याची प्रकृती थोडी बरी होती. त्यामुळे तिलाही रात्रीची स्वस्थ झोप मिळाली होती.

बसचा लांबचा प्रवास करून तो तिच्या गावाहून इकडे गॅबोरोनमध्ये तिच्या घरी राहायला आला होता. रेल्वेस्टेशनजवळच्या बसस्टेशनवर त्याला आणायला ती गेली होती, तेव्हा काही क्षण ती ओळखूच शकली नाही, इतका तो बारीक झाला होता. तिनं त्याला अखेरचं पाहिलं होतं, तेव्हा तो चांगला धडधाकट, थोडासा आडव्या बांध्याचा म्हणता येईल, असा होता. आता मात्र तो पाठीत वाकला होता, हडकला होता. त्यामुळे त्याच्या अंगावरचा शर्ट अगदी ढगळ वाटत होता. त्याला ओळखताच धावत ती त्याच्याकडे गेली होती आणि त्याचा हात तिनं हातात घेतला

होता. तेव्हा बसलेला धक्का तर पहिल्या धक्क्याहून मोठा होता, कारण त्याचा सुरकुतलेला हात किती गरम लागला होता तिच्या हाताला! तिनं त्याची बॅग उचलली, तेव्हा त्यानं तिला म्हटलं होतं, "तू कशाला उचलतेस? मी घेतो ना!" पण तिनं त्याच्याकडे लक्ष दिलं नव्हतं, कारण त्याच्या अंगात तेवढी ताकद नव्हती, हे तिच्या लक्षात आलं होतं. मिनीबसच्या थांब्यापर्यंत पोचेपर्यंत तिनंच बॅग धरली होती.

घरी आल्यावर त्याच्यासाठी घातलेल्या भिंतीलगतच्या गादीवर तो आडवा झाला होता. खोलीच्या मध्यभागी तिनं एक दोरी बांधून त्यावर चादर टाकली होती, त्यामुळे त्याला थोडा निवांतपणा मिळायचा, मात्र त्याच्या जोरजोरानं घेतलेल्या श्वासामुळे अन् स्वप्नातील बरळण्यामुळे तिची अनेकदा झोपमोड व्हायची.

"किती करतेस माझं तू!" अनेकदा तो तिच्याविषयी कृतज्ञता दाखवायचा. "तुझ्यासारखी बहीण मला मिळाली, म्हणून भाग्यवान समजतो मी स्वत:ला."

"मी कुठे फार काही करतेय तुझ्यासाठी?" म्हणून तिनं त्याला उडवून लावल्यासारखं केलं होतं. ती म्हणाली होती, "उलट, तू इथे आलायस त्यामुळे मला बरंच वाटतंय. हवे तितके दिवस राहा तू. जरा बरं वाटलं की, तुझ्यासाठी एखादी नोकरीही बघेन मी." पण तिला माहीत होतं की, तो काही या दुखण्यातून बरा होणार नव्हता. त्यालाही या गोष्टीची जाणीव होतीच, पण दोघंही त्या विषयावर बोलायचं टाळायचे. त्याला झालेला रोग हळूहळू त्याचा घास घेणार, हे दोघांनाही माहीत होतं. दुष्काळात जमीन जशी सुकत, भेगाळत जाते तसा दिवसेंदिवस तो बारीकबारीक होत चालला होता.

आज ती घरी आली, तेव्हा त्याला सांगण्यासारखी आनंदाची बातमी तिच्याजवळ होती. रोज घरी परत आल्यावर ती त्याला तिच्या ऑफिसमध्ये काय घडलं, त्याची बित्तंबातमी द्यायची, अन् ते ऐकायला त्यालाही खूप मजा वाटायची. मॅडम रामोत्सवेला त्यानं कधी पाहिलं नव्हतं. आपल्या आजारी भावाबद्दल तिनं आपल्या मालकिणीला अजून काही सांगितलेलं नव्हतं आणि सांगायची तिची इच्छाही नव्हती; पण तिनं जे काही त्याला मॅडम रामोत्स्वेविषयी सांगितलं होतं, त्यावरून त्याच्या मनात तिच्याविषयी एक अगदी स्पष्ट प्रतिमा तयार झाली होती, त्यामुळे तो नेहमी आपल्या बहिणीला तिच्यासंबंधी प्रश्न विचारायचा.

"तुझ्या मॅडमना भेटायचंय मला एकदा, जेव्हा जमेल तेव्हा," तो म्हणाला. "अन् त्या वेळी मी त्यांचे आभारही मानणार आहे, माझ्या या बहिणीला मदत केल्याबद्दल. त्यांनी तुला प्रोत्साहन दिलं नसतं, तर काही तू साहाय्यक गुप्तहेर झाली नसतीस."

"खूप चांगल्या स्वभावाच्या आहेत त्या."

''मला कळलंय तुझ्या बोलण्यावरून,'' तो म्हणाला. ''त्या कशा दिसतात त्याचा अंदाज मी बांधू शकतो थोडाफार. त्यांच्या गोबऱ्या, गुबगुबीत चेहऱ्यावरचं स्मित मला दिसतंय माझ्या डोळ्यासमोर. तुम्ही दोघी एकत्र बसून चहा पिता, ते चित्रही माझ्या डोळ्यासमोर उभं राहतंय. त्या विचारानंही मला खूप आनंद होतो.''

त्याला अशा प्रकारे उत्साहात बोलताना पाहिल्यावर तिला वाटलं, ह्याच्यासाठी पण आपण एक डोनट आणायला हवा होता. पण बऱ्याच वेळा त्याला विशेष भूक नसायची; त्यामुळे त्यानं खाल्ला नसता, तर तो वाया गेला असता, हे तिला ठाऊक होतं. त्याचं तोंड दुखायचं आणि सततच्या खोकल्यामुळे त्याला फारसं खाणं जमायचं नाही. बऱ्याच वेळा तिनं करून ठेवलेलं सूप तो थोड्याथोड्या वेळानं प्यायचा, तेही अगदी चमचा-चमचाभर याप्रमाणे.

ती घरी आली, त्या वेळी खोलीत दुसरं कुणीतरी होतं. अनोळखी आवाज ऐकल्यावर तिच्या मनाचा थरकाप उडाला होता. त्याला काही अचानक झालेलं तर नाही ना, असं तिला वाटलं. तिनं पडदा बाजूला सारून पाहिलं, तेव्हा त्याच्या गादीजवळ एका स्टुलावर एक बाई बसली होती. दार उघडल्याचा आवाज ऐकताच तिनं मान वळवून बघितलं.

''मी ॲंलिकन हॉस्पिसमधून आलेय, आपल्या भावाला भेटायला. माझं नाव सिस्टर बालेजे.''

तिच्या चेहऱ्यावरच्या प्रसन्न स्मितानं मॅडम माकुत्सीचं मन जिंकलं. ''ह्याची प्रकृती ठीक नाही, म्हणून मी तुम्हाला पत्र लिहिलं होतं. तुम्ही लगेच आलात, याचं मला फार बरं वाटलं.''

''तुम्ही आम्हाला कळवलंत, ते योग्यच केलंत. आता आमच्यापैकी कुणीतरी मधूनमधून येऊन त्याची चौकशी करत राहील. तुम्हाला हवं असेल, तर आम्ही जेवणही बनवून आणू. तुमची जी काही गरज असेल, ती भागवण्याचा आम्ही प्रयत्न करू. आमच्याकडे काही औषधं आहेत, तीही आम्ही त्याला देऊ शकतो. फार परिणामकारक नसली, तरी थोडाफार उपयोग होऊ शकेल त्यांचा, असं मला वाटतं.''

मॅडम माकुत्सीनं तिचे मनापासून आभार मानले आणि आपल्या भावाकडे पाहिलं. ''खोकल्यामुळे फार बेजार होतो तो. त्याच्या दुखण्याचा तोच मोठा त्रास आहे.''

''खरं आहे तुमचं म्हणणं,'' असं म्हणून ती परत एकदा स्टुलावर बसली अन् तिनं त्याचा हात हातात घेतला.

''पाणी जास्त प्यायला हवंस, रिचर्ड, तू,'' ती प्रेमळपणे म्हणाली. ''घसा कोरडा पडणार नाही, ह्याची काळजी घ्यायला हवी.''

त्यानं डोळे उघडले आणि तिच्याकडे बघितलं, पण तो काहीच बोलला नाही. ती इथे कशासाठी आली होती, ते त्याला समजलं नाही. त्याच्या एखाद्या मित्राची ती बहीण असावी किंवा शेजारची बाई, असं त्याला वाटलं.

सिस्टरनं मॅडम माकुत्सीकडे पाहिलं अन् डोळ्यानंच तिला खाली बसण्याची खूण केली. त्याचा हात आपल्या हातात धरूनच ती थोडी पुढे झुकली आणि तिनं त्याच्या गालाला हळुवारपणे स्पर्श केला. मग शांत सुरात ती प्रार्थना म्हणू लागली,

"येशूदेवा, तू नेहमीच आम्हा दु:खितांना मदत केली आहेस. या गरीब माणसाकडे तुझी दृष्टी वळव आणि त्याच्यावर दया कर. त्याला सुखाचे दिवस दिसतील, अशी दया त्याच्यावर कर. त्याची बहीण त्याची सेवा करते आहे. तिच्याखातर तरी तू त्याला बरं कर. त्याला मन:शांती मिळेल, अशी कृपा तू त्याच्यावर कर.''

मॅडम माकुत्सीनं आपले डोळे बंद केले आणि सिस्टरच्या खांद्यावर आपला हात ठेवला. दोघीही नि:शब्दपणे बसून राहिल्या.

डॉ. मोफ्फॅट यांची भेट

मॅडम माकुत्सी आपल्या भावाच्या शेजारी बसली होती, त्या वेळी प्रेश्यस रामोत्स्वे आपल्या पांढऱ्या व्हॅनमध्ये बसून श्री. मातेकोनींच्या घरी निघाली होती. फाटकापाशी पोचताच तिच्या लक्षात आलं की, ते घरीच होते; कारण ते नेहमी जो हिरवा ट्रक वापरायचे, तो दारातच उभा केलेला होता. त्यांच्याकडे दुसरी एक अधिक चांगली गाडी होती, पण ती बहुतेक वेळा ते गॅरेजमध्येच ठेवत असत. त्यांच्या घराचं दार अर्धवट उघडं होतं, कारण दुपारच्या वेळी भयानक उकडायचं. तिनं आपली गाडी फाटकाबाहेरच उभी केली; कारण थोडक्या वेळासाठी फाटक उघडा, पुन्हा बंद करा, एवढा उद्योग तिला करायचा नव्हता. त्यांच्या बागेत थोडीफार खुरटलेली झाडं होती, ती ओलांडून प्रेश्यस घरापर्यंत पोचली.

"को!को!कुणी आहे का घरात?" अशी नेहमीच्या रिवाजाप्रमाणे तिनं साद घातली.

"श्री. मातेकोनी, घरात आहात का तुम्ही?" तिनं विचारलं.

बैठकीच्या खोलीतून आवाज आला, "हो, मी आहे इथे, मॅडम रामोत्स्वे."

आत पाऊल टाकताच घराला आलेली अवकळा तिच्या नजरेला पडली. जिकडेतिकडे धूळ तर होतीच, पण कित्येक दिवसांत घरातली जमीन पुसलेली दिसत नव्हती. काही दिवसांपूर्वी त्यांच्या तापट स्वभावाच्या कामवालीला जवळ बेकायदा बंदूक बाळगल्याच्या आरोपावरून पोलिसांनी तुरुंगात टाकलं होतं तेव्हापासून त्यांचं घर कुणी स्वच्छच केलं नसावं, असा अंदाज तिनं केला. 'आपलं लग्न होईपर्यंत दुसरी एखादी कामवाली थोड्या दिवसांसाठी ठेवा,' असं तिनं त्यांना अनेक वेळा सांगितलं होतं आणि त्यांनी तसं करण्याचं तिच्याजवळ कबूलही केलं होतं. पण त्यांनी त्या दृष्टीनं काही पावलं उचलली नव्हती. तेव्हाच तिनं ठरवलं होतं, एक दिवस आपल्याच बाईला घेऊन जायचं आणि सगळं घर पूर्णपणे साफ करून

घ्यायचं.

एकदा केव्हातरी प्रेश्यस आपल्या मैत्रिणीला म्हणाली होती, ''ह्या पुरुषांना जर हवं तसं वागायचं स्वतंत्र दिलं, तर ते अत्यंत अव्यवस्थितपणे राहतील, असं मला नक्की वाटतं. त्यांना ना घर स्वच्छ ठेवता येत, ना घरासमोरची बाग. त्यांना ते जमतच नाही, असं मला वाटतं.''

तिनं श्री. मातेकोनींच्या बैठकीच्या खोलीत प्रवेश केला, तेव्हा तिला ते एका लहानशा कोचावर आडवे पडलेले दिसले. तिला पाहताच ते उठून बसले अन् केसांवरून हात फिरवत त्यातल्या त्यात नीटनेटकं दिसायचा प्रयत्न त्यांनी केला.

''व्वा! तुम्हाला पाहून बरं वाटलं, मॅडम रामोत्स्वे. बरेच दिवसांत आपली भेटच झाली नाही.''

''खरं आहे,'' ती म्हणाली. ''कदाचित तुम्ही खूप कामात असाल.''

''हो ना,'' परत खाली बसत ते म्हणाले. ''पुष्कळच काम असतं हल्ली. कितीतरी काम करायचं राहिलंय.''

काही न बोलता तिनं त्यांच्याकडे ते बोलत असताना निरखून पाहिलं. तिचा तर्क खरा ठरला होता. त्यांचं नक्कीच काहीतरी बिनसलं होतं.

''गॅरेजमध्ये फार काम असतं का अलीकडे?'' तिनं चौकशीदाखल विचारलं.

त्यांनी नुसतेच खांदे उडवल्यासारखं केलं. ''गॅरेजमध्ये नेहमीच पुष्कळ काम असतं, अगदी बारा महिने. लोक सारखे आपल्या गाड्या घेऊन येत असतात आणि 'हे करा न् ते करा', असं सांगत असतात. मला दहा हात आहेत, असं वाटतं की काय त्यांना, कुणास ठाऊक! असंच काहीतरी वाटत असणार त्यांना!''

''पण त्यांनी त्यांच्या गाड्या तुमच्या गॅरेजमध्ये आणू नयेत, असं वाटतं का तुम्हाला?'' तिनं हळुवारपणे म्हटलं. ''गाड्यांच्या दुरुस्तीसाठीच तर असतात ना तुमची गॅरेजेस?''

श्री. मातेकोनींनी तिच्याकडे ओझरत्या नजरेनं पाहिलं न पाहिलं अन् म्हणाले, ''असतीलही, पण तरीसुद्धा फारच काम असतं हल्ली.''

प्रेश्यसनं त्यांच्या खोलीवरून नजर फिरवली. तिला जमिनीवर वृत्तपत्रांचे गठ्ठे, तसंच एका टेबलावर न उघडलेल्या पत्रांची चळत दिसली.

''आज मी तुमच्या गॅरेजमध्ये गेले होते,'' तिनं तिला हवा तो विषय काढला. ''तुम्ही भेटाल, असं वाटलं होतं; पण तुमचे नोकर म्हणाले की, तुम्ही लवकर घरी गेलात म्हणून. अलीकडे तुम्ही रोजच लवकर घरी येता, असंही सांगितलं त्यांनी मला.''

श्री. मातेकोनींनी एकदा तिच्याकडे पाहिलं अन् मग नजर खाली वळवली. ''हल्ली तिथलं प्रचंड काम बघितलं की, दिवसभर तिथे थांबूच नये, असं मला

वाटतं. कामं काय आज नाही, तरी उद्या होतील. आणि ती दोघं आहेतच. ते करू शकतात सगळी कामं.''

त्यांच्या या बोलण्यानं प्रेश्यसला इतका जोराचा धक्का बसला की, ती तर हबकलीच. ''ती दोघं मुलं? ते शिकाऊ कामगार? तुम्हीच तर नेहमी म्हणता ना की, त्यांना काही येत नाही? मग आज कसं काय तुम्ही म्हणू शकता की, त्यांना सगळं जमेल म्हणून? हे शक्य आहे, असं वाटतं तुम्हाला?''

श्री. मातेकोनी त्यावर काहीच न बोलता तसेच बसून राहिले.

''मी तुमच्याशी बोलतेय. काय उत्तर आहे तुमच्याजवळ माझ्या प्रश्नाला?'' तिनं पुन्हा एकदा खोदून विचारलं.

''करतील सगळी कामं ते.'' एक प्रकारच्या विचित्र तटस्थपणानं ते म्हणाले. ''करायला लागलं की, जमेल त्यांना.''

प्रेश्यस एकदम उठून उभी राहिली. त्यांच्याशी या विषयावर अधिक काही बोलण्यात अर्थ नव्हता, हे तिच्या लक्षात आलं. श्री. मातेकोनींना तिच्याशी धड काही बोलण्याची इच्छा नसावी, असं तिला वाटलं. त्यांना बरं नसावं, असं तिच्या मनात आलं. फ्लूचा ताप येऊन गेल्यावर एक-दोन आठवडे माणसाला काही करू नये असं वाटतं, असं तिनं कुठेतरी वाचल्याचं तिला आठवलं. त्यांच्या विचित्र वागण्यामागचं कारण असंच काहीतरी आजारपण असेल, अशी तिनं आपल्या मनाची समजूत करून घेतली. 'तसंच असेल, तर या स्थितीतून त्यांनी बाहेर यायला आपण त्यांना थोडा वेळ द्यायला हवा.'

''मी मॅडम माकुत्सीशी बोललेय,'' निघताना ती म्हणाली. ''पुढील काही दिवसांत ती गॅरेजमध्ये काम करायला सुरुवात करू शकेल, असं मला वाटतं. मी तिला साहाय्यक व्यवस्थापकाचं पद देऊ केलंय. तुमची काही हरकत नाही ना त्याला?''

त्यावर त्यांनी जे उत्तर दिलं, त्यानं तिला आश्चर्याचा धक्काच बसला. ते म्हणाले, ''साहाय्यक व्यवस्थापक, व्यवस्थापक, व्यवस्थापकीय संचालक, गॅरेजमंत्री- तुम्हाला हवा तो दर्जा द्या तुम्ही. मला काही फरक पडत नाही.''

त्यावर काय बोलावं, तेच प्रेश्यसला सुचलं नाही. तिनं 'गुड बाय' म्हणून त्यांचा निरोप घेतला आणि दाराच्या दिशेनं ती चालू लागली, इतक्यात श्री. मातेकोनींच्या शब्दांनी ती थबकली. ते म्हणत होते, ''मी तुम्हाला सांगणारच होतो, काही दिवस मी आपल्या गावी जाऊन राहावं, असा विचार करतोय. तिथलं पेरणीचं काम कसं चाललंय, ते बघायचा माझा विचार आहे. काही काळ तिथेच राहीन म्हणतो मी.''

प्रेश्यसनं आपली नजर त्यांच्यावर रोखत त्यांना प्रश्न केला, ''आणि या

काळात गॅरेजची जबाबदारी कोण घेणार आहे?''

एक सुस्कारा टाकत त्यांनी उत्तर दिलं, ''तुम्ही घ्या. तुम्ही आणि तुमची ती सेक्रेटरी, साहाय्यक व्यवस्थापक. तिला करू दे ते काम. मला चालेल.''

प्रेश्यसनं ओठ घट्ट आवळत त्यांना म्हटलं, ''ठीक आहे, श्री. मातेकोनी, तुम्हाला बरं वाटेपर्यंत आम्ही दोघी संभाळू तुमचं गॅरेज.''

''मी ठीक आहे,'' ते म्हणाले. ''माझी काळजी करू नका तुम्ही. मी अगदी व्यवस्थित आहे.''

आपल्या घरी राहायला आलेली दोन्ही मुलं आपल्या येण्याची वाट पाहात असतील, हे माहीत असूनही श्री. मातेकोनींना भेटल्यानंतर प्रेश्यस सरळ आपल्या घरी गेली नाही. संध्याकाळचं जेवण मोथोलेलीनं बनवलं असेल, हे तिच्या लक्षात आलं. चाकांच्या खुर्चीत बसावं लागलं, तरी तिला स्वयंपाक करताना काही अडचण यायची नाही आणि तिच्यावर देखरेखही ठेवावी लागायची नाही. तिच्या मानानं तिचा धाकटा भाऊ पूसो खूप दंगेखोर होता. आत्तापर्यंत दंगा करून तो दमला असेल, असा विचार प्रेश्यसच्या मनात आला. संध्याकाळी त्याची आंघोळीची वेळ असायची. त्याची आंघोळ आणि जेवण दोन्ही मोथोलेलीनं पार पाडलं असेल, याची तिला खात्री होती.

घरी जाण्याऐवजी तिनं कुडू मार्गावर गाडी डावीकडे वळवली आणि डॉ.मोफ्फॅट नावाच्या तिच्या मित्राच्या घरापाशी थांबवली. त्यांचं फार वर्षांपूर्वी मोचुडी येथे एक हॉस्पिटल होतं आणि प्रेश्यसचे वडील, श्री. ओबेद रामोत्स्वेंच्या अखेरच्या आजारपणात त्यांनी तिला खूप मदत केली होती. अजूनही तिच्या कुठल्याही अडचणीच्या प्रसंगी ते तिला तत्परतेनं मदत करायचे. नोतेच्या बाबतीत ती सगळ्यात आधी त्यांच्या जवळच बोलली होती अन् त्या वेळी त्यांनी तिला अगदी प्रेमानं समजावलं होतं की, त्याच्यासारखी माणसं कधीही बदलत नाहीत, असा त्यांचा अनुभव होता.

''तो बदलेल, अशी तू मुळीच अपेक्षा ठेवू नकोस,'' ते म्हणाले होते. ''त्याच्यासारखी माणसं अगदी क्वचितच बदलतात.''

ते नेहमीच आपल्या कामात अतिशय व्यग्र असायचे. त्यामुळे त्यांच्यावर आपल्या अडचणींचा बोजा टाकायला तिला आवडायचं नाही. पण आज वेळच अशी आली होती की, त्यांचा सल्ला घेणं तिला गरजेचं वाटलं. श्री. मातेकोनींच्या वागण्यावर त्यांना काही प्रकाश टाकता आला तर पाहावं, असा तिचा हेतू होता. अचानकपणे लोकांना थकवा किंवा अस्वस्थपणा वाटेल, अशी एखादी साथ तर आली नव्हती ना, अशी शंका तिच्या मनाला भेडसावत होती. अन् तसं असेल, तर किती काळ एखाद्याला बरं व्हायला लागला असता, हेदेखील तिला जाणून घ्यायचं होतं.

डॉ. मोफ्फॅट नुकतेच घरी आले होते. त्यांनी प्रेश्यसचं दारातच स्वागत केलं आणि ते तिला आपल्या अभ्यासिकेत घेऊन गेले. ''मला श्री. मातेकोनींची काळजी वाटायला लागली आहे. काय घडलंय, ते मी तुम्हाला सविस्तरपणे सांगते.''

तिचं बोलणं थोडा वेळ ऐकल्यावर त्यांनी तिला हातानं थांबवलं.

''मला वाटतं, माझ्या लक्षात आलंय त्यांना काय झालंय ते. त्यांच्या या अवस्थेला औदासीन्य (depression) असं नाव आहे. दुसऱ्या कुठल्याही आजारासारखाच हा एक आजार आहे आणि पुष्कळ जणांना होतो. माझ्या मते, श्री. मातेकोनींना हाच आजार झाला असावा.''

''मग तुम्ही त्यांच्यावर उपाय करू शकाल ना?'' तिनं काळजीच्या स्वरात विचारलं.

''तसं पाहिलं तर, अगदी सहजपणे मी त्यांच्यावर इलाज करू शकेन,'' त्यांनी उत्तर दिलं. ''आपल्याकडे या रोगासाठी अतिशय परिणामकारक औषधं आहेत. आणि सगळं काही सुरळीतपणे चालू राहिलं, तर काही आठवड्यांच्या आत त्यांना पुष्कळ बरं वाटेल, अशा स्थितीला आपण आणू शकू. कदाचित त्याहीपेक्षा कमी काळात. पण साधारणपणे या गोळ्यांचा परिणाम व्हायला थोडा वेळ लागतो.''

''मी त्यांना सांगते, म्हणजे लगेचच ते तुम्हाला येऊन भेटतील,'' ती त्यांना म्हणाली.

डॉ. मोफ्फॅटच्या चेहऱ्यावर तिला एक प्रकारचा संदेह जाणवला. ''काय असतं, कधीकधी अशा रुग्णांना असं वाटतच नाही की, त्यांना काहीतरी होतंय,'' ते म्हणाले. ''त्यामुळे ते येणारही नाहीत माझ्याकडे. मी तुम्हाला त्यांच्या आजारपणाविषयी सांगणं वेगळं; पण इलाजासाठी त्यांनी माझ्याकडे यायला हवं ना?''

''तुम्ही काळजी करू नका डॉक्टर,'' ती आत्मविश्वासानं म्हणाली. ''ते काम तुम्ही माझ्यावर सोडा. ते तुमच्याकडे येतील, याची जबाबदारी मी घेते.''

डॉक्टर मोफ्फॅट नुसतेच हसले. ''जरा जपून, मॅडम रामोत्स्वे. काही गोष्टी वाटतात तितक्या सोप्या नसतात.''

सरकारी असामी

दुसऱ्या दिवशी सकाळी मॅडम माकुत्सी नं. वन लेडीज डिटेक्टिव्ह एजन्सीच्या ऑफिसमध्ये दाखल होण्यापूर्वीच मॅडम रामोत्स्वे आली. हे नेहमीपेक्षा थोडं वेगळं होतं. साधारणपणे मॅडम माकुत्सी आधी यायची, आलेली पत्रं उघडायची, मग त्या दोघींसाठी चहा बनवून तयार ठेवायची आणि त्याच वेळी प्रेश्यसची पांढरी व्हॅन येताना तिला दिसायची. पण आज प्रेश्यसच्या मनावर बऱ्याच गोष्टींचं दडपण होतं. त्यामुळे कोणती कामं कोणत्या क्रमानं करायची, याची तिला यादी करायची होती.

"आज खूप लवकर आलात तुम्ही," मॅडम माकुत्सीनं चौकशीदाखल विचारलं. "काही गडबड तर नाही ना?"

प्रेश्यसनं लगेच तिच्या प्रश्नाचं उत्तर दिलं नाही. तसं पाहिलं, तर मॅडम माकुत्सीचा अंदाज बरोबर होता. बरंचकाही ठीक नव्हतं, पण लगेच तिला सगळं सांगून तिचा हिरमोड कशाला करा, असा तिनं विचार केला आणि उसन्या अवसानानं ती म्हणाली, "तसंच काही नाही, पण आता आपलं ऑफिस हलविण्याच्या दृष्टीनं आपण काहीतरी हालचाल करायला हवीय ना. तुलादेखील श्री. मातेकोनींच्या गॅरेजमध्ये जाऊन तिथल्या कामाला सुरुवात करायला हवी. सध्या त्यांची तब्येत थोडी ठीक नाहीये. कदाचित थोडे दिवस ते बाहेरगावी जातील. त्या काळात तू केवळ साहाय्यक व्यवस्थापकच नसशील, तर हंगामी व्यवस्थापक म्हणूनही काम बघावं लागेल तुला. खरं म्हणजे आज सकाळपासूनच मी तुला हा नवा दर्जा देतेय, असं समज."

त्याच क्षणी मॅडम माकुत्सीचा चेहरा आनंदानं उजळला. "जरूर मॅडम, मी प्रयत्नांची शिकस्त करेन. आपल्या या निर्णयाचा तुम्हाला पश्चात्ताप होणार नाही, याचं मी तुम्हाला वचन देते."

"मला खात्री आहे गं त्याची," प्रेश्यस म्हणाली. "तुझ्या कामात तू हुशार

आहेस, ते मला माहीत आहे ना.''

त्यानंतर एक तासभर दोघींनी शांतपणे आपापलं काम केलं. प्रेश्यसनं स्वत: करायच्या कामांची यादी बनवली, मग त्यात काही बदल केले. काही कामं रद्द केली, काही नवी कामं यादीत घातली. उन्हाळयात सकाळच्या वेळीच काम करायला उत्साह वाटायचा. या दिवसांत पावसाला सुरुवात होईपर्यंत दिवसभरात उन्हाचं प्रमाण इतकं वाढायचं की, आकाशाचा रंग अगदी पांढुरका व्हायचा. त्याच्या उलट, सकाळच्या थंड हवेत कुठलंही काम सहज करता येईल, असा विश्वास मनाला वाटायचा. हळूहळू ऊन वाढलं की, मनावर आणि शरीरावरही एक प्रकारची सुस्ती किंवा मरगळ यायची. आज दिवसभरात कोणत्या कामांचा फडशा पाडायचा, असा विचार करणारं मन काही वेळानंतर फक्त एकाच गोष्टीचा विचार करायचं – कधी एकदा हा दिवस, हा उन्हाचा ताप कमी होतोय. बोट्स्वानाच्या बाबतीत फक्त ही एकच उणीव होती, असं प्रेश्यसला नेहमी वाटायचं. उन्हाळ्याचे हे तीन महिने नसते, तर बोट्स्वानासारखा दुसरा छान देश जगाच्या पाठीवर कुठे सापडला नसता, असं तिचं अगदी प्रामाणिक मत होतं.

नऊ वाजता मॅडम माकुत्सीनं प्रेश्यससाठी बुश टी आणि स्वत:साठी साधा चहा बनवला. नोकरी धरल्यानंतर सुरुवातीचे काही महिने तिनं मॅडम रामोत्स्वेच्या आवडीचा बुश टी पिऊन पाहिला होता, पण मग मोकळेपणानं तिनं कबूल केलं होतं की, तिला काही तो आवडला नव्हता. तेव्हापासून ती दोन वेगळ्या किटल्यांमध्ये चहा बनवायची – मॅडमसाठी बुश टी आणि स्वत:साठी साधा नेहमीचा चहा.

''फार कडक असतो बुश टी,'' मॅडम माकुत्सीनं आपलं मत व्यक्त केलं, ''अन् त्याला उंदराचा वास येतो, असं मला वाटतं.'' तिनं पुस्ती जोडली.

''काहीतरीच हं तुझं,'' प्रेश्यसनं तिचं मत खोडून काढत म्हटलं. ''खरं म्हटलं, तर ज्यांना चहाची खरी लज्जत हवी असते, त्यांच्यासाठीच हा चहा असतो. आम जनतेसाठी तू पितेस तो साधा चहा असतो.''

चहापान होईपर्यंत दोघींनी कामाला विश्रांती दिली. या वेळात दोघी जणी इकडच्यातिकडच्या हलक्याफुलक्या गप्पा मारायच्या. गावात कुठे काय चाललं होतं, कोण काय बोलत होतं वगैरे. सहसा कामाविषयी त्या बोलत नसत किंवा गंभीर विषयाला त्या हात घालत नसत. मॅडम माकुत्सीनं प्रेश्यसला श्री. मातेकोनींविषयी विचारलं, तेव्हा तिनंही आपल्या मनातल्या काळजीला वाट करून दिली.

''त्यांना कशातच रस उरला नाहीये, असं मला वाटलं. तुला सांगते, मी जर त्यांना म्हटलं असतं, तुमच्या घराला आग लागलीय; तरीही त्यांना फारशी फिकीर वाटली नसती, याची मला खात्री वाटतेय बघ. मला तरी त्यांचं वागणं फारच विचित्र वाटलं.''

"मी त्यांच्यासारखे काही लोक पूर्वी पाहिलेत," मॅडम माकुत्सी म्हणाली. "माझ्या एका बहिणीला लोबात्सेमधल्या हॉस्पिटलमध्ये ठेवलं होतं. एकदा मी गेले होते तिला भेटायला. तिथे असे कितीतरी लोक होते, जे आकाशाकडे नजर लावून नुसते बसूनच राहिले होते. आणखी काही जण होते, ते भेटायला येणाऱ्यांकडे पाहून ओरडत होते किंवा असंच काहीतरी बरळत होते. त्यांच्या बोलण्याला काही अर्थच नव्हता."

प्रेश्यसनं कपाळाला आठ्या घालत म्हटलं, "ते वेड्या लोकांसाठीचं हॉस्पिटल असेल. श्री. मातेकोनींना काही वेड लागलं नाहीये."

"अर्थातच नाही, मला तसं काही म्हणायचं नव्हतं," मॅडम माकुत्सी घाईघाईनं म्हणाली. "ते वेडे कसे होतील? शक्यच नाही."

चहाचे घुटके घेत प्रेश्यस म्हणाली, "पण मला त्यांना डॉक्टरांकडे घेऊन जायलाच हवंय. त्यांच्यासारख्या माणसांवर उपाय करता येतात, असं मला कुणीतरी सांगितलंय. त्यांच्या आजाराला 'औदासीन्य' असं नाव आहे. त्यावर गोळ्या असतात म्हणे."

"ते बरं आहे. नक्की बरे होतील ते. मला खात्री आहे," मॅडम माकुत्सीनं तिला धीर दिला.

आणखी चहा मागण्यासाठी प्रेश्यसनं आपला मग पुढे केला आणि मॅडम माकुत्सीला विचारलं, "अन् तुझ्या बोबोनाँगमधल्या लोकांचं कसं काय चाललंय? ते सगळे ठीक आहेत ना?"

"हो. मॅडम, त्यांचं ठीक चाललंय," तिनं थोडक्यात उत्तर दिलं.

एक नि:श्वास टाकत प्रेश्यस म्हणाली, "कधीकधी मला वाटतं, इथे गॅबोरोनमध्ये राहाण्यापेक्षा बोबोनाँगसारख्या छोट्या गावात राहाणं खूप सोपं पडत असेल. इथे आपल्याला किती अडचणींना तोंड द्यावं लागतं. बोबोनाँगमध्ये तसा प्रकार नसेल. पण फार खडकाळ भाग आहे ना," असं म्हणून ती पटकन थांबली. "तरी मला वाटतं बोबोनाँग छानच असेल. खरंच!"

मॅडम माकुत्सी हसून म्हणाली, "तुम्ही बोबोनाँगची स्तुती नाही केलीत, तरी मला राग येणार नाही किंवा वाईटही वाटणार नाही. मी स्वत:सुद्धा त्याच्याबद्दल चेष्टेच्या सुरात बोलते. ते काही सगळ्यांच्या दृष्टीनं राहण्यासारखं गाव नाहीये. माझंच उदाहरण द्यायचं, तर आता इतकी वर्षं इथे गॅबोरोनमध्ये राहिल्यानंतर मलाही परत तिकडे जावंसं वाटणार नाही."

"तुझ्या गुणांचं तिथे काही चीज होणार नाही," प्रेश्यस म्हणाली. "बोबोनाँगसारख्या गावात बोट्स्वाना सेक्रेटरियल कॉलेजच्या डिप्लोमाचा काय उपयोग होणार? त्याचं प्रमाणपत्र मुंग्यांना खायला उपयोगी पडेल, इतकंच."

मॅडम माकुत्सीनं भिंतीवर लावलेल्या तिच्या प्रमाणपत्राकडे नजर टाकली.

त्याला छान चौकटीत बसवलेलं होतं. "आपल्या नव्या ऑफिसमध्ये हे न्यायचं आपण विसरता कामा नये. इथेच ठेवून नाही जायचं मला ते."

"अर्थातच. आपण ते घेऊन जाणार आहोत तिकडे," प्रेश्यस म्हणाली. तिच्याकडे स्वत:चा एकही डिप्लोमा नव्हता. "आपल्याकडे येणाऱ्या अशिलांवर त्याचा छान प्रभाव पडतो. त्यांना आपल्याविषयी विश्वास वाटतो त्यामुळे."

"किती छान बोलता, मॅडम, तुम्ही." भारावून मॅडम माकुत्सी म्हणाली.

चहापान झाल्यानंतर मग धुण्यासाठी ती त्यांच्या ऑफिसच्या मागच्या बाजूला असलेल्या नळावर गेली. ती ऑफिसात परत येतेय, तोच एक अशील आलं. त्या आठवड्यातलं ते पहिलं अशील होतं. या वेळी कुणी येईल, अशी दोघींनाही कल्पना नव्हती. एका उंच्यापुऱ्या, धिप्पाड माणसानं दार वाजवून आपल्या आगमनाची वर्दी दिली; ती अगदी योग्य अशा पद्धतीनं! आतल्या बाजूनं 'आत या' असं कुणी म्हणेपर्यंत तो दारातच उभा राहिला. त्या दोघींनाही एक मोठाच धक्का बसला, कारण तो ज्या गाडीतून उतरला, ती गाडी एक सरकारी मर्सिडिझ-बेंझ गाडी होती आणि त्या गाडीचा चालकही एक गणवेशधारी नोकर होता.

प्रेश्यसनं त्याला बसायची विनंती केली. खुर्चीवर बसताना त्यानं तिला विचारलं, "मला ओळखलंच असेल ना, मॅडम, तुम्ही?"

"अर्थातच, साहेब," प्रेश्यस सौजन्यपूर्वक म्हणाली. "तुम्ही राजकारणी व्यक्ती असाव्यात, असं मला वाटतं. वृत्तपत्रात अनेकदा मी तुमचा फोटो पाहिला आहे."

त्यानं हातानं तिचं म्हणणं उडवून लावल्यासारखं केलं. "ते जाऊ दे. पण मला सांगा, मी जेव्हा राजकारणी माणूस या भूमिकेत नसतो, त्या वेळी मी कोण असतो, हे तुम्हाला माहीत आहे का?"

या वेळी मॅडम माकुत्सीनं घसा खाकरल्यासारखं केलं, तेव्हा त्यानं मान किंचित वळवून तिच्याकडे बघितलं.

"ही माझी साहाय्यक आहे. तिला बऱ्याच गोष्टी माहीत असतात."

"तुमचं आणि सरकारप्रमुखांचं नातं आहे," मॅडम माकुत्सी म्हणाली. "तुमचे वडील त्यांचे लांबचे भाऊ लागतात. मला ही माहिती आहे, कारण मीपण त्याच भागातून आलेली आहे."

ते गृहस्थ हसले आणि म्हणाले, "तुम्ही म्हणता ते खरं आहे."

"अन् तुमच्या पत्नी लेसोथोंच्या राजांच्या नातलग आहेत, खरं ना?" प्रेश्यस पुढे म्हणाली. "मी त्यांचाही फोटो पाहिला आहे."

आश्चर्यचकित झाल्यासारखं करत त्यांनी शीळ घातली अन् म्हणाले, "बाप रे, म्हणजे मी अगदी योग्य जागी आलो आहे तर! तुम्हाला पुष्कळच माहिती दिसतेय."

प्रेश्यसनं मॅडम माकुत्सीकडे पाहात मानेनंच खूण केली आणि किंचित हसून ती त्यांना म्हणाली, "असं पहा, आमचा व्यवसायच त्या प्रकारातला आहे. खासगी गुप्तहेराला काही माहिती नसेल, तर त्याचा इतरांना काय उपयोग होणार? माहिती मिळवणं आणि ती इतरांना देणं हाच आमचा उद्योग आहे. ते आमचं काम आहे. जसं तुम्हा लोकांचं काम सनदी नोकरांना हुकूम देणं असतं, तोच प्रकार!"

"मी काही नुसते हुकूम देत नाही," ते त्रासिकपणे म्हणाले. "मला काही धोरणं आखावी लागतात, निर्णय घ्यावे लागतात."

"अर्थातच," घाईघाईनं प्रेश्यस म्हणाली."राज्य चालवणं म्हणजे काही साधंसुधं काम नाही."

त्यांनी मान हलवून तिच्या म्हणण्याला दुजोरा दिला. "खरंच सोपं नसतं आमचं काम. शिवाय जर आमच्या डोक्याला आणखी काही ताप असेल, तर मग हे काम अधिकच अवघड होऊन बसतं. अलीकडे रोज रात्री मला दोन किंवा तीन वाजताच जाग येते अन् मी या माझ्या डोकेदुखीचाच विचार करत बसतो. त्यामुळे मला परत झोप लागत नाही. अन् सकाळी महत्त्वाचे निर्णय घ्यायची वेळ असते, तेव्हा माझं डोकं इतकं जड झालेलं असतं जागरणामुळे की, मला धड काही विचार करणं सुचत नाही. डोक्याला चिंता असली की, असं काहीतरी होतं, बघा."

आता ते मूळ विषयाकडे वळत होते, असं तिच्या लक्षात आलं. अशाच पद्धतीनं महत्त्वाच्या विषयाला सुरुवात केलेली बरी असते. म्हणजे थोडंसं अवांतर विषयावर बोलायचं आणि मग अशिलाला त्याला हव्या असलेल्या विषयावर बोलायला प्रोत्साहन द्यायचं, तेही अप्रत्यक्षपणे. सरळ विषयाला हात घालणं काहीसं उद्धटपणाचं वाटायचं तिला.

"आम्ही लोकांच्या अडचणींचं निराकरण करायचा प्रयत्न करतो. काही वेळा तर त्यांच्या विवंचना पार पळवून लावतो आम्ही."

"ते आलंय माझ्या कानावर," मंत्रिमहाशय म्हणाले. "लोक असं म्हणतात तुमच्याविषयी की, तुम्ही कधीकधी चमत्कार घडवता म्हणून. मी ऐकलंय काही जणांकडून."

"असं म्हणणं हा तुमचा चांगुलपणा झाला असं मी म्हणेन," प्रेश्यस म्हणाली; पण त्याचं आपल्याकडे काय काम असेल, याचा विचार तिचं मन त्या वेळी करत होतं. तिच्या मनात पहिली शक्यता आली ती अप्रामाणिकपणासंबंधी. ही समस्या अगदी नेहमी आढळणारी अशी होती. तिच्याकडे येणारे बहुतांशी ग्राहक याच समस्येनं ग्रासलेले असायचे. खास करून, या गृहस्थांसारखे जे पुरुष आपल्या कामात फारच व्यग्र असायचे आणि ज्यांना कामानिमित्त बराच वेळ घराबाहेर राहावं लागायचं, त्यांच्याबाबत हा प्रकार बऱ्याच वेळा घडत असे. कदाचित ह्यांची समस्या

राजकारणाशी संबंधित असेल. तसं असेल, तर ते क्षेत्र तिच्यासाठी नवं असणार होतं. राजकीय पक्ष कशा पद्धतीनं कामकाज करतात, ह्याबद्दल तिला काहीच माहिती नव्हती; तिला फक्त एवढंच माहीत होतं की, तिथे बरेच गडबड-घोटाळे होत असतात. तिनं आत्तापर्यंत अनेक अमेरिकन राष्ट्राध्यक्षांविषयी बरंचकाही वाचलेलं होतं. स्त्रियांबरोबरची त्यांची लफडी, गुन्हेगारांबरोबरचे त्यांचे घनिष्ट संबंध आणि त्यामुळे त्यांच्यावर कोसळलेले संकटांचे पहाड. 'आपल्या बोट्स्वानातही असेच प्रकार घडत असतील काय?' बहुतेक तसं काही नसेल, अन् असलंच, तर तिला त्यात स्वत:ला गुंतवून घ्यायचं नव्हतं. गडद अंधाऱ्या रात्री कुठल्याशा खबऱ्याला एखाद्या गल्लीत जाऊन आपण भेटतो आहोत, किंवा एखाद्या दारूच्या गुत्त्यात कुणा वार्ताहराला भेटून त्याच्याशी कुजबुजल्या स्वरात एखाद्या गुपिताविषयी माहिती मिळवतोय, हा विचारदेखील तिला करवत नव्हता. 'मॅडम माकुत्सीला मात्र असल्या गुन्ह्याचा तपास करायला फार आवडेल...'

मंत्रिमहोदयांनी एकदम हात वर केला, जणूकाही त्यांना मुळीच आवाज नको होता. त्यांचा आविर्भाव एकदम दंडेलीपणाचा वाटला तिला. त्यात तसं नवल काही नव्हतं म्हणा. थोरामोठ्यांशी संबंध असलेल्या कुटुंबात ते जन्माला आले होते. अशा प्रकारच्या रुबाबात वागण्याची त्यांना लहानपणापासून सवयच असेल.

मॅडम माकुत्सीकडे एक ओझरता दृष्टिक्षेप टाकत ते प्रेश्यसला म्हणाले. "मला जे बोलायचंय, ते अत्यंत खासगी स्वरूपाचं आहे, तेव्हा..."

"माझा माझ्या साहाय्यकावर पूर्ण विश्वास आहे," प्रेश्यसनं ठामपणे सांगितलं. "तुम्हाला बोलायला काही हरकत नाही."

मंत्रिमहाशयांनी डोळे बारीक करून तिच्यावर नजर रोखली. "ठीक आहे. मी ठेवतो तुमच्या शब्दावर विश्वास," ते म्हणाले. "पण स्त्रियांच्या स्वभावाची मला चांगली कल्पना आहे. त्यांना बोलायला खूप आवडतं."

आता मॅडम रामोत्स्वेच्या आवाजालाही धार आली. "मी तुम्हाला खात्री देते, साहेब की, माझी नं.वन लेडीज डिटेक्टिव्ह एजन्सी ही संस्था विश्वासार्हता या तत्त्वानं बांधली गेलेली आहे. आमच्या दृष्टीनं ते सर्वांत महत्त्वाचं मूल्य आहे, आणि ते मूल्य मीच नाही, तर त्या तिथे बसलेली माझी साहाय्यक – मॅडम माकुत्सीही तितक्याच काटेकोरपणे पाळते. तुमच्या मनात त्याविषयी काही शंका असेल, तर तुम्ही दुसऱ्या एखाद्या गुप्तहेराकडे जावं, असं मी म्हणेन. आमची त्याला काहीच हरकत नसेल." थोडा वेळ थांबून ती पुढे बोलू लागली, "आणखी एक गोष्ट तुम्हाला सांगावीशी वाटते मला. आपल्या देशात रिकामटेकड्या गप्पा पुष्कळ होत असतात. माझं मत विचाराल, तर त्यातल्या बहुतांशी गप्पा पुरुषच मारत असतात. बायकांना इतकी कामं असतात की, त्यांना अशा गावगप्पांसाठी तेवढा वेळच नसतो."

तिनं टेबलावर आपल्या हातांची घडी घातली. तिला जे सांगायचं होतं, ते तिनं अगदी स्पष्ट शब्दांत त्यांना सुनवलं होतं. ते ऐकल्यावर मंत्रिमहोदय उठून निघून गेले असते, तरी तिला आश्चर्य वाटलं नसतं. त्यांच्यासारख्या माणसांना अशा प्रकारे इतरांनी बोललेलं ऐकून घ्यायची सवय नसते. त्यांना ते आवडणार नव्हतं, याची तिला पूर्ण कल्पना होती.

काही काळ तोंडातून एक शब्दही न काढता ते तिच्या चेहऱ्यावर आपली नजर रोखून बसून राहिले.

''पटतंय मला तुमचं बोलणं,'' ते म्हणाले. ''बरोबर बोललात तुम्ही. 'तुमच्यापाशी काही गुपितं सुरक्षित राहाणार नाहीत', असं म्हटल्याबद्दल मी तुमची माफी मागतो.'' मग मॅडम माकुत्सीकडे मोहरा वळवत ते तिला म्हणाले, ''मी तुमचीही माफी मागतो मॅडम. मी असं बोलायला नको होतं तुमच्याबद्दल. माझं चुकलंच.''

वातावरणातला ताण हलका झाला होता, अशी प्रेश्यसला खात्री वाटली. ''ठीक आहे,'' ती म्हणाली. ''आता तुम्ही तुमच्या समस्येबद्दल का नाही सांगत आम्हाला? त्याआधी आपण एकेक कप चहा घ्यावा, असं मला वाटतं. माझी साहाय्यक आपल्यासाठी चहा करेल. तुम्हाला कोणता चहा आवडेल, बुश टी की साधा नेहमीचा चहा?''

''बुश टी,'' ते म्हणाले. ''डोक्याला विवंचना असल्या की, बुश टी बरा असतो, असं मला वाटतं.''

''मी कोण आहे, हे तुम्ही ओळखताच आहात, तेव्हा अगदी सुरुवातीपासून सांगायची काही आवश्यकता नाही, असं मला वाटतं,'' ते बोलू लागले. ''माझे वडील एक महत्त्वाची असामी होते, हे तुम्हाला ठाऊकच आहे अन् मी त्यांचा थोरला मुलगा असल्यामुळे त्यांच्या पश्चात घरची सगळी जबाबदारी माझ्यावर पडणार, हेही ओघानंच आलं. अर्थात तशी वेळ लवकर येऊ नये, अशीच माझी इच्छा आहे.

''मला दोन भाऊ आहेत. त्यांच्यापैकी एक जण जन्मापासूनच डोक्यानं कमी असल्यामुळे तो कुणाशीच कधी बोलत नाही. अगदी लहानपणापासूनच त्याचं असं वागणं आहे. त्याला ना कुठल्या विषयाची गोडी आहे, ना त्याला कुणाशी काही बोलावंसं वाटतं. त्यामुळे आम्ही त्याला आमच्या गवळीवाड्याच्या ठिकाणीच कायमचं म्हणून ठेवलंय आणि तो तिथे आनंदात राहतो. दिवसभर गुरं मोजत राहायचं, एवढा एकच उद्योग तो करत असतो. एका बाजूनं गुरं मोजायला सुरुवात करायची आणि दुसऱ्या बाजूपर्यंत मोजून झाली की, पुन्हा पहिल्यापासून सुरुवात, बस्स! एवढंच. आता अडतीस वर्षांचा आहे तो, पण मला नाही वाटत, त्याच्या

आयुष्यात तो यापेक्षा वेगळं काही करेल.

"आता माझ्या दुसऱ्या भावाविषयी सांगतो. आमच्या दोघांमध्ये बरंच अंतर आहे. माझं वय चोपन्न, तर तो फक्त सव्वीस वर्षांचा आहे. तो आमच्या वडिलांच्या दुसऱ्या पत्नीचा मुलगा. आमचे वडील तसे जुन्या विचारांचे. त्यामुळे त्यांनी दोन लग्नं केली. हा माझा भाऊ या त्यांच्या धाकट्या बायकोचा मुलगा. मला बहिणीही बऱ्याच म्हणजे एकूण नऊ बहिणा. अर्थात वेगवेगळ्या आयांपासून झालेल्या. त्यातल्या बहुतेकींची लग्नं झाली आहेत आणि त्यांना मुलंबाळंही आहेत. सांगायचा मुद्दा असा की, आमचं कुटुंब बरंच मोठं आहे. दुसऱ्या बाजूनं विचार केला, तर कर्तृत्ववान मुलगे असे दोनच. मी आणि माझा हा सव्वीस वर्षांचा भाऊ-दोघंच जण. त्याचं नाव मोगादी.

"मला माझ्या या भावाचा अत्यंत अभिमान वाटतो. मी त्याच्यापेक्षा वयानं इतका मोठा असल्यामुळे, मला तो अगदी तान्हं बाळ असल्यापासून आठवतो. तो थोडा मोठा झाल्यावर मीच त्याला लहानसहान गोष्टी शिकवायला सुरुवात केली. मोपाने झाडावरचे किडे शोधायला शिकवलं, पहिल्या पावसानंतर वारुळातून बाहेर पडणाऱ्या उडत्या मुंग्या पकडायला शिकवलं. गवताच्या रानात शिरल्यावर कोणत्या गोष्टी खायच्या अन् कोणत्या नाहीत, हेदेखील मीच त्याला शिकवलं.

"मग एक दिवस त्यानं माझा जीव वाचवला. त्या वेळी आम्ही आमच्या गवळीवाड्याच्या ठिकाणी राहत होतो. ही जागा कलहारी वाळवंटापासून जवळच असल्यामुळे तिथे बासर्वा जमातीचे पुष्कळ लोक कामाला आहेत. तसं पाहिलं, तर हा सगळा रेताड प्रदेशच आहे; पण माझ्या वडिलांनी गुरांसाठी पाण्याची सोय हवी, म्हणून एक पवनचक्की बसवली आहे. तिथल्या जमिनीत खोल अंतरावर बराच मोठा पाण्याचा साठा आहे अन् हे पाणी चवीला चांगलं आहे. हे बसर्वा लोक भटकत-भटकत आमच्या गवळीवाड्यावर पाण्यासाठी यायचे, तेव्हा काही कामाचा मोबदला म्हणून त्यांना आमचे वडील आमच्याकडच्या गायींचं थोडंफार दूध अन् काही वेळा मांसही द्यायचे. माझ्या वडिलांविषयी त्यांना फार प्रेम वाटायचं. कारण इतर जमीनदारांसारखे माझे वडील त्यांना कधीच मारहाण करायचे नाहीत. ते लोक तर त्यांना चाबकानं बडवत असत. मला स्वत:ला अशा प्रकारे नोकरांना मारहाण करणं बिलकूल पसंत नाही.

"एकदा काही बसर्वांना भेटायला म्हणून मी माझ्या या भावाला घेऊन गेलो. ते तिथून जवळच असलेल्या एका झाडाखाली तळ ठोकून राहिले होते. शहामृगांच्या पिसांपासून बनवलेल्या काही बेचक्या त्यांच्याजवळ होत्या. माझ्या भावासाठी एखादी बेचकी विकत घ्यायचा माझा विचार होता. त्या बदल्यात त्यांना देण्यासाठी थोडं मांस मी बरोबर घेतलं होतं. कदाचित ते लोक आम्हाला एखादं शहामृगाचं

अंडंही देतील, असंही मला वाटलं होतं.

"नुकताच पाऊस पडून गेला असल्यामुळे सगळीकडे हिरवंगार गवत आणि त्यावर फुलं दिसत होती. पहिल्या पावसानंतर तिथे किती फरक पडतो, ते तुम्हाला माहीतच असेल, मॅडम. सगळी जमीन कशी मऊशार होते आणि नजर फिरेल तिकडं फुलंच फुलं दिसतात. काय सुंदर दृश्य असतं ते, मॅडम! अहो, काही दिवसांपूर्वी हा भाग रेताड, भेगाळलेला, रुक्ष होता ह्याचा तुम्हाला पार विसर पडतो, बघा. जनावरांच्या खुरांनी तयार झालेल्या पायवाटेवरून आम्ही दोघं – पुढे मी आणि मागे तो अशा पद्धतीनं – चालत होतो. हातातल्या लांबलचक काठीनं तो जमीन उकरल्यासारखी करत चालत होता. माझ्या पायांना ताज्या हिरव्या गवताचा ओलसर स्पर्श जाणवत होता. यंदा गुरांना पोटभर चारा मिळेल, त्यामुळे धष्टपुष्ट होणार आपली जनावरं, या विचारानं माझं मन आनंदलं होतं.

"एकदम त्यानं मला हाक मारली अन् मी जागीच खिळल्यासारखा उभा राहिलो. आमच्या बाजूच्या गवतात एक मोठा साप आपला फणा उगारून फुत्कार टाकत असलेला माझ्या नजरेला पडला. पुरुषभर लांबीचा तो साप खरंच भीतिदायक होता. कारण आपलं अर्धं अंग त्यानं जमिनीपासून वर उचललं होतं. त्याला पाहताच माझ्या हृदयाचा ठोकाच चुकल्यासारखा झाला. कारण तो अतिशय विषारी प्रकारचा साप होता.

"काहीही हालचाल न करता मी जागीच उभा राहिलो, कारण मी जराशी देखील हालचाल केली असती, तर त्यानं माझ्यावर आपला फणा उगारला असता, हे मला ठाऊक होतं. माझ्या अगदी जवळ असलेला तो मांबा प्रकारचा साप रागीट डोळ्यांनी माझ्याकडे पाहात होता. मला वाटलं, आता कुठल्याही क्षणी हा आपल्याला दंश करणार. मी अगदी असाहाय्य स्थितीत तिथे उभा असताना मला जाणवलं की, माझा हा केवळ दहा-बारा वर्षांचा भाऊ आपल्या हातातली काठी जमिनीवर टेकवून सापाचं लक्ष आपल्याकडे वेधून घ्यायचा प्रयत्न करत होता. त्या आवाजानं सापाचं लक्ष काठीकडे गेलं आणि क्षणार्धात त्यानं काठीच्या टोकाचा चावा घेतला. तेवढा वेळ मला हालचाल करायला पुरेसा होता. मी झर्रकन् मागे वळलो, माझ्या भावाला वर उचललं आणि धावत सुटलो. तो साप कुठेतरी गडप झाला. काठीचं टोक पकडल्यामुळे त्याचा एखादा दात तुटला असावा. नक्की काय झालं, ते मी सांगू शकणार नाही; पण त्यानं आमचा पाठलाग केला नाही, एवढं मात्र खरं.

"मॅडम, तर या माझ्या भावानं त्या दिवशी माझा प्राण वाचवला बघा. एखाद्या मांबानं दंश केल्यावर काय होतं, ते तुम्हाला ठाऊक आहेच. त्याच्या जगण्यावाचण्याची काही आशाच उरत नाही. त्या दिवसापासून मी असं समजत आलो आहे की, मी जिवंत आहे तो केवळ माझ्या भावामुळे.

"ही घटना घडून चौदा वर्षं उलटली. आता आम्ही दोघं रानात एकत्र असे फारसे भटकत नाही, पण अजूनही माझं माझ्या या भावावर फार प्रेम आहे. म्हणूनच तुम्हाला सांगतो, मॅडम, जेव्हा माझा भाऊ मला गॅबोरोनमध्ये भेटायला आला आणि त्यानं मला सांगितलं की, तो एका मुलीशी लग्न करणार आहे, तेव्हा मला फार दु:ख झालं. तो विद्यापीठात शिकत असताना त्याची महालप्येच्या एका मुलीची गाठ पडली होती. मला त्या मुलीचे वडील ठाऊक आहेत, कारण ते आमच्या इथल्या एका मंत्रालयात कारकून आहेत. दुपारच्या जेवणाच्या वेळी मी अनेकदा इतर कारकुनांबरोबर त्यांना झाडाखाली बसलेलं पाहिलं आहे. आता जेव्हा-जेव्हा माझी गाडी त्याच्या समोरून जाते, तेव्हा-तेव्हा हात हलवून तो मला ओळख दाखवतो. सुरुवातीला मीही हात हलवून ओळख दाखवली, पण आता मला त्याची पर्वा नाही वाटत. केवळ त्याची मुलगी माझ्या भावाला भेटली आहे, एवढ्याचसाठी मी कशाला एका सामान्य कारकुनाची प्रत्येक वेळी ओळख दाखवावी?

"माझा भाऊ आता आमच्या एका मळ्यावर जाऊन राहिला आहे. तिकडे उत्तरेच्या दिशेला हा मळा आहे. माझे वडील त्याच्या कामावर अगदी खूश आहेत. खरं सांगायचं, तर त्यांनी आता तो मळा त्याच्याच नावावर केलाय आणि तोच आता त्याचा मालक आहे. त्यामुळे आता माझा भाऊ भरपूर श्रीमंत झाला आहे. माझ्या वडिलांचं दुसरं एक शेत त्यांनी मला दिलंय, म्हणजेच मला माझ्या या भावाचा मत्सर वगैरे काही वाटत नाही, हे लक्षात घ्या. तीन महिन्यांपूर्वी मोगादीनं त्या मुलीशी लग्न केलं अन् आता ती आमच्या शेतमळ्यावर राहू लागली आहे. माझे आईवडील तिथेच राहतात, वर्षातला बराच काळ आमच्या आत्याही तिथे येतात राहायला. आमचं घर चिक्कार मोठं असल्यामुळे जागेची अडचण तिथे कधीच होत नाही.

"सून म्हणून ही बाई माझ्या आईला पसंत नव्हती. माझ्या भावासाठी ती योग्य नाही आणि आमच्या कुटुंबाचं तिच्यामुळे भलं होणार नाही, असं तिला वाटत होतं. मलाही तसंच वाटत होतं, पण माझ्या मनातलं कारण वेगळं होतं. तिला माझ्या भावाशी का लग्न करायचं होतं, ते मला माहीत असल्यामुळे मी या लग्नाच्या विरोधात होतो. माझ्या भावावरील प्रेमाखातर नव्हे, तर आमच्या घराण्याच्या नावासाठी आणि धनदौलतीसाठी तिला माझ्या भावाशी लग्न करायचं होतं, हे मी चांगलं जाणून होतो. माझ्या वडिलांबरोबर तिचे वडील लग्नाची बोलणी करायला आले, त्या वेळी त्यांची नजर ज्या प्रकारे आमच्या घरादारावरून फिरत होती, ती पाहूनच माझ्या लक्षात आलं की, त्यांना आमच्या संपत्तीचा लोभ झालाय, दुसरंतिसरं काही नाही. मनातल्या मनात ते या सगळ्याची किंमत जोखत होते. आमच्याकडे किती गायीगुरं आहेत, हेदेखील विचारायला कमी केलं नाही त्यांनी माझ्या भावाला.

ज्याच्याकडे एकही गाय नाही, अशा माणसानं ही चौकशी करावी, यावरूनच तुम्हाला अंदाज बांधता येईल त्याच्या लोभीपणाचा.

"माझ्या भावाचा निर्णय चुकीचा आहे, हे मला समजत असूनही मी तो स्वीकारला आणि त्याच्या बायकोचं स्वागतही शक्य तितक्या योग्य प्रकारे केलं. अर्थात ते सोपं नव्हतं, कारण पदोपदी मला जाणवत होतं की, ती माझ्या भावाला त्याच्या कुटुंबापासून तोडण्याचा प्रयत्न करत होती. माझ्या आईवडिलांना घराबाहेर काढण्याचा तिचा विचार आहे आणि ती आमच्या आत्यांबरोबर तर अतिशय वाईटपणे वागते. एखाद्या घरात अडकून पडलेली गांधीलमाशी जशी इतरांना डंख मारायचा प्रयत्न करते, तसं काहीसं आमचं घर झालंय आताशा.

"ह्या सगळ्यामुळे मी अस्वस्थ झालो होतोच, पण त्यानंतर अशी एक घटना घडली की, ज्यामुळे माझ्या डोक्याची चिंता आणखीनच वाढली. मी एकदा आमच्या गावी काही आठवड्यांपूर्वी गेलो असताना, या माझ्या भावाला भेटायला गेलो. त्याला बरं नाही, असं मला सांगण्यात आलं. म्हणून मी त्याच्या खोलीत गेलो. बघतो तर तो पोट आवळून झोपला होता. त्याच्या खाण्यात काहीतरी वावगं आलं असावं, खराब झालेलं मटण वगैरे असं तो म्हणाला.

"डॉक्टरला दाखवलंस का?" मी त्याला म्हटलं.

"तेवढं काही गंभीर नाही, वाटेल बरं एक-दोन दिवसांत," त्यानं उत्तर दिलं, पण मला मात्र त्याची तब्येत मुळीच बरी वाटली नाही. मी मग माझ्या आईकडे गेलो. ती तेव्हा घरासमोरच्या व्हरांड्यात एकटीच बसलेली होती.

आजूबाजूला कुणी नाही, ह्याचा अंदाज घेतल्यावर तिनं मला तिच्याशेजारी बसायला सांगितलं. तिच्या मनात जो काही संशय होता, त्याविषयी ती माझ्याजवळ बोलली.

"ती तुझ्या भावाची बायको त्याला विष घालून मारायचा प्रयत्न करतेय," ती म्हणाली. "त्याला जेवायला वाढण्यापूर्वी मी तिला स्वयंपाकघरात जाताना पाहिलं. मी माझ्या डोळ्यांनी पाहिलं. मी तुझ्या भावाला सांगितलंही, 'हे बघ, ते मटण तू खाऊ नकोस, कारण ते खराब झालंय.' मी त्याला सावध केलं नसतं, तर त्यानं ते सगळं संपवलं असतं अन् बिचाऱ्याचा जीव गेला असता. मला खात्री आहे की, ती त्याला ठार मारायचा प्रयत्न करतेय."

"पण ती तसं कशाला करेल, आई?" मी तिला प्रश्न केला, "नुकतंच तिनं एका पैसेवाल्या, चांगल्या माणसाशी लग्न केलंय; इतक्या लवकर ती कशाला त्याला संपवायचा प्रयत्न करेल?"

माझी आई जोरात हसली आणि म्हणाली, "अरे, विधवा झाल्यावर ती आत्तापेक्षा जास्त श्रीमंत होईल, म्हणून. मुलं व्हायच्या आधीच जर तो मेला, तर

त्याची सगळी मालमत्ता – शेतमळा, घरदार, पैसाअडका तिलाच मिळावं, असं त्यानं आपल्या मृत्युपत्रात लिहून ठेवलंय. एकदा तसं झालं की, ती आम्हाला आणि त्याच्या सगळ्या आत्यांना घराबाहेर काढेल. त्यासाठीच तर तिनं हा घाट घातलाय.''

''आईच्या डोक्यातून काहीतरी खुळसट कल्पना आलीय, असं मला वाटलं; पण जसजसा मी तिच्या बोलण्यावर विचार करू लागलो, तसतसं मला तिच्या बोलण्यात तथ्य दिसून आलं. माझ्या भावाला मारून टाकून तिला अगदी सहजपणे त्याची सगळी मालमत्ता हडप करता येणार होती. मी माझ्या भावाबरोबर याविषयी काही बोलू शकत नव्हतो, कारण आपल्या बायकोविरुद्धचा एक शब्दही तो ऐकून घेणार नाही, याची मला खात्री होती. मग मी विचार केला, आपल्या कुटुंबाबाहेरच्या एखाद्या व्यक्तीला विश्वासात घ्यावं आणि तिलाच याचा तपास करायला सांगावा.''

प्रेश्यस रामोत्स्वेनं हात उंचावून त्यांना बोलणं थांबवायची खूण केली आणि म्हटलं, ''साहेब, असली कामं करायसाठी पोलीस असतात. माझ्या मते, हे काम त्यांच्याच हाती सोपवायला हवं. विषप्रयोग करणाऱ्या किंवा तसल्या प्रकारच्या लोकांना हाताळायची त्यांना सवय असते. आम्ही त्या प्रकारातले गुप्तहेर नाही आहोत. सर्वसामान्य लोकांच्या आयुष्यातल्या अडचणी सोडवण्याचं काम आम्ही करतो. अशा प्रकारच्या गुन्ह्यांमध्ये आम्ही काही करू शकत नाही.''

मंत्रिमहाशयांना हे समजावून सांगत असताना तिचं लक्ष मॅडम माकुत्सीकडे गेलं, तिच्या चेहऱ्यावर प्रेश्यसला निराशेचा भाव दिसला. तिला माहीत होतं की, तिच्या सेक्रेटरीच्या मनात गुप्तहेरगिरीविषयी थोड्या वेगळ्या कल्पना होत्या. त्याचं मूळ तिला दोघींच्या वयात दिसलं. प्रेश्यस चाळीशीची होती, तर मॅडम माकुत्सीचं वय अठ्ठावीस होतं. तिच्या वयातली स्त्री पुरुषांना भेटण्याच्या बाबतीत चोखंदळ असेल, तर ती केवळ दोन घटकांच्या मौजमजेला प्राधान्य देणार नाही; त्याउलट, तिशीच्या आतली बाई म्हणेल, ''दोन तास मजेत जाणार आहेत ना, मग ते कुणाबरोबर का असेनात?''

मॅडम माकुत्सीचं मन ती ओळखत नव्हती, असं नव्हतं. नोते मोकोतीशी तिनं लग्न केलं, तेव्हा तिलाही ह्याच गोष्टी मिळवायची इच्छा होती. एका ट्रंपेटवादकाशी लग्न केल्यामुळे तिलाही झगमगाटाचा लाभ होणार होता. प्रवेश करताच खोलीतल्या माणसांच्या नजरा त्याच्याकडे वळतात, असाच नोते होता – एक प्रसिद्ध संगीतवादक. तो बोलायचा, तेव्हा त्याचे शब्दही त्याच्या वाद्यातल्या सुरांसारखे मधुर वाटायचे तिला. मग त्यांच्या लग्नाचे बारा वाजले, तेही अगदी थोड्या काळात. आता त्याची मागे उरलेली आठवण काय होती, तर तिच्या अकाली मेलेल्या चिमुकल्या मुलीच्या थडग्यावरला एक लहानसा दगड! तिनं अपेक्षा केली होती ती शांत, सुरक्षित आयुष्याची; पण ते तिला मिळालं नव्हतं. आता तर तिला आपल्या आयुष्यात

काहीतरी धम्माल असं घडावं, असं अपेक्षितच नव्हतं. तिच्या व्यवसायातल्या मार्गदर्शक पुस्तकाच्या, जे तिच्या दृष्टीनं बायबलइतकंच महत्त्वाचं होतं, त्याच्या दुसऱ्याच पानावर असं स्पष्ट लिहिलेलं होतं की, ज्या खासगी गुप्तहेरांना असं वाटतं की, या व्यवसायात त्यांना खूप मस्त अनुभव मिळतील तर त्यांनी निराश होण्याची तयारी बाळगावी. 'खासगी गुप्तहेरगिरीची मार्गदर्शक तत्त्वे' या पुस्तकाचे लेखक क्लोव्हिस अँडरसन म्हणतात, 'सर्वसामान्य लोकांना त्यांच्या आयुष्यातल्या त्यांना न सोडवता येणाऱ्या समस्या सोडवून देणं, हे आपलं काम आहे. त्यांना या क्षेत्रात फारच कमी नाट्य आढळेल. शांतपणे निरीक्षण करणं, अनुमान काढणं आणि साकल्यानं परिस्थितीचा अभ्यास करणं; ह्या पद्धतींचा अवलंब करण्याची आवश्यकता असते. साध्या शब्दांत सांगायचं झालं, तर आपण गुप्तहेर म्हणजे थोड्या उच्च दर्जाचे रखवालदारच असतो, नजर ठेवणं आणि पाहिलेल्या घटनेचा अहवाल देणं हेच आपण करायचं असतं; आपल्या कामात रोमांचक असं काहीही नसतं. ज्यांना रोमांचक घटनांची अपेक्षा असेल, त्यांनी हे पुस्तक दूर ठेवावं आणि दुसरं क्षेत्र धुंडाळावं.'

मॅडम माकुत्सीला नोकरीवर ठेवल्यानंतर लगेचच प्रेश्यसनं तिला लेखकमहाशयांचा हा इशारा वाचून दाखवला होता. तो ऐकतानाही तिचे डोळे काहीतरी वेगळ्याच कल्पनेनं लकाकू लागले होते. तिला या कामातून काहीतरी वेगळीच अपेक्षा होती, हे उघड होतं. अन् आता तर काय, तिच्या समोर साक्षात एक मान्यवर मंत्रिमहोदय आपल्या कौटुंबिक समस्येवर उपाय विचारण्यासाठी बसले होते. त्यामुळे तिच्या मनात आलं असणार, 'आता आपल्याला खऱ्या अर्थानं मोठी केस मिळाली आहे. कुटुंबातली भांडणं, विषप्रयोगाची शक्यता यांसारखे महत्त्वाचे विषय हाताळायला मिळणार, अशी शक्यता निर्माण झालेली असताना मॅडम रामोत्स्वे मात्र त्या अशिलालाच परत पाठवण्याचा विचार करत आहेत. काय म्हणावं या कर्माला!'

मंत्रिमहाशयांच्या कपाळावर आठी उमटली, कारण त्यांचं बोलणं पुरतं ऐकायच्या आतच मॅडमनी त्यांना थांबवलं होतं. अशा प्रकारच्या वागण्याची त्यांना सवय नसावी, हे उघड होतं. मनातल्या रागावर नियंत्रण ठेवण्यासाठी त्यांना मोठा प्रयत्न करावा लागत होता, मॅडम रामोत्स्वेंचं बोलणं ऐकत असताना त्यांचा वरचा ओठ रागानं थरथरत होता, हे मॅडम माकुत्सीनं पाहिलं.

"मी पोलिसांकडे नाही जाऊ शकत," प्रयत्नपूर्वक राग आवरत ते म्हणाले. "पोलिसांना मी काय सांगणार? ते माझ्याकडेदेखील पुरावा मागतीलच ना? ते म्हणतील, 'एखाद्या घरात घुसून तिथल्या बाईला अटक करायला आम्ही गेलो, अन् तिनं म्हटलं, 'मी काही केलेलं नाही' आणि तिच्या नवऱ्यानंही तिचीच बाजू घेतली आणि वर आम्हालाच विचारलं, 'हे काय बरळताय तुम्ही, तुमच्याकडे काही पुरावा

आहे का?' तर आम्ही तोंडघशीच पडणार ना साहेब?''

आपलं बोलणं किती तर्कशुद्ध होतं, या अर्थी त्यांनी तिच्याकडे बघितलं.

''मग? आता पटतंय ना तुम्हाला माझं म्हणणं?'' ते फटकन म्हणाले, ''पोलिसांकडे मला जाता येणार नसेल, तर मग हे काम खासगी गुप्तहेरानंच करायला हवं ना? तुम्ही लोक तेच काम करता ना, मॅडम?''

प्रेश्यसनं त्यांच्या नजरेला नजर भिडवली. आपल्या या कृतीचा अर्थ त्यांना कळावा, अशी तिला अपेक्षा होती. सर्वसामान्यपणे त्यांच्या दर्जाच्या पुरुषाच्या नजरेला नजर भिडवण्याचं धाडस तिनं केलं नसतं. तसं वागणं फार उद्धटपणाचं मानलं गेलं असतं, पण आता काळ बदलला होता. प्रेश्यस रामोत्स्वे आता बोट्स्वानाच्या आधुनिक संघराज्याची एक नागरिक होती. त्याच्या संविधानानुसार प्रत्येक नागरिकाला समान दर्जा देण्यात आलेला होता. अर्थातच त्यामध्ये खासगी महिला गुप्तहेरांचाही समावेश होता. एकोणीसशे सहासष्ट साली जेव्हा ब्रिटिश राज्याचा झेंडा खाली उतरवून, त्या जागी स्वतंत्र बोट्स्वानाचा तेजस्वी निळा झेंडा जनसमुदायाच्या उपस्थितीत चढविण्यात आला, त्या दिवसापासून सर्वांनी संविधानानुसार नियमांचं पालन केलेलं होतं. ही अशी एक घटना होती, जिला संपूर्ण आफ्रिकेत तोड नव्हती. आणखी महत्त्वाची बाब म्हणजे, ती ओबेद रामोत्स्वेंची मुलगी होती. एका अशा माणसाची मुलगी, जो कुठल्याही माणसापेक्षा – मग तो कुठल्या टोळीचा प्रमुख असो वा आणखी कुणी – तसूभरानंही कमी नव्हता. आयुष्याच्या अखेरच्या क्षणापर्यंत त्यानं कुणापुढेही मान तुकवली नव्हती, मग तिनं तरी तसं का करावं?

''एखादं काम स्वीकारायचं की नाही, याचा निर्णय मी स्वतःच घेते, साहेब''. ती म्हणाली. ''मी माझ्याकडे येणाऱ्या प्रत्येक व्यक्तीला मदत करू शकत नाही. जेवढी जमेल, तेवढी मदत मी अवश्य करते. पण एखादं काम माझ्या आवाक्याबाहेरचं असेल, तर मी त्या माणसाला सांगते, 'बाबा रे, मला माफ कर, पण तुझं काम मी नाही करू शकत.' नं. वन लेडीज डिटेक्टिव्ह एजन्सीमधली आमची हीच पद्धत आहे. तुमच्या कामाच्या बाबतीतही मी हेच म्हणेन. जी गोष्ट शोधून काढायची आहे, ती कशी काढायची, हेच मला समजत नाहीये. हा तुमचा अंतर्गत मामला आहे. एक तिऱ्हाईत त्याविषयी काय शोधू शकणार?''

मंत्रिमहाशय काही न बोलता बसून राहिले. त्यांनी मॅडम माकुत्सीकडे बघितलं, पण तिनं नजर खाली वळवली.

''माझ्या ध्यानात येतंय,'' ते म्हणाले. ''तुम्हाला मला मदत करायची इच्छाच नाहीये. काय करणार? माझ्या दृष्टीनं फार खेदाची गोष्ट आहे, असं म्हणेन मी.'' मग क्षणभर ते थांबले बोलायचे. ''मॅडम, मला सांगा, तुमच्याकडे हा व्यवसाय

करायचा परवाना आहे का?''

प्रेश्यसचा श्वास रोखल्यासारखा झाला. ''परवाना? खासगी गुप्तहेर होण्यासाठी परवाना हवा, असा कुठे काही कायदा आहे का?''

मंत्रिमहोदय किंचितसे हसले, पण त्यांची नजर कठोरच राहिली. ''नसेलही कदाचित. मी चौकशी केलेली नाही, पण असूही शकेल. नियंत्रणाविषयी बोलतोय मी मॅडम. आम्हाला धंद्यांवर नियंत्रण ठेवावं लागतं ना. म्हणून तर फेरीवाले, सामान्य उद्योजक वगैरेंसाठी परवाने असतात. लोक ते काम करायला लायक नसतील, तर आम्ही त्यांचा परवाना काढून घेऊ शकतो. ते काम कसं चालतं, त्याची माहिती तुम्हाला असेलच, असं समजतो मी.''

त्या क्षणी प्रेश्यसनं मंत्रिमहाशयांना जे उत्तर दिलं, ते तिचं स्वत:चं नव्हतं; तिच्या मुखानं तिचे वडील, ओबेद रामोत्स्वेच बोलले.

''तुम्ही काय बोलताय, ते माझ्या कानात शिरत नाहीये, साहेब. मला तुमचं बोलणं ऐकू येत नाहीये.''

इतक्यात मॅडम माकुत्सीनं तिच्या टेबलावरचे कागद हलवताना बराच मोठा आवाज केला.

''तुम्ही म्हणताय ते अगदी योग्यच आहे, मॅडम. असं कसं तुम्हाला त्या स्त्रीकडे जाऊन म्हणता येईल की, 'बाई गं, मी असं ऐकलंय की, तू तुझ्या नवऱ्याला विष घालून ठार मारायचा प्रयत्न करत आहेस.' त्याचा काही उपयोग होणार नाही.''

''खरंच आहे,'' प्रेश्यस म्हणाली, ''आपल्या इथे आपण त्या पद्धतीनं काम करत नाही.''

''पण, मॅडम, माझ्या डोक्यात एक कल्पना आलीय,'' मॅडम माकुत्सीनं आपला मुद्दा पुढे रेटला. ''तसं केल्यास आपल्याला माहिती मिळवता येईल.''

मंत्रिमहाशयांनी आता आपला मोहरा मॅडम माकुत्सीकडे वळवला.

''कळू तर द्या तुमची कल्पना काय आहे ते आम्हाला, मॅडम,'' ते म्हणाले.

तिनं आवंढा गिळल्यासारखं केलं. तिच्या मनातल्या हुशारीची चमक तिच्या मोठ्या भिंगांच्या चश्म्यात परिवर्तित झाल्यासारखी वाटली.

''सांगते साहेब,'' ती म्हणाली. ''महत्त्वाची गोष्ट म्हणजे, त्या घरात प्रवेश मिळवायचा आणि तिथल्या नोकरमाणसांना बोलतं करून त्यांच्याकडून माहिती मिळवायची, हे आपल्याला करायला हवंय. शिवाय, त्या बाईच्या हालचालींवरही आपल्याला पाळत ठेवायला हवी. तिच्या मनात काय चाललंय, याचा अंदाज घ्यायला हवा.''

''अगदी बरोबर बोललात तुम्ही,'' ते म्हणाले, ''माझी तुमच्याकडून तीच

अपेक्षा आहे. तिच्या मनात डोकवायचा प्रयत्न करा अन् तिच्या दुष्टपणावर प्रकाश टाका. त्यानंतर माझ्या भावाला ते दाखवून द्या. म्हणावं, 'बघ, तुझ्या बायकोचा दुष्टपणा. कशी ती तुझ्या जिवावर उठली आहे, तुझ्याविरुद्ध कारस्थानं रचते आहे, ते आपल्या डोळ्यांनी बघ.'''

"पण ते तितकं सोपं नाही, साहेब'', मॅडम रामोत्स्वे म्हणाली. "बोलणं फार सोपं असतं; प्रत्यक्षात गोष्टी इतक्या सरळपणे घडत नाहीत.''

"एक मिनिट, मॅडम,'' मंत्रिमहाशयांनी तिला थांबवण्याचा प्रयत्न केला. "तुमच्या हुशार साहाय्यक मॅडमना काय म्हणायचंय, ते तरी ऐकून घेऊ या ना आपण. मला वाटतं, त्यांच्यापाशी खरोखरच काही क्लृप्ती असू शकेल.''

मॅडम माकुत्सीनं आपला चश्मा वर सरकवत त्यांना विचारलं, "त्या घरात नोकरमाणसं असतीलच ना?''

"एक-दोन नाही, चांगले पाच नोकर आहेत'', ते म्हणाले. "शिवाय, घराबाहेरच्या कामांसाठी वेगळे नोकर आहेतच. काही गडी गुरांच्या देखभालीसाठी आहेत. माझ्या वडिलांच्या काळचे काही म्हातारे नोकरही आहेत. त्यांच्याच्यानं आता काही काम होत नाही, पण ते दिवसभर उन्हात बसलेले असतात आपले. माझे वडीलच पोसतात त्यांना. खाऊन-पिऊन चांगले गलेलठ्ठ झालेत सगळे.''

"मला तेच म्हणायचंय'', मॅडम माकुत्सीचा उत्साह दुणावल्यासारखा झाला. "घरातल्या नोकरांना सगळ्या गोष्टींची अगदी बित्तंबातमी असते. मालकाच्या खोलीतली अंथरुणं आवरणाऱ्या बाईला मालकमालकिणीचे संबंध कसे आहेत, ते कळतं; तर जेवण बनवणारीला त्यांच्या पोटांची हालहवाल माहीत असते. घरातल्या नोकरांचं अतिशय बारीक लक्ष असतं. कुठे काय चाललंय, हे त्यांना नेहमी दिसतच असतं. आणि या सगळ्या बातम्या ते एकमेकांना पुरवत असतात. नोकरांना माहीत नाही, असं काहीच नसतं, माझ्यामते तरी.''

"मग तुम्ही माझ्या घरी जाऊन सगळी माहिती काढू शकाल?'' त्यांनी अधीरतेनं विचारलं. "पण ते बोलतील का तुमच्याशी? त्यांना आपली नोकरी जाण्याची भीतीही असतेच ना? काही न बोलता नुसतेच गप्प बसतील एखादे वेळी. 'कुठे काय घडतंय? काहीच नाही', असं उत्तर देतील तुम्हाला.''

"त्याची काळजी तुम्ही करू नका साहेब,'' मॅडम माकुत्सी उत्साहानं म्हणाली. "माणसांना बोलतं करायचं कसब आमच्या मॅडमच्या अंगात पुष्कळ आहे. लोक फार लवकर मोकळेपणानं बोलू लागतात त्यांच्याबरोबर. मी माझ्या डोळ्यांनी पाहिलंय ते. तुमच्या घरी काही दिवस त्यांच्या राहण्याची व्यवस्था करता येईल का तुम्हाला? जमेल ना ते?''

"न जमायला काय झालं!'' ते म्हणाले. "मी माझ्या आईवडलांना म्हणेन की,

माझ्या ओळखीच्या एक बाई आहेत. त्यांनी मला राजकारणात मोठी मदत केलीय. सध्या गॅबोरोनमधलं वातावरण काहीसं अशांत आहे, म्हणून त्यांना काही दिवस बाहेरगावी जाऊन राहायचंय. ते ठेवून घेतील मॅडमना आपल्या घरी. छान बडदास्त ठेवतील त्यांची.''

प्रेश्यस रामोत्स्वेनं आपल्या सेक्रेटरीकडे एक कटाक्ष टाकला. माझ्या कामात माझ्या सेक्रेटरीनं दखल घ्यायचं कारण नाही, असं तिला सुचवायचं होतं. 'खास करून तिच्या नाक खुपसण्यामुळे जर मला नको असलेलं काम स्वीकारायला लागत असेल, तर ते मला मुळीच आवडणार नाही. एकदा बोलायलाच हवं याबाबतीत तिच्याशी,' असा तिनं मनाशी निश्चय केला. पण समोर बसलेल्या शिष्ठ आणि स्वत:ची मनमानी करणाऱ्या आढ्यतेखोर माणसासमोर तिला आपल्या सेक्रेटरीचा अपमान करायचा नव्हता. तिनं त्यांचं काम स्वीकारायचं ठरवलं, पण ते त्यांनी तिला प्रच्छन्न धमकी दिली म्हणून नव्हे, त्याबाबतीत तिनं आवश्यक तेवढा खंबीरपणा त्यांना दाखवलाच होता. तिनं त्यांचं काम करायचं ठरवलं, कारण मॅडम माकुत्सीनं तिला मार्ग सुचवला होता म्हणून!

''ठीक आहे, साहेब,'' ती म्हणाली, ''मी तुमचं काम घेते. पण कृपा करून एक गोष्ट ध्यानात घ्या. माझा हा निर्णय तुम्ही मला जे म्हणालात, खास करून जे माझ्या कानांनी ऐकलंच नाही, त्यामुळे नाही.'' ती बोलायची थांबली. आपल्या बोलण्याचा अर्थ त्यांना चांगला समजावा, अशी तिची इच्छा होती. ''तिथे गेल्यानंतरच काय करायचं ते मी ठरवेन. मात्र, माझ्या कामात तुम्ही दखल देता कामा नये.''

मंत्रिमहाशयांनी उत्साहानं मान डोलावली. ''ते मला मान्य आहे, मॅडम. फार बरं वाटलं, बघा. मगाशी मी जे काही बोललो, त्याबद्दल मी तुमची माफी मागतो. मी तसं बोलायला नको होतं, हे मी मान्य करतो. पण काय करू, मॅडम, माझा तोल सुटला, कारण माझं माझ्या या भावावर फार प्रेम आहे हो. त्याच्या जिवाला भीती नसती, तर मी तुमच्यावर ही जोखीम टाकलीच नसती. मला एवढंच सांगायचं होतं तुम्हाला.''

प्रेश्यसनं पुन्हा एकदा त्यांना न्याहाळलं. खरोखरच या माणसाचं आपल्या भावावर खूप प्रेम होतं, हे तिच्या ध्यानात आलं. ज्या बाईविषयी त्यांच्या मनात दाट संशय होता, अशा बाईबरोबर त्यांच्या लाडक्या भावानं लग्न केलं होतं. साहजिकच त्यांना फार काळजी वाटत होती आपल्या भावाविषयी.

''मगाशी तुम्ही जे काही म्हणालात ते, मी केव्हाच विसरलेय, साहेब,'' ती म्हणाली. ''त्याची काळजी करू नका तुम्ही.''

ते उठून उभे राहिले. ''तुम्ही उद्याच सुरुवात कराल ना कामाला.'' त्यांनी विचारलं. ''मी लगेच सगळी व्यवस्था करतो.''

"नाही," तिनं उत्तर दिलं. "काही दिवस लागतील मला. त्याआधी मला गॅबोरोनमधली काही कामं मार्गी लावायची आहेत, पण तुम्ही चिंता करू नका. तुमच्या या भावाची जबाबदारी मी घेतलीय, असं तुम्ही समजायला हरकत नाही. मला जे काही शक्य असेल, ते सगळं मी करेनच. एकदा आम्ही काम अंगावर घेतलं की, आम्ही त्यात कुठलीही कसूर करत नाही, एवढंच मी तुम्हाला सांगू शकेन आत्ता."

मंत्रिमहोदयांनी भारावल्या मनानं पुढे झुकून तिचा हात हातात घेतला. "फार मोठ्या मनाच्या आहात तुम्ही, मॅडम. तुमच्याविषयी मी जे-जे ऐकलं होतं, त्यातला शब्द न् शब्द खरा आहे, ह्याची मला खात्री पटलीय आज."

मग मॅडम माकुत्सीकडे वळत ते म्हणाले, "आणि तुम्ही मॅडम, तुमच्या हुशारीनं आपण प्रभावित झालो. पुढे कधी काळी तुम्हाला खासगी गुप्तहेर म्हणून काम करायचा कंटाळा आला, तर आमच्याकडे या. तुम्हाला सरकारी नोकरी देऊ आपण. सध्या आमच्याकडे काम करणाऱ्या बहुतेक सगळ्या बायका कुचकामी आहेत. काम करायचं नाही, नुसती नखं रंगवत वेळ काढतात, बघा. मी बघितलंय अनेक वेळा. पण तुम्ही मन लावून काम करणाऱ्या वाटता मला."

प्रेश्यस रामोत्स्वे काहीतरी बोलणार, इतक्यात मंत्रिमहोदय दाराबाहेर पडलेदेखील. त्यांना पाहताच त्यांच्या चालकानं पटकन दार उघडलं आणि ते बसताच खट्दिशी बंदही केलं. त्या दोघींनी ते पाहिलं. मॅडम माकुत्सी गमतीनं म्हणाली, "जर कधीकाळी मी सरकारी नोकरी केली," मग पटकन तिनं पुस्ती जोडली, "म्हणजे माझा तसा काही विचार नाहीये, पण समजा, केलीच; तर मला किती काळानंतर अशी गाडी आणि चालक मिळेल, असं आपलं माझ्या मनात आलं."

प्रेश्यस मोठ्यानं हसली. "ते बोलतात त्या सगळ्यावर विश्वास ठेवू नकोस," ती म्हणाली. "त्यांच्यासारखे पुरुष तोंडाला येईल ती आश्वासनं देत असतात. आणि हा माणूस तर एक नंबरचा मूर्ख आहे माझ्या मते. आणि कमालीचा आढ्यतेखोरही."

"पण ते जे काही सांगत होते आपल्या भावजयीबद्दल, ते तरी खरं असेल ना?" मॅडम माकुत्सीनं काळजीच्या सुरात विचारलं.

"शक्य आहे," प्रेश्यस सावधपणे म्हणाली. "त्यांनी काहीतरी बनावट कहाणी रचलीय, असं नाही म्हणायचं मला. पण आपले क्लोव्हिस अँडरसन काय म्हणतात, ते लक्षात आहे ना? ते म्हणतात, कुठल्याही गोष्टीला नेहमी दोन बाजू असतात. आज आपल्याला समजली ती फक्त एक बाजू. एका मूर्ख माणसाची बाजू."

"आयुष्यातला गुंता वाढतच चाललाय," वैतागून प्रेश्यस स्वत:शीच पुटपुटली. नुकतंच तिनं असं एक काम अंगावर घेतलं होतं, जे सोपं तर नव्हतंच, शिवाय त्यासाठी तिला काही दिवस गॅबोरोनमधून बाहेर जावं लागलं असतं. ते तिच्या दृष्टीनं अवघड होतंच; त्यातच श्री. मातेकोनी आणि त्यांच्या त्लॉक्वेंग रोड स्पीडी मोटर्सची जबाबदारी तिच्यावर येऊन पडल्यामुळे तर तिच्या अडचणींमध्ये भरच पडली होती. भरीत भर म्हणजे तिच्या झेब्रा ड्राइव्हवरच्या घरात जी दोन मुलं राहायला आली होती, त्यांचा दिनक्रम तिला आखायचा होता. रोझ – तिची कामवाली बाई विश्वासू असल्यामुळे तिला थोडा आधार वाटत होता, पण तिच्यावर प्रेश्यसला पूर्ण जबाबदारी टाकणं शक्य नव्हतं.

सकाळी तिनं जी कामांची यादी बनवली होती, त्यातलं पहिलं काम होतं तिचं ऑफिस बदलण्याचं; पण थोडा विचार केल्यानंतर तिला वाटलं, गॅरेजला आपण अग्रक्रम द्यायला हवा, त्यानंतर ऑफिस हलवता येईल. मुलांचा नंबर साहजिकच तिसरा झाला, त्यांच्यापुढे तिनं 'शाळा' हा शब्द ठळक अक्षरात लिहिला आणि त्याखाली तिनं फोन नंबरही लिहिला. त्यापाठोपाठ आली इतर कामं – फ्रिजदुरुस्तीसाठी माणूस बोलावणं, रोझच्या दमेकरी भावाला डॉक्टरकडे नेणं वगैरे आणि सगळ्यात शेवटी तिनं लिहिलं – दुष्ट बायकोसंबंधी माहिती मिळवणं.

"मॅडम माकुत्सी," ती तातडीच्या सुरात म्हणाली, "चल, आता मी तुला गॅरेजकडे घेऊन जाणार आहे. श्री. मातेकोनींच्याा कामात आपल्याला चालढकल करून चालणार नाही. भले, ते विचित्र वागत असले तरी! हंगामी व्यवस्थापक म्हणून लगेचच तू कामाला सुरुवात करायला हवीस. आत्ताच्या आत्ता मी तुला व्हॅनमधून तिकडे घेऊन जातेय."

गॅरेजमध्ये नवं व्यवस्थापन

श्री. मातेकोनींचं त्लॉक्वेंग रोड स्पीडी मोटर्स हे गॅरेज गॅबोरोन शहराच्या व्हिलेज नावाच्या एका विभागात होतं. मुख्य रस्त्यापासून साधारणपणे अर्धा मैल आतल्या बाजूला एक तीन इमारतींचा समूह होता. त्यातल्या एका इमारतीत एक सर्ववस्तूभांडार होतं. तिथे स्वस्तातल्या कपड्यांपासून ते खाद्यपदार्थांपर्यंतच्या सगळ्या वस्तू मिळायच्या. दुसऱ्या इमारतीत बांधकामसाहित्य – लाकूड, छपरासाठी वापरले जाणारे पन्हळीचे पत्रे इत्यादी मिळायचं. श्री. मातेकोनींचं गॅरेज पूर्व दिशेला, पण काहीसं मागच्या बाजूला होतं, कारण त्याच्या पुढच्या बाजूला एक जुनाटसा दिसणारा पेट्रोलपंप होता. गॅरेजच्या आजूबाजूला बरीच काटेरी झाडंही होती. हा पेट्रोलपंपही त्यांच्याच मालकीचा होता. पेट्रोलकंपनीनं खरं म्हणजे त्यांना अनेकदा आश्वासन दिलं होतं की, ते पेट्रोलपंपाचं आधुनिकीकरण करून देतील, पण शहरात कंपनीच्याच मालकीचे अनेक आधुनिक पेट्रोल पंप असल्यामुळे, त्यांनी सोयीस्करपणे आपल्याच आश्वासनाकडे कानाडोळा केला होता. करारामुळे कंपनी श्री. मातेकोनींना पेट्रोल द्यायला बांधील होती. म्हणूनच त्यांना पेट्रोल मिळायचं, पण तेही क्वचितच. बहुतेक वेळा तेलाच्या टाक्यांमध्ये खडखडाटच असायचा.

श्री. मातेकोनींना त्यामुळे फारसा फरक पडायचा नाही. कारण त्यांचे ग्राहक त्यांच्याकडे यायचे, ते त्यांच्या गाड्या दुरुस्त करून घेण्यासाठी. पेट्रोलसाठी ते दुसऱ्या पंपावर जायचे. एक चांगला मेकॅनिक आणि सर्वसाधारण मेकॅनिक, यांच्यातला फरक त्यांच्या गिऱ्हाइकांना माहीत होता. चांगल्या मेकॅनिकला गाडीचं पूर्ण ज्ञान असल्यामुळे इंजिनाच्या आवाजावरूनच त्याला त्याच्या आतला बिघाड समजायचा. या बाबतीत त्याची तुलना एका निष्णात डॉक्टरबरोबर करता आली असती. रुग्णाकडे पाहताक्षणीच अनुभवी डॉक्टरला त्याच्या आजारपणाची कल्पना येते, तोच प्रकार होता.

ते नेहमी आपल्याकडच्या शिकाऊ कामगारांना म्हणायचे, ''इंजिनं तुमच्याशी बोलतात. तुम्ही फक्त लक्ष देऊन ऐकण्याची खोटी असते. त्यांना काय होतंय, ते तुम्हाला लगेचच समजू शकेल.''

अर्थात त्यांच्या या सांगण्याचा त्यांच्या नोकरांवर काहीही परिणाम व्हायचा नाही. त्यांची विचार करण्याची पद्धत एकदमच वेगळी होती; त्यामुळे इंजिनालादेखील दुखतखुपत असेल, त्यालाही मन असतं, त्याच्यावर कामाचा ताण पडत असेल, वगैरे गोष्टी त्यांच्या आकलनशक्तीच्या बाहेरच्या होत्या. अगदी खरं सांगायचं, तर श्री. मातेकोनींनी त्यांना कामावर ठेवलं होतं, कारण त्यामागे त्यांची एक प्रकारची उदात्त विचारसरणी होती. त्यांना अगदी मनापासून वाटायचं की, बोट्स्वानाला भविष्यात चांगल्या मेकॅनिकची फार मोठी गरज भासणार होती. त्यांच्यासारखे मेकॅनिक जेव्हा निवृत्त होतील, तेव्हा देशात मेकॅनिकांचा दुष्काळ पडू नये, म्हणूनच ते या उनाड वृत्तीच्या पोरांवर आपली शक्ती वाया घालवत होते.

''आफ्रिकेत चांगले मेकॅनिक निर्माण झाले नाहीत, तर आफ्रिकेचं काही खरं नाही,'' ते एकदा प्रेश्यसला म्हणाले होते. ''मेकॅनिक लोक देशाच्या प्रगतीसाठी इमारतीच्या पायासारखे असतात. त्याच्यावरती मग इतर लोक येतात – डॉक्टर्स, नर्सेस, शिक्षक वगैरेवगैरे. देशाच्या प्रगतीचा, सुधारणेचा पाया हे मेकॅनिकच असतात. म्हणूनच मेकॅनिक तयार करणं फार महत्त्वाचं असतं.''

त्या दिवशी प्रेश्यस रामोत्स्वे मॅडम माकुत्सीसह त्लॉक्वेंग रोड स्पीडी मोटर्सपाशी आली, तेव्हा त्यांचा एक कामगार एका गाडीत स्टिअरिंग व्हीलवर होता, तर दुसरा ती गाडी वर्कशॉपच्या दिशेनं ढकलत होता. प्रेश्यसची पांढरी व्हॅन गॅरेजजवळ आली, तेव्हा गाडी ढकलणाऱ्या नोकराचं लक्ष त्यांच्याकडे गेलं आणि त्यानं गाडी ढकलणं थांबवलं, त्यासरशी गाडी मागे घरंगळली.

प्रेश्यसनं एका झाडाखाली आपली व्हॅन थांबवली आणि दोघी जणी खाली उतरून ऑफिसच्या दिशेनं चालू लागल्या.

दोघा नोकरांपैकी उंचेलासा असलेला नोकर प्रेश्यसला म्हणाला, ''तुमच्या गाडीचं सस्पेंशन फार खराब झालंय, मॅडम. गाडीच्या मानानं तुमचं वजन फारच जास्त आहे ना, म्हणूनच ती एका बाजूला झुकतेय. आम्ही ठीक करून देऊ का?''

''काही बिघडलेलं नाहीये माझ्या गाडीचं,'' प्रेश्यस रागानं म्हणाली. ''तुमचे साहेबच तर माझी गाडीची काळजी घेतात ना? आजपर्यंत ते कधीच सस्पेंशनबद्दल काही बोलले नाहीत.''

''पण अलीकडे आमचे साहेब काहीच म्हणत नाहीत,'' तो म्हणाला. ''नुसते गप्प बसून असतात.''

मॅडम माकुत्सी चालताना थबकली. आपल्या जाड भिंगांच्या चश्म्यातून त्याच्यावर

नजर रोखत ती म्हणाली, ''माझं नाव मॅडम माकुत्सी. मी इथली हंगामी व्यवस्थापक आहे आजपासून. तुला सस्पेंशनविषयी काही बोलायचं असेल, तर ऑफिसमध्ये ये आणि माझ्याशी बोल. सध्या काय करतोयंस तू त्याबद्दलही सांग मला. ती गाडी कुणाची आहे अन् तू तिच्यावर कसलं काम करतोयस?''

आपल्या साथीदाराचा पाठिंबा मिळवण्याच्या हेतूनं त्यानं मान मागे वळवली.

''पोलीस स्टेशनच्या मागे एक बाई राहते, तिची गाडी आहे ही. चांगल्या चालीची बाई नाही ती.'' असं म्हणून तो वात्रटपणे हसला. ''या गाडीतूनच ती हिंडत असते पुरुषांना घेऊन. आता गाडीच बंद पडल्यामुळे तिची गोची झालीय,'' असं म्हणून तो परत एकदा फिस्सकन हसला.

मॅडम माकुत्सी रागानं लाल झाली. ''गाडी सुरू होत नाहीये, असं म्हणायचंय का तुला?''

''मी तेच तर म्हणतोय,'' तो उद्धटपणानं म्हणाला. ''म्हणून तर मला आणि चार्लीला ट्रक घेऊन जावं लागलं अन् ट्रकला बांधून खेचून आणावी लागली. आता गॅरेजच्या आत ढकलत नेणार आणि इंजीन खोलून बघणार, काय झालंय ते. मोठंच काम असणार बहुतेक. कदाचित नवी स्टार्टर मोटर बसवावी लागेल. खर्चाचं काम आहे. पण काय हरकत नाही. चिक्कार पैसे घेते ती तिच्या दोस्तांकडून. हा!'' स्वारी परत एकदा फिसकली.

मॅडम माकुत्सीनं मुद्दामच चश्मा नाकावरून खाली ओढला आणि त्याच्यावरून नोकरावर आपली नजर रोखत ती म्हणाली, ''अन् गाडीच्या बॅटरीचं काय? ती बघितलीत तुम्ही? कुणी सांगावं, कदाचित बॅटरीत काहीतरी बिघाड असेल. दुसरी बॅटरी लावून पाहिली का?''

''त्याची काही गरज नाही. ही गाडी इतकी जुनी झालीय. दुसरंच काहीतरी कारण असणार.''

''मूर्खासारखं काहीतरी बोलू नकोस,'' ती संतापून म्हणाली. ''गॅरेजमध्ये एखादी चांगली बॅटरी असेल ना? ती आणून लावून बघ आधी.''

त्यानं दुसऱ्या नोकराकडे पाहिलं, तेव्हा त्यानं नुसतेच खांदे उडवले.

''जा. मी सांगतेय तसं कर. ऑफिसमध्ये बरीच कामं करायचीत मला. उठा, कामाला लागा.''

तिच्या सूचनेनुसार कामगारांनी गाडी वर्कशॉपमध्ये नेली आणि दुसऱ्या चांगल्या बॅटरीला गाडीतील बॅटरीच्या तारा जोडल्या. मग वाकडं तोंड करत दोघांपैकी एक जण गाडीत चढला आणि त्यानं गाडीचं इंजीन सुरू केलं, त्याबरोबर गाडी सुरू झाली.

हा सगळा वेळ प्रेश्यस एक शब्दही न बोलता दोघांमधलं संभाषण ऐकत

स्वस्थ उभी होती.

"आणखी थोडी जोरात सुरू कर, म्हणजे ठीक होईल," मॅडम माकुत्सीनं त्याला सांगितलं. "आता गाडीतलं तेल बदल आणि गाडी तिला नेऊन दे. दुरुस्तीला वेळ लागला, त्यासाठी तिची माफी माग अन् तिला हेही सांग की, त्याची भरपाई म्हणून आम्ही तेलाचे पैसे बिलात लावलेले नाहीत."

मग तिनं प्रेश्यसकडे पाहिलं. तिला आपल्या मालकिणीच्या चेहऱ्यावर समाधानाचं हसू दिसलं. "गिऱ्हाइकाला बांधून ठेवणं फार महत्त्वाचं असतं. त्याला खूश ठेवलंत की, तो कायमचा तुमचा होतो. धंद्याच्या बाबतीत हे अत्यंत महत्त्वाचं ठरतं."

"शंकाच नाही," प्रेश्यसनं तिच्या शब्दात शब्द मिळवला. गॅरेज संभाळणं हिला कसं काय जमेल, अशी भीती तिला आधी वाटली होती; पण पहिल्याच दिवशी तिच्या मनातल्या शंका दूर झाल्या.

"तुला गाड्यांची बऱ्यापैकी माहिती आहे का?" श्री.मातेकोनींच्या टेबलावरचे कागद आवरताना तिनं सहजच विचारलं.

"फारशी नाही," मॅडम माकुत्सी म्हणाली, "पण मला टाइपरायटर्स चांगले हाताळता येतात. आणि मला वाटतं, कुठलंही एक यंत्र दुसऱ्या एखाद्या यंत्राहून फार काही वेगळं नसतं. तुम्हाला नाही तसं वाटत?"

प्रेश्यस आणि मॅडम माकुत्सी श्री. मातेकोनींच्या ऑफिसमध्ये बसून त्यांच्याकडील न झालेल्या कामाचा अंदाज बांधण्याचं काम करू लागल्या. त्यांनी त्यांच्या कामगारांपैकी वयानं मोठ्या असलेल्या कामगाराला – चार्लीला ऑफिसात यायला सांगितलं आणि त्याला न झालेल्या कामांची यादी द्यायला सांगितली. त्याच्या सांगण्यावरून त्यांच्या असं लक्षात आलं की, गॅरेजच्या मागच्या बाजूला एकूण आठ गाड्या उभ्या केलेल्या होत्या, कारण त्यांना आवश्यक असलेले नवे भाग वितरकांकडून आलेले नव्हते. काही सुट्या भागांसाठी वितरकांकडे मागणी नोंदवलेलीच नव्हती. त्यांची यादी बनवल्यानंतर मॅडम माकुत्सीनं सगळ्या वितरकांना एकामागोमाग फोन करायला सुरुवात केली.

त्यांच्याशी बोलताना तिनं मुद्दामच चढ्या आवाजात बोलण्याचं धोरण अवलंबलं. "श्री. मातेकोनी फारच संतापले आहेत तुमच्या दिरंगाईच्या वागण्यामुळे. आमचं काम आम्हाला करता आलं नाही, तर आम्ही तुम्हाला पैसे देऊ शकणार नाही, एवढं ध्यानात असू द्या. मी काय म्हणतेय ते तुम्हाला समजतंय ना?"

तिच्या दमदाटीचा योग्य परिणाम झाल्याचं लवकरच प्रेश्यसच्या लक्षात आलं. वितरकांनी त्वरेनं माल पोहोचवायचं आश्वासन तर दिलंच, पण अनेकांनी ते पाळलंही. काही तासाभरांच्या आत काही वितरक स्वत: माल घेऊन हजर झाले.

मॅडम माकुत्सीच्या देखरेखीखाली त्यांचं वर्गीकरण करण्यात आलं आणि ते योग्य जागी ठेवण्यातही आले. यापूर्वी अशा शिस्तबद्धपणे कधीच काम करण्यात आलेलं नव्हतं. मॅडम माकुत्सीची कडक नजर असल्यामुळे दोघा कामगारांनी नवे भाग गाड्यांमध्ये बसवले, इंजिनांची चाचणी घेतली आणि प्रत्येक गाडी तिच्याकडे तपासणीसाठी आणली. तिनंही पुरेसं लक्ष घातलं. कोणते नवे भाग बसवले, काय काम केलं वगैरे चौकशी केली आणि काही बाबतीत तर स्वत:च काही चौकश्याही केल्या. तिला स्वत:ला गाडी चालवता येत नसल्यामुळे ते काम तिनं प्रेश्यसवर सोपवलं आणि तिचं समाधान झाल्यावरच गाडीच्या मालकाला फोन करून काम झाल्याचं कळवलं. 'काम करण्यास सांगितल्यापेक्षा जास्त वेळ लागल्यामुळे आम्ही ठरलेल्या मजुरीच्या निम्मेच पैसे आकारणार आहोत,' असंही तिनं सांगितल्यामुळे सर्व गिऱ्हाइकांचं समाधान झालं; एकच अपवाद निघाला. हे महाशय म्हणाले, "ते काही असलं, तरी मी यापुढे दुसऱ्या गॅरेजमध्ये माझी गाडी नेणार आहे."

"मला वाईट वाटतंय तुमच्या निर्णयामुळे, पण त्यामुळे तुमचंच नुकसान होणार आहे; कारण मग आम्ही तुम्हाला तीन मोफत सेवांचा लाभ देऊ शकणार नाही." तिच्या या क्लृप्तीचा योग्य तो परिणाम झाला. त्यांचं मन तिला वळवता आलं.

"आजचा पहिला दिवस तरी चांगला गेला ना?" मॅडम माकुत्सी म्हणाली. त्या वेळी त्या दोघीच गॅरेजच्या ऑफिसमध्ये काम संपवून बसल्या होत्या. दोघेही थकले-भागलेले कामगार घरी जायला निघाले होते. "आज त्या दोघांनीही भरपूर काम केलं, म्हणून मी त्यांना प्रत्येकी पन्नास पुला बक्षीस म्हणून दिले. खूश झाले त्यामुळे. मला खात्री आहे, यापुढे दोघंही मन लावून काम करतील. त्यांच्यात नक्की सुधारणा होईल, बघालच तुम्ही."

मॅडम रामोत्स्वेच्या चेहऱ्यावरही समाधान दिसलं. "मलाही तसंच वाटतंय. खरंच, तू एक उत्तम व्यवस्थापक आहेस, हे सिद्ध झालं आजच्या तुझ्या कामगिरीवरून."

"थँक यू, मॅडम," मॅडम माकुत्सी आनंदानं म्हणाली. "चला, आपणही निघू या आता. उद्याही चिक्कार कामं उरकायची आहेत आपल्याला."

प्रेश्यसनं तिला आपल्या गाडीतून घरापर्यंत सोडायचं ठरवलं. कामावरून घरी परतणाऱ्या लोकांची गर्दी रस्त्यावर दिसत होती, दाबून प्रवासी भरलेल्या मिनीबसेस एका बाजूला कलंडल्यासारख्या झाल्या होत्या. सायकलींवरही दोन-दोन माणसं बसून जात होती. पादचारीही मजेत हात हलवत, गाणी म्हणत, गप्पा मारत घरी जाताना दिसत होते. यापूर्वीही प्रेश्यसनं मॅडम माकुत्सीला आपल्या व्हॅनमधून घरी सोडलं असल्यामुळे हा रस्ता तिच्या माहितीतला होता. इथली बहुतेक घरं मोडकळीला आलेल्या अवस्थेत होती. घराबाहेर उभी असलेली, विस्फारलेल्या डोळ्यांनी रहदारीकडे

बघणारी अनेक मुलं प्रेश्यसच्या नजरेला दिसली. तिनं आपल्या सेक्रेटरीला तिच्या घराच्या मुख्य दरवाजापाशी सोडलं. मॅडम माकुत्सी त्याला वळसा घालून मागच्या बाजूला गेली. तिचं झोपडीवजा घर ह्याच ठिकाणी होतं, हे प्रेश्यसला माहीत होतं. मॅडम माकुत्सीच्या घराच्या दारात कुणीतरी उभं असावं, असं तिला वाटलं. कदाचित कसलीतरी सावलीही पडली असेल. इतक्यात मॅडम माकुत्सी वळली. 'आपण इथेच थांबून तिला न्याहाळतोय, हे तिनं पाहिलं, तर बिचारीला लाजल्यासारखं होईल,' या विचारानं प्रेश्यसनं गाडी सुरू केली.

तीन जन्मांची कथा

आफ्रिकेतल्या सगळ्याच स्त्रिया घरकामाला बाई ठेवायच्या नाहीत, पण प्रेश्यस रामोत्स्वेचं घर खूप मोठं होतं आणि तिचा स्वत:चा व्यवसायही होता. चांगल्या पगाराची नोकरी असूनही घरी कामासाठी एखादाही नोकर न ठेवणं, हे प्रेश्यसच्या दृष्टीनं अयोग्य होतं. तिच्या मते ते स्वार्थी वागणं होतं. जगात असे अनेक देश आहेत, जिथे परवडत असूनही लोक सगळी कामं स्वत:च करतात, नोकर ठेवत नाहीत, हे तिला माहीत होतं. तिला त्या वागण्यामागचं कोडं अजून उकललेलं नव्हतं. अशा देशातल्या गरीब लोकांनी कामच मिळालं नाही, तर आपलं पोट कसं भरायचं, असा प्रश्न तिला नेहमी पडायचा.

बोट्स्वानातल्या झेब्रा ड्राइव्ह मार्गावरच्या दोन बेडरूम असलेल्या प्रत्येक घरात एखादा तरी नोकर असायचाच. या नोकरांना द्यावयाच्या पगाराबाबत काही कायदेही होते, पण बऱ्याच वेळा लोक ते धुडकावूनही लावायचे. काही लोक नोकरांना वाईट वागणूक द्यायचे; त्यांनी दिवसभर त्यांच्याच घरी राबावं, अशी अपेक्षा ठेवायचे आणि सगळ्यात वाईट गोष्ट, म्हणजे त्यांना पुरेसा पगारही द्यायचे नाहीत. प्रेश्यसच्या अंदाजाप्रमाणे ह्याच प्रकारच्या लोकांची संख्या बोट्स्वानात जास्त होती. नोकरमाणसांची अशा प्रकारची पिळवणूक हा बोट्स्वानावरचा एक कलंकच होता. सर्वसामान्यपणे याविषयी लोक फारसं बोलत नसले, तरी ती वस्तुस्थिती होती, यात शंकाच नव्हती. पूर्वीच्या काळी मासर्वा जमातीच्या लोकांना जवळजवळ गुलामांसारखं वागवलं जायचं. त्याबद्दल कुणी ओझरता उल्लेख केला, तरी लोक अस्वस्थ व्हायचे. कावऱ्याबावऱ्या नजरेनं इकडेतिकडे बघायचे अन् पटकन दुसऱ्याच विषयावर बोलायला सुरुवात करायचे. अजूनही तुरळक का होईना, पण असे प्रकार घडतच होते आणि लोकांना त्याची कल्पनाही होतीच. अर्थात, हे काही फक्त बोट्स्वानातच घडत होतं, अशातला प्रकार नव्हता; आफ्रिकेतल्या सगळ्याच देशांत ते घडत

होतं. गुलामगिरी हा आफ्रिकेत दिसून येणारा सगळ्यात मोठा सामाजिक अन्याय होता. या खंडातले अनेक लोक आपल्याच बांधवांना गुलाम म्हणून विकत होते आणि म्हणूनच प्रचंड मोठ्या संख्येनं गरीब आफ्रिकन माणसं – स्त्रीपुरुष; इतकंच नव्हे तर, लहान मुलंही अत्यंत कमी पगारावर गुलामांचं जिणं जगत होती. शांत, दुर्बल माणसांचा त्यांमध्ये समावेश होता. घरेलू नोकर त्यांच्यापैकीच असायचे.

घरमालकांच्या निष्ठुर वागण्यामुळे प्रेश्यसला अनेकदा आश्चर्याचा धक्का बसायचा. एकदा तिनं असल्या प्रकारची वागणूक तिच्या डोळ्यांनी पाहिली होती अन् तीही तिच्या मैत्रिणीच्या घरात. ही तिची मैत्रीण प्रेश्यसला अगदी सहजपणे म्हणाली होती. "मी माझ्या बाईला वर्षातनं फक्त पाच दिवसांची सुट्टी देते अन् तीही बिनपगारी. अलीकडे ती फारच आळशी झालीय, असं माझ्या लक्षात आलं, तेव्हा मी तिचा पगार निम्म्यावर आणला, माहीत आहे?"

"अन् तरीही ती काम सोडून गेली नाही?" प्रेश्यसनं आश्चर्यानं विचारलं तेव्हा हसून तिची मैत्रीण म्हणाली होती, "जाईल कुठे? तिचं काम मिळावं, अशी वाट पाहणारे कितीतरी लोक आहेत आपल्याकडे अन् हे तिलाही चांगलंच ठाऊक आहे. तिला देतेय त्याच्या अर्ध्या पगारावर मला कुणीही बाई मिळू शकेल, हे तिलाही कळतंयंच की."

मैत्रिणीच्या या वक्तव्यावर प्रेश्यस काहीच बोलली नव्हती, पण त्या क्षणी दोघींमधली मैत्री संपुष्टात आला, अर्थात प्रेश्यसच्या दृष्टीनं, एवढं मात्र खरं. तिच्या मनात असाही विचार आला, एखादी व्यक्ती असं वाईट वागत असेल, तर तिच्याशी मैत्री करणं शक्य होईल का? का असंही घडत असेल की, अशा दुष्ट प्रवृत्तीच्या माणसांची मैत्री तसल्याच प्रकारच्या लोकांशी होत असेल? शक्य आहे! कारण त्यांच्यामध्ये वाईटपणा हाच समान गुण असेल. प्रेश्यसला काही अशी माणसं ठाऊक होती, जी खऱ्या अर्थानं दुष्ट होती. इदी अमीन किंवा हेन्रिक व्हर्वोर्ड हे त्या जातीचे लोक होते. इदी अमीनच्या बाबतीत बोलायचं झालं, तर त्याच्यात काहीतरी मानसिक विकृती असावी. तो हेन्रिक व्हर्वोर्डसारखा उलट्या काळजाचा पशू तर नक्कीच नव्हता. कुणी माणूस या व्हर्वोर्डवर मनापासून प्रेम करू शकेल का कधी? कुणी त्याचा हात कधी हातात घेतला असेल का? असणारच, असं तिनं गृहीत धरलं, कारण त्याच्या अंत्ययात्रेला बरेच लोक हजर होते. पण हेही सत्य होतं, कुणी तेव्हा अश्रू ढाळले नव्हते. थोर वृत्तीच्या लोकांच्या मृत्युसमयी लोक शोक करतात, हेदेखील एक चिरंतन सत्य असतं. या व्हर्वोर्डचेही काही अनुयायी असतीलच आणि त्यातले सगळेच दुष्ट असतील, असंही म्हणता येणार नाही. आता इतक्या वर्षांनंतर दक्षिण आफ्रिकेतली राजकीय परिस्थिती बदलली आहे. ही माणसं अजूनही तिथेच राहत आहेत. त्यांना कदाचित आपल्या दुष्कृत्यांची जाणीवही

झाली असेल. एक गोष्ट खरी की, त्यांच्यापैकी बहुतेकांना लोकांनी क्षमा केली आहे. आफ्रिकेतील सर्वसामान्य लोकांना आपल्या मनात वैरभाव बाळगणं जमतच नाही, काही वेळा ते मूर्खासारखं वागतातही. सगळीकडेच तशी माणसं आढळतात म्हण, पण ते मनात आकस धरून ठेवणाऱ्यांपैकी नाहीत. श्री. मंडेलांनी ही गोष्ट आपल्या वागणुकीतून सगळ्या जगाला दाखवून दिली. मंडेलांचं नाव उच्चारताच प्रेश्यसच्या मनात सर सेरेत्से खामांनीही हजेरी लावलीच. बोट्स्वानाबाहेरील जगाला त्यांच्याविषयी आता फारशी आठवण उरलेली नाही, हे खरं असलं, तरी तेदेखील आफ्रिकेच्या अनेक सुपुत्रांपैकी एक होते, यात शंकाच नव्हती. या थोर माणसानं तिच्या वडिलांशी मोचुडीच्या भेटीत हस्तांदोलन केलं होतं, हा त्यांच्यासाठी एक अपूर्वाईचा क्षण होता. कित्येक वर्षांपूर्वी घडलेला तो प्रसंग तिच्या आठवणीत अजूनही पहिल्यासारखाच ताजा आहे –

रस्त्याकडेला वडिलांचा हात धरून ती उभी होती. सर सेरेत्से खामा गाडीतून उतरताच लोकांनी त्यांना वेढलं. आपली जुनाट हॅट हातात धरून तिचे वडीलही गर्दीत उभे होते. खामांनी तिच्या वडिलांचा हात प्रेमभरानं आपल्या हातात घेतला, तेव्हा तिचाही ऊर अभिमानानं भरून आला होता; त्या प्रसंगी काढलेला फोटो तिनं आपल्या घरात अजूनही जपून ठेवला होता. तो फोटो पाहिला की, प्रत्येक वेळी तिच्या मनात तो प्रसंग जागा व्हायच्या.

प्रेश्यसला वाटलं, कामवाल्या बाईशी वाईट वागणारी माझी मैत्रीण खऱ्या अर्थानं दुष्ट आहे, असं म्हणता येणार नाही. तिच्या घरच्यांशी ती प्रेमानं वागत होती, प्रेश्यसलाही तिनं बऱ्याच वेळा मदत केली होती; पण या बाईसंदर्भात मात्र तिचं वागणं दुष्टपणाचं होतं. प्रेश्यसनं तिच्या कामवालीला पाहिलेलं होतं. मोलेपोलोलेहून आलेली ही बाई स्वभावानं चांगली होती, कष्टाळूही होती; पण तिच्यासाठी प्रेश्यसच्या मैत्रिणीच्या मनात दयामाया नव्हती, हेदेखील खरंच होतं. दुसऱ्याच्या भावभावनांचा, आशाअपेक्षांचा थोडासाही विचार करण्याची क्षमता नसणं, हादेखील एक प्रकारचा अज्ञानीपणाच आहे, असं प्रेश्यसला वाटलं. ती समज असणं ही तिच्या दृष्टीनं नैतिकतेची पहिली पायरी होती. जेव्हा आपण स्वत:ला एखादा माणसाच्या जागी पाहतो तेव्हाच आपल्याला त्याच्या मनाला काय वाटतं ते समजू शकतं. तसं करता आलं, तर दुसऱ्यावर अन्याय करणं, त्याला त्रास देणं, या गोष्टी आपण करणारच नाही. अशा परिस्थितीत दुसऱ्याला त्रास देणं म्हणजे स्वत:लाच त्रास देण्यासारखं होईल.

नैतिकता या विषयावर आत्तापर्यंत बराच खल करून झालेला होता, हे प्रेश्यसला चांगलं माहीत होतं. तिच्या मते हा प्रश्न तसा अगदी साधा आणि सोपा होता. उदाहरणार्थ, बोट्स्वानाची जुनी, परंपरागत नैतिकता. त्यामध्ये दोष काढता

येण्यासारखं काहीच आढळलं नसतं. ते नीतिनियम प्रत्येकानं आचरणात आणले, तर त्याचं वागणं योग्यच असेल. मग त्यानं चिंता करायचं काही कारण उरणारच नाही. तसे याहून वेगळे नीतिनियमही होतेच. उदाहरणार्थ, ख्रिश्चन धर्मात सांगितलेल्या दहा आज्ञा. पुष्कळ वर्षांपूर्वी मोचुडीतील रविवारच्या शाळेत तिनं ते पाठ गिरवले होते. तेही आपल्या परीनं परिपूर्ण होतेच. हे सगळे नीतिनियम एका दृष्टीनं बोट्स्वानाच्या कायद्यांसारखेच होते; त्यांचं पालन करणं हेच योग्य होतं. आपण स्वत:च उच्च न्यायालय आहोत, असं समजून आपणच ठरवायचं, मी अमुक नियम पाळेन आणि तमुक नियम पाळणार नाही, ह्याला काही अर्थ नाही. नीतिनियमांचंही तसंच आहे – त्यांच्यातले सोयीस्कर नियम पाळायचे अन् जाचक नियम टाळायचे, असं म्हणून चालत नाही. मी चोरीचपाटी करणार नाही, पण व्यभिचाराची गोष्ट वेगळी. इतरांनी व्यभिचार करू नये, पण मी मात्र करणार, असं म्हणण्यासारखंच आहे हे!

या विषयावर अधिक विचार केल्यावर तिनं असा निष्कर्ष काढला की, बहुतेक सगळे नीतिनियम माणसाला योग्य मार्गावरून चालायची शिकवण देतात, कारण वर्षानुवर्षांच्या अनुभवांवर, समाजमान्यतेवर ते आधारलेले असतात. प्रत्येक माणूस स्वत:ची अशी स्वतंत्र नीतिमत्ता बनवू शकत नाही, कारण त्याच्यापाशी तेवढा अनुभवच नसतो. मला माझ्या पूर्वजांपेक्षा जास्त समजतं, असं समजण्याचा अधिकार तुम्हाला कुणी दिला? नीतिमत्ता ही सगळ्या समाजासाठी असते, म्हणूनच एकापेक्षा अधिक व्यक्तींचे विचार ती निर्माण करण्यासाठी आवश्यक असतात. आधुनिक नीतिमत्ता ही समाजापेक्षा व्यक्तीला, तिच्या दर्जाला अधिक महत्त्व देते; म्हणूनच ती फार तकलादू, पोकळ आहे. कुठल्याही लोकांना समाजातील वर्गाला त्यांची स्वतंत्र अशी नीतिमत्ता बनवण्याची संधी दिली, तर ते त्यांच्यासाठी सोयीस्कर अशीच नीतिमत्ता बनवतील. ह्या प्रकाराला तिच्या मते एकच नाव होतं – स्वार्थ.

एकदा प्रेश्यसनं जागतिक रेडिओकेंद्रावर एक कार्यक्रम ऐकला होता, त्या वेळी तिचं मन आश्चर्यानं हबकल्यासारखं झालं होतं. त्यातला निवेदक एका अशा प्रकारच्या तत्त्ववेत्त्यांविषयी बोलत होता, जे आपल्याला 'अस्तित्ववादी' म्हणवत होते. त्यांच्या बोलण्यावरून तरी तिला असं वाटलं की, ते फ्रान्समध्ये राहत होते. तुम्हाला ज्या पद्धतीनं जगावंसं वाटेल, तसं तुम्ही जगा, कारण तेच तुमच्या दृष्टीनं सत्य असतं आणि म्हणूनच योग्यही असतं, अशी या फ्रेंच लोकांची विचारसरणी होती. ते सगळं बोलणं ऐकत असताना तिनं तोंडात बोटं घालायची तेवढी ठेवली होती. मग अधिक विचार केल्यावर ती स्वत:शीच म्हणाली होती, 'अशा लोकांना भेटायसाठी तुम्हाला फ्रान्सलाच जायची आवश्यकता नाही; आपल्या इथे बोट्स्वानातही असे अनेक महाभाग आहेतच की!' फार दूरचं उदाहरण कशाला हवं? तिचा पहिला

नवरा – नोते मोकोती त्याच प्रकारातला होता. त्या वेळी तिला त्याच्यासारख्याला काय म्हणतात, हे माहीत नव्हतं, एवढाच काय तो फरक होता! तो इतका स्वार्थी आणि अप्पलपोटा होता की, त्याला दुसऱ्या कुणाचीही, अगदी स्वत:च्या लग्नाच्या बायकोचीही पर्वा वाटली नव्हती. त्याला या अस्तित्ववाद्यांचे विचार पटले असते अन् त्यांनाही त्याचं वागणं गैर वाटलं नसतं. स्वत:च्या गरोदर पत्नीला रात्रीच्या वेळी घरी एकटं टाकून दारूच्या बारमध्ये मजा करायची, तिथे त्याला त्याच्याचसारख्या विचारांच्या पोरीही भेटायच्या, मग काय विचारता? त्याच्यासारख्यांची मजा चालू असते, पण त्याच्यासारख्या आत्मकेंद्री नसलेल्या लोकांचे मात्र हाल होतात.

प्रेश्यस आपल्या कामवालीला या प्रकारच्या स्वार्थी विचारसरणीनं कधीच वागवायची नाही. ती स्वत: ज्या दिवशी झेब्रा ड्राइव्हवर राहायला आली, त्या दिवसापासून रोझही तिच्याकडे काम करत होती. कामधंदा नसलेल्या लोकांचा एक गट होता. ते तिच्यासारख्या नव्यानं राहायला येणाऱ्या लोकांच्या मागावर असायचे, असं प्रेश्यसला समजलं. त्यांना एखाद्या नोकराची गरज असणार, असं गृहीत धरून हा गट बेकार नोकरांना त्यांच्या घरी पाठवायचा. त्याप्रमाणे प्रेश्यस नव्या घरी येऊन काही तास झाले नाहीत, तोच रोझ तिच्या दारात येऊन उभी राहिली.

"तुम्हाला एखाद्या बाईची गरज असेल ना? मी तुमचं सगळं काम चांगलं करेन. मी विश्वासूपण आहे, बाई. तुम्हाला काही काम पडणार नाही. माझ्यावर सगळं काम सोपवलं, तरी मी करेन. लगेच लाग कामाला, म्हटलं तुम्ही, तरी मी तयार आहे, मॅडम."

तिच्याकडे पाहताक्षणीच प्रेश्यसनं तिची पारख केली होती. तिला तिशीच्या वयाची ती बाई बोलायला-चालायला चांगली आणि प्रामाणिकही वाटली. तिनं आणखीही एका गोष्टीची नोंद केली. ही बाई लेकुरवाळी असावी, असा तर्क तिनं केला. तिची एक मुलगी घराच्या फाटकापाशी उभी राहून प्रेश्यसला मोठ्या आशेनं न्याहाळत होती. काय सांगितलं असेल या बाईनं आपल्या मुलीला दारापाशी उभं करताना? "आज काम मिळालं मला, तर रात्रीचं जेवण मिळेल तुम्हा मुलांना. इथे उभी राहा आपल्या पायांच्या चवड्यांवर." पायांच्या बोटांवर उभी राहा, असा सेत्स्वाना भाषेतला एक शब्दप्रयोग होता. काहीतरी चांगलं घडेल, अशी मनात आशा धरणे, असा त्याचा अर्थ होता. गोरे लोकही त्या अर्थी एक वाक्प्रचार वापरायचे – हातांची बोटं एकमेकात गुंफवून उभी राहा.

प्रेश्यसनं फाटकाकडे बघितलं, तर खरोखरच ती मुलगी चवड्यांवर उभी होती. त्या क्षणी तिला उमगलं, आपण एकच उत्तर या बाईला देऊ शकणार होते.

"होय, मला हवीच आहे तुझ्यासारखी बाई. मी तुलाच ठेवेन कामावर."

भारावून जात त्या बाईनं दोन्ही हात जोडले आणि हात हलवून मुलीला

काहीतरी खूण केली. प्रेश्यसच्या मनात विचार आला, 'खरंच, मीच स्वत:ला भाग्यवान समजायला हवं. माझ्या चार-दोन शब्दांनीही कुणालातरी आज इतका आनंद झालाय.'

त्याच दिवशी रोझनं कामाला सुरुवात केली अन् लवकरच आपले शब्द खरे केले. प्रेश्यसनं ज्यांच्याकडून झेब्रा ड्राइव्हवरचं हे घर विकत घेतलं होतं, त्यांनी घराची पार दुर्दशा करून टाकली होती. जिकडे पाहावं, तिकडे धूळच धूळ दिसत होती. पुढच्या तीन दिवसांत रोझनं घर झाडूनपुसून लख्ख तर केलंच, पण घरातील फरश्यांना घासून चमकही आणली. रोझ स्वयंपाकात आणि कपड्यांना इस्त्री करण्यातही तरबेज असल्यामुळे प्रेश्यसच्या घरासंबंधीच्या सगळ्या विवंचना एका झटक्यात दूर झाल्या होत्या.

तिच्या घरामागच्या बाजूला दोन खोल्या नोकरांसाठी म्हणून बांधलेल्या होत्या, तिथे रोझनं आपलं बस्तान हलवलं. या ठिकाणी ती आणि तिची दोन लहान मुलं राहू लागली. त्यांच्याशिवाय तिला आणखीही मुलं होती. तिचा एक मुलगा सुतारकाम करायचा आणि त्याची कमाईपण चांगली असावी; तरीही तिच्यापाशी फारसा पैसा शिल्लक राहायचा नाही, कारण तिच्या एका मुलाला दम्याचा विकार होता आणि त्याच्या औषधपाण्यावर तिला बराच पैसा खर्च करावा लागायचा.

त्या दिवशी मॅडम माकुत्सीला घरी सोडून प्रेश्यस घरी आली, तेव्हा रोझ स्वयंपाकघरात काळं झालेलं भांडं घासत होती. तिनं आपल्या मालकिणीची सौजन्यपूर्वक चौकशी केली आणि म्हणाली, "मी मोथोलेलीला आंघोळ करण्यासाठी मदत केली. आता ती तिच्या धाकट्या भावाला पुस्तक वाचून दाखवतेय. दिवसभर धावल्यामुळे तो आता अगदी दमून गेलाय. झोपेलाच आलाय खरं म्हणजे, पण जेवण व्हायचंय, म्हणूनच स्वारी जागी आहे अजून."

तिच्या गैरहजेरीत मुलांची काळजी घेतल्याबद्दल प्रेश्यसनं तिचे आभार मानले. अनाथाश्रमातून मुलं तिच्या घरी राहायला आली, त्या गोष्टीला आता महिना झाला होता, पण तिला अजूनही त्यांची सवय व्हायची होती. तसं पाहिलं, तर मुलांना संभाळण्यासाठी घरी आणण्याची कल्पना श्री. मातेकोनींची होती. ती प्रत्यक्षात आणण्यापूर्वी त्यांनी तिला विचारलंही नव्हतं की, तिला मुलांची जबाबदारी घ्यायची होती किंवा नाही; पण तिनं ती परिस्थिती आनंदानं स्वीकारली होती आणि मुलांबद्दल तिला प्रेमही वाटू लागलं होतं. चाकांच्या खुर्चीत बसायला लागत असूनही मोथोलेलीनं घरकामात मदत करायला सुरुवात केली होती. गाड्यांच्या दुरुस्तीत तिला मनापासून रस वाटत होता, हे लक्षात आल्यापासून श्री. मातेकोनीही तिच्यावर खूश होते. तिच्या मानानं तिचा धाकटा भाऊ काहीसा अबोल होता. त्याच्या मनाचा अजूनतरी

फारसा थांग लागत नव्हता. पण तसा तो आळशी नव्हता अन् वागण्याबोलण्यात समजूतदारही होता. विचारलेल्या प्रश्नांची तो व्यवस्थितपणे उत्तरं द्यायचा. एवढं असूनही प्रेश्यसला वाटायचं की, त्याला एकटंएकटंच राहायला आवडतं. आपल्या बहिणीबरोबर त्याचं छान जमायचं, पण तिच्यासारखी त्याला मित्रांची संगत नको असायची. कदाचित त्याचा स्वभाव तिच्यापेक्षा लाजाळू असेल, अशी तिनं आपल्या मनाची समजूत घातली.

मोथोलेली आता घराजवळच्याच माध्यमिक शाळेत जाऊ लागली होती. तिचं मन शाळेत रमत होतं. रोज सकाळी तिच्या वर्गातल्या मुलींपैकी एखादी मुलगी प्रेश्यसच्या घरी यायची आणि आपणहून तिला शाळेत न्यायची, हे पाहिल्यावर तिला आश्चर्य वाटलं होतं.

"तुमच्या शिक्षकांनी तुम्हाला सांगितलंय का तिला मदत करायला?" तिनं एका मुलीला विचारलं.

"नाही, नाही, मॅडम," ती म्हणाली. "आम्ही तिच्या मैत्रिणी आहोत ना, म्हणून आम्ही नेतो तिला आमच्याबरोबर."

"खरंच, फार चांगल्या मुली आहात तुम्ही मुली," प्रेश्यस कौतुकानं म्हणाली. "मोठेपणीपण तुम्ही अशाच चांगल्या बायका होणार, याची खात्री आहे मला. फार छान काम करताय तुम्ही."

मुलाला त्यांनी एका प्राथमिक शाळेत घातलं होतं, पण प्रेश्यसची मनापासून इच्छा होती की, श्री. मातेकोनींनी त्याला थॉर्नहिल शाळेत घालावं; पण आता ते त्यांना परवडेल की नाही, याची तिला शंकाच होती. इतर अनेक अडचणींबरोबरच ह्या प्रश्नाचाही निकाल तिलाच लावायला लागणार होता. गॅरेजची व्यवस्था लावायची होती, कामगारांना शिस्त लावणं जरूरीचं होतं, श्री. मातेकोनींच्या घराचं काय करायचं, तो प्रश्न अजून अधांतरीच लोंबकळत होता आणि त्या सगळ्यांच्या जोडीला आता या मुलांचा प्रश्नही होताच. भरीस भर म्हणजे, त्यांच्या दोघांच्या लग्नाचा विषयही परत काढायला हवा होता. इतक्या सगळ्या अडचणींनी तिला सध्या घेरलं होतं की, लग्नाविषयी विचार करण्याचीही तिला धास्ती वाटत होती.

बैठकीच्या खोलीतून ती मुलांच्या खोलीत शिरली, तेव्हा मोथोलेलीच्या खुर्चीजवळ बसून ती सांगत असलेली गोष्ट पूसो ऐकत होता.

"काय, आपल्या भावाला गोष्ट वाचून दाखवणं चाललंय का?" तिनं चौकशीदाखल विचारलं. "चांगली आहे का गोष्ट?"

मोथोलेलीनं वर पाहिलं अन् ती हसली.

"मी गोष्ट नाही वाचून दाखवत आहे, मॅडम. मला म्हणायचंय, ही कुठल्या पुस्तकातली गोष्ट नाहीये. ही गोष्ट मी स्वत: शाळेत लिहिली. ती वाचून दाखवतेय

मी त्याला.''

सोफ्याच्या हातावर बसत प्रेश्यस म्हणाली, ''पुन्हा पहिल्यापासून वाच ना. मलापण ऐकायचीय तुझी गोष्ट.''

'माझं नाव मोथोलेली. वय – तेरा वर्षं, जवळजवळ चौदा. मला एक लहान भाऊ आहे. तो सात वर्षांचा आहे. माझे आईवडील आता या जगात नाहीत, याचं मला दु:ख वाटतं; पण मी आणि माझा भाऊ जिवंत आहोत, हे मी आमचं भाग्यच समजते.

मी एक अशी मुलगी आहे, जिला तीन जन्म लाभले आहेत, असं मी म्हणेन. सुरुवातीला माझ्या पहिल्या जन्मी मी नाटाजवळ असलेल्या माकादिकादी या गावी राहायचे. त्या वेळी माझी आई जिवंत होती आणि आम्ही आमच्या आत्या, काका वगैरेंबरोबर राहत असू. त्या गोष्टीला अनेक वर्षं होऊन गेली. मी तेव्हा खूपच लहान होते. आम्ही सगळे जण रानावनात राहाणारे भटके लोक होतो. जमिनीतली कंदमुळं उकरून काढायची आणि त्यावरच गुजराण करायची, असं आमचं आयुष्य होतं. ही माणसं फार हुशार असूनही कुणाला आवडायची नाहीत

शहामृगाच्या कातडीपासून बनवलेलं एक बांगडीसारखं दिसणारं कंकण माझ्या आईनं मला दिलं होतं. त्यामध्ये शहामृगाच्याच अंड्याची टरफलं शिवलेली होती. अजूनही मी ते माझ्या आईची आठवण म्हणून जपून ठेवलंय.

माझी आई मेल्यानंतर मी माझ्या तान्ह्या भावाचा जीव वाचवला. माझ्या आईच्या प्रेताबरोबर त्यालाही लोकांनी पुरून टाकलं होतं. मी त्याच्या तोंडावरची वाळू माझ्या हातांनी दूर केली आणि पाहिलं, तर त्याचा श्वास चालू होता. मला अजून आठवतंय की, मी त्याला उचलून गवताळ रानातून धावत सुटले ती फक्त रस्ता दिसला, तेव्हाच थांबले. थोड्या वेळानं एक ट्रक वरच्या बाजूनं येताना दिसला. मला पाहिल्यावर त्यानं ट्रक थांबवला आणि आम्हाला फ्रान्सिसटाउनला आणून सोडलं. तिथे नक्की काय घडलं, ते आता मला आठवत नाही, पण असं मात्र माझ्या लक्षात आहे की, मला एका बाईच्या हाती देण्यात आलं. तिनं मला माझ्या भावाबरोबर तिच्या घरामागच्या अंगणात राहण्याची परवानगी दिली. तिथे एक पत्र्याची झोपडी होती. दुपारच्या वेळी तिथे भयंकर उकडायचं, पण रात्री छान गार वाटायचं. माझ्या लहान भावाबरोबर मी तिथेच झोपायचे.

त्या घरातून आम्हाला जे अन्न मिळायचं, ते मी माझ्या भावाला भरवायचे. मी त्यांना थोडीफार मदत करायचे. फार दयाळू माणसं होती ती. मी त्यांचे कपडे धुवायचे, बाहेर तारेवर वाळत घालायचे. काही वेळा त्यांची भांडीपण मी घासायचे, कारण त्यांच्याकडे कामाला कुणी नोकरमाणूस नव्हतं. त्यांच्या अंगणात एक कुत्राही

राहायचा. एकदा तो माझ्या पायाला इतक्या जोरात चावला की, ते पाहून त्या बाईच्या नवऱ्याला फार राग आला. त्यानं एका दंडुक्यानं त्याला इतकं मारलं की, बिचारा कुत्रा मेलाच. माझ्याशी दुष्टपणानं वागण्याची त्याला अशी शिक्षा मिळाली.

मग मी खूप आजारी पडले, तेव्हा त्या बाईनं मला हॉस्पिटलमध्ये नेलं. तिथे मला बऱ्याच वेळा डॉक्टरांनी सुया टोचल्या, माझ्या अंगातलं रक्तही काढून घेतलं, पण ते मला बरं नाही करू शकले. काही दिवसांनी मला चालता येईनासं झालं, तेव्हा त्यांनी मला कुबड्या दिल्या, पण कुबड्या घेऊनही मला चालता येईनासं झालं. त्यानंतर त्यांनी मला चाकांची खुर्ची दिली. आता मी घरी जाऊ शकणार, असं मला वाटलं. मग ती बाई म्हणाली, "मला माझ्या घरात चाकांच्या खुर्चीत बसणारी मुलगी नकोय. फार वाईट दिसेल ते. लोक मला म्हणतील, 'अशा अपंग मुलीला तुम्ही तुमच्या अंगणात का ठेवलंय? किती उलट्या काळजाच्या बाई आहात तुम्ही."

मग काही दिवसांनी तिथे एक माणूस आला. अनाथाश्रमात ठेवण्यासाठी त्याला पोरकी मुलं हवी होती. त्याच्याबरोबर एक सरकारी नोकरी करणारी बाई होती. ती मला म्हणाली, "इतक्या चांगल्या अनाथाश्रमात तुला राहायला मिळणार आहे, म्हणजे तू नशीबवानच आहेस. तुझ्या भावालापण तुझ्याबरोबर घेऊन जा तिथे. खूप मजेत राहू शकाल तिथे तुम्ही." मग ती म्हणाली, "पण एक गोष्ट नेहमी लक्षात ठेवायची – येशू ख्रिस्तावर प्रेम करायचं." मी बरं म्हटलं आणि आम्ही दोघं अनाथाश्रमात राहायला गेलो.

इथे माझ्या पहिल्या जन्माची अखेर झाली. ज्या दिवशी मी अनाथाश्रमात आले, त्या दिवशी माझा पुनर्जन्म झाला. फ्रान्सिसटाउनमधून आम्हाला एका ट्रकमधून तिथे नेण्यात आलं. मागच्या बाजूला बसल्यामुळे मला अतिशय उकडत होतं आणि मी अस्वस्थही झाले होते. मला ट्रकमधून खाली उतरता येईना. बिचाऱ्या ट्रक ड्रायव्हरला समजेना, काय करावं ते, कारण मी माझ्या चाकांच्या खुर्चीत बसलेली होते. त्यामुळे अनाथाश्रमात पोहोचेपर्यंत मला धीर धरवला नाही अन् माझे कपडे ओले झाले. आश्रमातील इतर मुलं कुणीतरी नवीन मुलं आलेली होती, ते पाहाण्यासाठी बाहेर येऊन उभी होती, त्यामुळे मला फार लाजिरवाणं वाटलं. इतक्यात तिथल्या एका बाईच्या लक्षात सगळा प्रकार आला. तिनं मुलांना "खेळायला जा, इकडे काय बघताय," असं सांगून बाजूला पाठवलं. पण ती मुलं वात्रट असल्यामुळे फार लांब न जाता झाडांमागे लपून बसली आणि मला न्याहाळू लागली.

अनाथाश्रमातली सर्व मुलं वेगवेगळ्या छोट्या घरांमध्ये राहायची, एका घरात दहा मुलांची सोय केलेली असायची. आमच्यावर लक्ष ठेवायला, आमची काळजी घ्यायला एक गृहमाता असायची. बहुतेक सगळ्या गृहमाता प्रेमळ स्वभावाच्या

असायच्या. माझ्या गृहमातेनं मला नवे कपडे दिले आणि ते ठेवण्यासाठी एक कपाटही दिलं. याआधी मला कधीच स्वत:चं असं कपाट मिळालेलं नव्हतं, त्यामुळे मला स्वत:चाच अभिमान वाटला. केसांना लावायच्या खास वेगळ्या अशा क्लिपाही मला मिळाल्या. यापूर्वी मला अशा सुंदर वस्तू बघायलाही मिळालेल्या नव्हत्या. रोज रात्री मी त्या माझ्या उशीखाली ठेवायचे. माझ्या दृष्टीनं तीच एक सुरक्षित जागा होती. कधीकधी मला रात्री मध्येच जाग यायची आणि वाटायचं, आपण किती नशीबवान आहोत! काही वेळा मला माझं पूर्वीचं आयुष्य आठवलं की, रडूही येत असे. मला माझ्या काकांची, आत्यांची खूप आठवण येत असे. ते कुठे असतील आता, असा विचार माझ्या मनात येत असे. माझ्या पलंगाजवळच्या खिडकीला जे पडदे होते, त्याच्या फटीतून मला रात्रीच्या वेळी आकाशातले तारे दिसत. ते पाहाताना माझ्या मनात विचार यायचा, तेदेखील हेच तारे पाहात असतील. कदाचित आम्ही एकाच वेळी त्याच ताऱ्यांकडे पाहात असू! कधीकधी मला वाटायचं, त्यांना येत असेल का माझी आठवण? कारण मी त्या वेळी खूप लहान होते आणि मीच त्यांच्यापासून पळून दूर आले होते.

अनाथाश्रमात मी फार सुखात होते. मी सतत काम करत असायचे. माझ्यावर तिथल्या संचालिका खूश असायच्या. एक दिवस त्या मला म्हणाल्या, "तुझं नशीब जोरावर असेल, तर तुला नवे आईवडील मिळतील." त्या माझ्यासाठी प्रयत्न करणार होत्या. पण माझा त्यावर विश्वास नव्हता. आश्रमात इतर अनेक चांगल्या अव्यंग मुली असताना, माझ्यासारख्या चाकांच्या खुर्चीला जखडलेल्या मुलीला संभाळायची जबाबदारी कोण अन् कशाला घेईल? त्या मुलींनाही आईवडील, घर मिळावं अशी इच्छा होतीच की.

पण मॅडम पोतोक्वानींचा अंदाज खरा ठरला. मला मुळीचच वाटलं नव्हतं की, श्री. मातेकोनींसारखे गृहस्थ आम्हा भावंडांना आपल्या घरी घेऊन जातील. पण ते तयार झाले आणि मला फार आनंद झाला. अशा प्रकारे माझा पुन्हा एकदा जन्म झाला.

आम्ही अनाथाश्रमातून त्यांच्या घरी जायला निघालो, तेव्हा तिथल्या लोकांनी आमच्यासाठी एक खास केक बनवला. आम्ही आमच्या गृहमातेबरोबर केक खात असताना ती म्हणाली, "मुलं आम्हाला सोडून त्यांच्या नव्या घरी जातात, तेव्हा आम्हाला फार वाईट वाटतं. घरातल्या एखाद्या माणसाला दुरावताना जसं दु:ख होतं, तसंच वाटतं आम्हाला. पण श्री. मातेकोनी फार चांगले आहेत, हे मला माहीत आहे. सबंध बोट्स्वानात त्यांच्यासारखा माणूस शोधूनही सापडणार नाही. तू खरंच खूप सुखात राहशील तिथे."

म्हणूनच माझ्या धाकट्या भावाबरोबर मी त्यांच्या घरी राहायला गेले. लवकरच

आमची त्यांच्या मैत्रिणीबरोबर गाठ पडली. मॅडम रामोत्स्वेबरोबर ते लवकरच लग्न करणार आहेत. त्या म्हणाल्या, ''मी तुमची आई होणार आहे आता.'' त्या आम्हाला आपल्या घरी राहायला घेऊन आल्या. हे घर मुलांच्या दृष्टीनं श्री. मातेकोनींच्या घरापेक्षा जास्त सोयीचं आहे. माझ्यासाठी इथे स्वतंत्र खोली आहे. मला पुष्कळ नवे कपडेही मिळाले आहेत. बोट्स्वानात त्यांच्यासारखे लोक आहेत, याचा मला फार आनंद होतो. मला इतकं छान घर मिळाल्याबद्दल मी त्या दोघांची ऋणी आहे.

मोठी झाल्यावर मला मेकॅनिक व्हायचंय. श्री. मातेकोनींना मी त्यांच्या गॅरेजमध्ये मदत करेन अन् रात्रीच्या वेळी मॅडम रामोत्स्वेंच्या कपड्यांची दुरुस्ती करेन आणि स्वयंपाकातही त्यांना मदत करेन. त्यांचं वय झालं, ते थकले की, त्यांना माझा अभिमान वाटेल आणि ते माझ्याबद्दल प्रेमानं म्हणतील, ''आमची ही मुलगी खूप चांगली आहे आणि बोट्स्वानाची एक आदर्श नागरिकही आहे.''

हीच माझ्या आयुष्याची कथा. मी या देशातली एक सामान्य मुलगी आहे. मला तीन जन्म मिळाले, त्याबद्दल मी स्वत:ला भायवान समजते. बहुतेकांच्या वाट्याला एकच आयुष्य लाभतं.'

मोथोलेलीची गोष्ट संपल्यावर सगळीकडे शांतता पसरली. तिच्या भावानं तिच्याकडे पाहिलं आणि तो हसला. त्याला वाटलं, 'आपल्याला इतकी हुशार बहीण लाभली, याबद्दल आपणच भाग्यवान आहोत. माझ्या बहिणीचे पाय देव ठीक करेल, अशी मला आशा वाटते.' प्रेश्यसनं मोथोलेलीकडे प्रेमानं पाहिलं आणि तिच्या खांद्यावर हात ठेवला. तिच्या मनात विचार आला, 'मी या मुलीला प्रेमानं संभाळेन. आता ही माझीच मुलगी आहे.' घराच्या मार्गिकेमध्ये उभी राहून रोझही तिची गोष्ट ऐकत होती. तिची नजर तिच्या पायांकडे गेली. तिच्या मनात आलं, 'किती छान पद्धतीनं ह्या मुलीनं आपल्या आयुष्याची – तिच्या तीन आयुष्यांची गोष्ट सांगितलीय.'

औदासीन्याचा परिणाम

दुसऱ्या दिवशी सकाळी उठल्याबरोबर प्रेश्यसनं पहिलं काम काय केलं असेल, तर श्री. मातेकोनींना त्यांच्या घरी फोन केला. सकाळी फोन करायचा अन् थोडा वेळ गप्पा मारायच्या, असा आता दोघांमध्ये प्रघातच पडून गेला होता. विशेषत: त्यांचं लग्न ठरल्यापासून. सर्वसाधारणपणे श्री. मातेकोनीच तिला फोन करायचे. ते सकाळी बरेच लवकर उठत, पण त्यांना थोडा वेळ आपल्या मनाला आवर घालावा लागायचा. प्रेश्यसला सकाळचा पहिला चहा – तिचा आवडता बुश टी बागेत बसून प्यायला आवडतो, हे त्यांना माहीत होतं. तेवढी वाट पाहिल्यानंतर ते तिला फोन करायचे आणि बोट्स्वानाच्या पारंपरिक रिवाजाप्रमाणे तिला विचारायचे, ''मी श्री. मातेकोनी बोलतोय, मॅडम, रात्री झोप चांगली लागली ना?''

त्या दिवशी प्रेश्यसनं फोन केला, तेव्हा फोनची घंटा जवळजवळ मिनिटभर वाजली आणि मगच श्री. मातेकोनींचा आवाज तिला ऐकू आला.

''श्री. मातेकोनीच ना? मी बोलतेय. कसे आहात तुम्ही? रात्री झोप लागली ना व्यवस्थित?'' तिनं चौकशी केली.

पलीकडच्या बाजूनं येणारा आवाज तिला एखाद्या गोंधळून गेलेल्या माणसाच्या आवाजासारखा वाटला. आपण त्यांना झोपेतून उठवलं, याची तिला जाणीव झाली.

''हो, हो. बरोबर. आलं ध्यानात. माझी झोप झालीय आता. मीच बोलतोय,'' ते म्हणाले.

तिनं पुन्हा एकदा त्यांना तेच प्रश्न विचारले. सकाळच्या वेळी भेटल्यावर समोरच्या माणसाला, 'रात्री झोप लागली का?' असं विचारण्याची पद्धतच होती. ती पाळणं प्रेश्यसच्या दृष्टीनं महत्त्वाचं होतं. जुनीच परंपरा असली, तरी ती योग्य असल्यामुळे मोडणं बरं नव्हे, असं तिला वाटलं.

''नसावी, असं वाटतं मला,'' थंड सुरात त्यांनी उत्तर दिलं. ''रात्रभर डोक्यात

कसले ना कसलेतरी विचार येत राहिले, त्यामुळे झोप कशी ती लागलीच नाही. मला वाटतं, इतर लोकांची झोपून उठायची वेळ झाली, त्या वेळी माझा डोळा लागला असावा. फार थकल्यासारखं वाटतंय त्यामुळे मला आत्ता.''

''अरेरे! हे काही ठीक झालं नाही. मी उगीचच झोपेतून उठवलं तुम्हाला. मला वाटतं परत झोपावं तुम्ही. झोप नाही झाली पुरी, तर माणसानं जगायचं कसं, नाही का?''

''ते मलादेखील समजतंय की,'' काहीशा त्रासिकपणे ते उद्गारले. ''अलीकडे माझा तोच तर प्रयत्न चालू असतो. झोप लागावी म्हणून मी जे जमेल ते, सुचतील ते प्रयत्न करून पाहात असतो, पण काही केल्या झोप लागत नाही म्हणजे नाहीच. असं वाटतं, माझ्या खोलीत एखादं जनावर आहे, अन् ते मला झोपूच देत नाहीये. सारखं ढोसत राहतं मला मी झोपू नये म्हणून.''

''जनावर आहे खोलीत, असं वाटतं तुम्हाला?'' प्रेश्यसनं काळजीच्या सुरात विचारलं. ''कोणतं जनावर आहे, असं वाटतं तुम्हाला?''

''खरोखरीचं जनावरबिनावर काही नाहीये हो माझ्या खोलीत. निदान मी दिवा लावतो, तेव्हा तरी नसतं. मला आपलं तसं वाटतं, एवढंच म्हटलं मी. खरोखरचं कुणी जनावर नाहीये माझ्या खोलीत,'' तिला समजावल्यासारख्या सुरात ते म्हणाले.

काही न बोलता प्रेश्यस थोडा वेळ बसून राहिली. मग तिनं त्यांना विचारलं, ''तुमची तब्येत तर ठीक आहे, ना? तुम्हाला काहीतरी होत असावं, असं मला वाटतं.''

तिचं बोलणं उडवून लावल्यासारखं करत ते म्हणाले, ''मला काही एक झालेलं नाहीये. मी आजारी तर मुळीचच नाहीये. माझं हृदय व्यवस्थित काम करतंय, माझा श्वासोच्छ्वास ठीक होतोय. पण माझ्या मागच्या विवंचनांमुळे माझं डोकं कामातून गेलंय, असं वाटतंय मला. माझा भूतकाळ लोकांना कळेल, अशी भीती वाटतेय मला. तसं झालं, तर मात्र मी पार संपूनच जाईन.''

कपाळाला आठ्या घालत प्रेश्यसनं प्रश्न केला, ''लोकांना समजेल म्हणजे काय? कुणाला काय समजेल, असं म्हणायचंय तुम्हाला?''

आवाजाची पट्टी खाली आणत त्यांनी उत्तर दिलं, ''मी काय म्हणतोय ते तुम्हाला चांगलं ठाऊक आहे. तुम्हाला सगळंच तर माहीत आहे.''

''हे पहा, श्री. मातेकोनी, मला तुमच्याविषयी काहीही माहीत नाही,'' प्रत्येक शब्दावर जोर देत ती म्हणाली. ''तुम्ही काहीतरी फार विचित्र बोलताय, एवढंच मला कळतंय, दुसरं काही नाही.''

''हं! तोंडानं तुम्ही असं म्हणताय खरं; पण मी जे काही बोलतोय, त्याचा अर्थ तुम्हाला चांगलाच ठाऊक आहे, हे काय मला समजत नाही का? माझ्या पूर्वायुष्यात

मी काही फार वाईट कृत्यं केली आहेत. ती आता उघडकीला येणार आणि पोलीस मला अटक करणार, हे मला पूर्णपणे ठाऊक आहे. मला शिक्षा होणार, तुम्हाला त्यामुळे फार लाजिरवाणं वाटणार, ह्याची मला खात्री वाटतेय.''

तिच्या कानांनी जे काही ऐकलं, त्यामुळे तिचा आवाजच आत ओढल्यासारखा झाला. आपण जे ऐकलं, त्यावर विश्वास तरी कसा ठेवायचा, असा प्रश्न तिला पडला. श्री. मातेकोनींनी खरंच असाकाही भयंकर गुन्हा केला असेल का, जो त्यांनी तिच्यापासून लपवून ठेवला होता? अन् आता तो गुन्हा उघडकीला येण्यासारखी परिस्थिती निर्माण झाली होती का? तिचा त्यावर विश्वास बसणं कठीणच होतं. त्यांच्यासारखा सज्जन माणूस लबाडीनं, अप्रामाणिकपणे वागेल, यावर विश्वास ठेवणं तिला कठीण वाटलं. पण कधीकधी अतिशय चांगल्या माणसांनीसुद्धा पूर्वी कधीतरी भयंकर कृत्य केलेलं असण्याची शक्यता नाकारता येत नाही. तिनं केव्हातरी ऐकलेलं होतं की, प्रत्येकानं आपल्या आयुष्यात एखादी तरी लाजिरवाणी कृती केलेलीच असते. एकदा बिशप माखुलुंनी महिला मंडळात याच विषयावर एक भाषण दिलं होतं, ते तिनं ऐकलेलं होतं. ते म्हणाले होते, ''आजपर्यंत मला असा एकही माणूस भेटलेला नाही, अगदी चर्चमध्येसुद्धा, ज्यानं असं एकही कृत्य केलेलं नाही की, ज्याचा त्याला पश्चात्ताप होत नाही. अगदी संतांनीही काही वेळा वाईट कृत्यं केलेली होती. संत फ्रान्सिसनी एकदा एका कबुतराला पायदळी तुडवलं होतं – छे: शक्य नाही वाटत! पण त्यांनी काहीतरी पाप केलंच होतं, ज्यामुळे त्यांना खूप वाईट वाटलं होतं.''

ती स्वत:ही कितीतरी वेळा इतरांशी वाईट वागली होती. त्याविषयीची आठवणसुद्धा तिला नकोशी वाटायची. तिच्या आठवणीतली पहिली अशी गोष्ट तिनं तिच्या वयाच्या सहाव्या वर्षी केलेली होती. तिच्या एका मैत्रिणीकडे एक छानसा गुलाबी रंगाचा फ्रॉक होता. तिला त्या मैत्रिणीचा फार हेवा वाटायचा, कारण तिच्याकडे तसा फ्रॉक नव्हता. एकदा त्या हेव्याचं रूपांतर मत्सरात झालं आणि त्यापोटी तिनं मैत्रिणीच्या फ्रॉकवर मधासारखा चिकट पदार्थ मुद्दाम सांडून तो खराब केला होता. तिची ती मैत्रीण अजूनही गॅबोरोनमध्येच राहत होती. हिऱ्यांचं वर्गीकरण करणाऱ्या एका माणसाबरोबर तिचं लग्न झालेलं होतं. प्रेश्यसला ती अधूनमधून दिसायचीही. कधीकधी प्रेश्यसला वाटायचं, आपण आपल्या मैत्रिणीला सांगून टाकावं की, तिसाहून अधिक वर्षांपूर्वी मी तुझा एक फ्रॉक खराब केला होता, पण तेवढं धाडस तिच्यानं करवलं नव्हतं. पण ज्या-ज्या वेळी तिची ही मैत्रीण प्रेश्यसला भेटल्यावर प्रेमानं अभिवादन करायची, त्या-त्या वेळी प्रेश्यसला तो जुना प्रसंग आठवायचा, एवढं मात्र खरं! प्रेश्यस स्वत:शीच म्हणायची, कधीतरी सांगून टाकलं पाहिजे तिला. कधी तर तिच्या मनात यायचं, आपण बिशप माखुलुंजवळ आपल्या पापाची

कबुली द्यावी अन् त्यांनाच विनंती करावी की, तुम्ही माझ्या मैत्रिणीला माझ्यावतीनं असं पत्र लिहा – माझ्या चर्चमधली एक स्त्री तिनं तुमच्याशी केलेल्या दुष्कृत्याबद्दल तुमची माफी मागू इच्छिते. ही घटना घडून अनेक वर्षं होऊन गेली. तुम्हाला तुमचा एक गुलाबी फ्रॉक...

'श्री. मातेकोनींनीपण असंच काहीतरी केलं असेल. कदाचित त्यांच्या हातून कुणाच्यातरी कपड्यांवर इंजिनात घालावयाचं तेल सांडलं असेल. तसं असेल, तर त्यांनी काळजी करायचं कारण नाही. तसं पाहिलं, तर या जगात असे फारच थोडे अपराध किंवा गुन्हे असतात, 'ज्यांचं परिमार्जन करता येत नाही,' अपवाद म्हटलं तर खून वगैरे. बहुतेक अपराध तर इतके क्षुल्लक असतात की, ते करणाऱ्याला उगीचच अपराधी वाटत असतं. त्यानं इतकी वर्षं त्रास करून घेण्यासारखं त्यात काही नसतंच मुळी. आणि काही गंभीर अपराधांच्या बाबतीतसुद्धा असं म्हणता येईल की, जर गुन्हेगारानं माफी मागितली, तर त्याला समोरचा माणूस सहज माफ करेल. आपण श्री. मातेकोनींना समजावलं पाहिजे, रात्रीच्या वेळी तुम्ही असल्या फालतू गोष्टींचा विचार करत बसलात, तर तुम्हाला त्या अव्वाच्या सव्वा मोठ्या वाटणारच.'

"हे बघा, आपण सगळ्यांनी आपल्या आयुष्यात कधी ना कधी काही ना काही चुका किंवा अपराध केलेले असतात," ती त्यांची समजूत घालण्याच्या हेतूनं म्हणाली. "तुम्ही काय, मी काय किंवा मॅडम माकुत्सी काय; एवढंच कशाला, अगदी पोपनीदेखील काहीतरी चुका केलेल्याच असतात. आपल्यापैकी कुणीतरी असं म्हणू शकेल का की, मी अगदी सर्वगुणसंपन्न आहे? आपण मनुष्यप्राणी असेच असतो, बरं का? तेव्हा तुम्ही उगीच काळजी करता कामा नये. तुमच्या हातून काय चूक घडलीय, तेवढं मला सांगा, म्हणजे झालं. मी तुम्हाला माफ करते की नाही ते बघाच तुम्ही. माझ्यावर विश्वास ठेवा तुम्ही."

"छे: छे:," हताशपणे मान हलवत ते म्हणाले, "मी तसं नाही करू शकत. तुम्हाला ते कसं सांगायचं, कुठून त्याची सुरुवात करायची, तेदेखील मला समजत नाहीये. जर तुम्हाला सगळं कळलं, तर तुम्ही परत माझं तोंडदेखील पाहणार नाही. खरंच, मी तुमच्या योग्यतेचाच नाही. मॅडम, तुम्ही फार श्रेष्ठ आहात माझ्यापेक्षा."

आता मात्र आपल्या मनावर ताबा ठेवणं प्रेश्यसला कठीण जाऊ लागलं. आपल्याला राग येणार, आपला तोल जाणार, असं तिला वाटू लागलं. "तुम्ही काहीतरीच बोलत आहात. तुम्ही माझ्या योग्यतेचे नाही, असं तुम्हाला का वाटतंय? नक्कीच तुमची योग्यता खूप जास्त आहे, निदान माझ्यामते तरी. मी काय एक सामान्य स्त्री आहे. तुमचा स्वभाव चांगला आहे, तुम्ही एक उत्तम दर्जाचे मेकॅनिक आहात, लोकांना तुमच्याबद्दल आदर वाटतो. ब्रिटिश उच्चायुक्तांसारखा माणूस आपली गाडी तुमच्याकडेच दुरुस्तीला आणतो ना? अनाथाश्रमाला गरज भासली

की, ती मंडळी तुमच्याकडेच धावत येतात ना? तुमचं गॅरेज छान चाललंय. मला तर या गोष्टीचा अभिमान आणि धन्यता वाटते की, माझं तुमच्याशी लग्न होणार आहे. आणखी काय हवंय तुम्हाला?''

ती एवढं आश्वासक बोलली, पण त्यावर त्यांनी काहीच प्रतिसाद दिला नाही. थोड्या वेळानं ते परत तेच म्हणाले, ''पण तुम्हाला खरंच ठाऊक नाही, मी किती वाईट माणूस आहे ते. मी तुम्हाला कधी त्याविषयी बोललेलोच नाही ना.''

''ठीक आहे. आत्ता सांगून टाका सगळं. मी चांगली खंबीर मनाची आहे, बोला तुम्ही.''

''कसं सांगू मी? तुम्हाला फार मोठा धक्का बसेल.''

परतपरत आपण दोघं तेच तेच बोलत होतो, यातून काही निष्पन्न होणार नाही, असं तिला वाटू लागलं, म्हणून तिनं विषयच बदलला.

''बरं, ते जाऊ दे, मला तुमच्या गॅरेजबद्दल सांगायचं होतं. तुम्ही कालही गेला नव्हतात आणि परवादेखील. मॅडम माकुत्सी गॅरेजची व्यवस्था बघतेय हल्ली, पण ते फार दिवस चालणार नाही.''

''ती बघतेय गॅरेजकडे, यात मला आनंदच वाटतोय,'' अगदी निर्विकारपणे श्री. मातेकोनी म्हणाले. ''नाही तरी माझी प्रकृती तेवढी ठीक नाहीच आहे. काही दिवस मी घरीच राहीन, असं म्हणतो. तिला जमेल सगळं. माझ्यावतीनं तिचे आभार माना, म्हणजे झालं.''

प्रेश्यसनं एक दीर्घ श्वास घेतला. ''तुम्हाला खरंच बरं वाटत नाहीये, श्री. मातेकोनी. तुम्ही एखाद्या डॉक्टरला का नाही दाखवत तुमची तब्येत? माझ्या ओळखीचे एक डॉक्टर आहेत. त्यांच्याशी मी तुमच्याबद्दल बोललेही आहे. डॉ. मोफ्फॅट तुम्हाला भेटायला तयार आहेत. त्यांनाही वाटतं, तुम्ही त्यांना भेटावं, असं.''

''पण मला कुठे काय झालंय? चांगला हातीपायी धड आहे मी. मला नाही भेटायचं या डॉक्टरांना. ते काय सांगणार मला? काही उपयोग होणार नाही त्याचा.''

फोनवर एवढं बोलणं झाल्यानंतरही तिला समाधान वाटलंच नाही. मनाचा अस्वस्थपणा कमी व्हावा, म्हणून तिनं स्वयंपाकघरातच थोड्या फेऱ्या मारल्या. डॉ. मोफ्फॅटनी तिला श्री. मातेकोनींबाबत जे सांगितलं होतं, ते खरंच होतं, हे तिला पटलं. त्यांना औदासीन्याचा विकार घडला होता. पण तिला आता त्यांची जास्तच काळजी वाटू लागली. तशी तिला पक्की खात्री होती की, त्यांच्यासारखा माणूस कधीच काही वेडंवाकडं कृत्य करणार नाही, पण कुणी सांगावं? खरं पाहिलं, तर त्यांच्या हातून कुणाचा खून वगैरे होईल, याची सुतराम शक्यता नव्हती; पण खरोखरच त्यांनी एखादा खून केला असेल तर? तिला ते समजलं, तर तिच्या त्यांच्याविषयीच्या भावना बदलतील? का ती स्वतःलाच समजावेल की, त्यात

त्यांची काही चूक नसणार म्हणून? कदाचित स्वत:चा बचाव करण्यासाठीच त्यांनी समोरच्या माणसावर हातातल्या हातोडीनं वार केला असेल, असा युक्तिवाद ती त्यांच्याबाबत करेल का? बहुतेक वेळा स्त्रिया किंवा तरुण मुली अशाच प्रकारे आपल्या खुनी नवऱ्याच्या किंवा प्रियकराच्या वागण्याचं समर्थन करतात अन् तेही अगदी नाइलाजास्तव. आपल्या नवऱ्यानं कुणाचा खून केलाय, ही वस्तुस्थिती त्या कधीच स्वीकारू शकत नाहीत. आपल्या खुनी मुलाची बाजू त्याची आई घेते, तीही याच प्रकारे. 'लोक समजतात, तसा माझा मुलगा मुळीच नाही', असं त्या अगदी आग्रहानं सांगतात. अर्थात एका आईच्या दृष्टीनं तिचा मुलगा नेहमी लहानच असतो. तो इतरांसाठी वयानं मोठा झालेला असतो, तरी तिच्यासाठी तो अजूनही लहान बाळच असतो. अशी लहान बाळं कधी कुणाचा खून करतील का? शक्यच नाही.

तिला एका गोष्टीची मात्र पूर्ण खात्री होती की, नोते मोकोतीसारखा माणूस खून करू शकला असता अन् तोही अगदी थंड डोक्यानं, कारण त्याच्या ठायी कुठल्याही कोमल भावना मुळातच नव्हत्या. एखाद्याचा सहजपणे हात हलवावा, तितक्याच सहजपणे नोते एखाद्या माणसाचा खून करेल आणि तिथून निघून जाईल, हे तिला अशक्यप्राय वाटलं नाही. कितीतरी वेळा त्यानं तिला अतिशय निर्दयपणे मारहाण केली होती. त्यानंतर एकदाही त्याला पश्चात्ताप झाल्याचं तिला त्याच्या वागण्यातून जाणवलं नव्हतं. एकदा तर त्यानं अगदी कळसच गाठला होता. नेहमीपेक्षा जास्तच जोरानं त्यानं तिला मारलं, तेव्हा तिच्या भुवईवर खोक पडल्यासारखी जखम झाली, भळभळा रक्त येऊ लागलं; तेव्हा एखाद्या डॉक्टरनं रुग्णाच्या जखमेकडे पाहावं, तितक्याच थंडपणे तो तिला म्हणाला होता, "बरंच जोरात लागलेलं दिसतंय. हॉस्पिटलमध्ये जाऊन मलमपट्टी करून घे. काळजी घेतलेली बरीच."

नोते मोकोतीच्या प्रकरणाविषयी ती जेव्हा विचार करायची, तेव्हा तिला फक्त एकच गोष्ट बरी झाली, असं वाटायचं. तिचे वडील जिवंत होते, तेव्हाच तिच्या लग्नाची अखेर होऊन ती परत आली होती. त्यामुळे त्यांना एकच समाधान लाभलं होतं की, त्यांच्या लाडक्या प्रेश्यसला त्यानंतर तरी छळ सोसावा लागणार नव्हता. अर्थात तिच्या लग्नानंतर दोन वर्षं ती नोतेबरोबर राहत असताना त्यांना पुष्कळच मानसिक त्रास झाला होता. ती कायमची घरी परत आली अन् तिनं त्यांना सांगितलं की, नोते तिला सोडून निघून गेला होता; तेव्हादेखील एका शब्दानंही त्यांनी तिला तिच्या मूर्खपणाची जाणीव करून दिली नव्हती. ते तिला एवढंच म्हणाले होते, "तू इकडे निघून ये, पोरी, तुझी काळजी घ्यायला मी समर्थ आहे. यापुढे तरी तुला कसलाही त्रास होणार नाही, अशी आशा आपण करू या." नेहमीप्रमाणे त्याही प्रसंगी ते अतिशय सुसंस्कृतपणे वागले होते. रडत ती त्यांच्या मिठीत शिरली, तेव्हा ते इतकंच म्हणाले होते, "आता त्या माणसाची कसलीही भीती मनात बाळगू

नकोस तू. माझ्या इथे अगदी सुरक्षित आहेस तू.''

नोते मोकोती आणि श्री. मातेकोनी यांमध्ये जमीनअस्मानाचा फरक होता. नोतेनं गुन्हे केले होते, श्री. मातेकोनींनी नाही. मग ते का सारखंसारखं त्यांच्या दुष्कृत्यांबद्दल बोलत होते, ह्याचा तिला अर्थ कळेना. तिनं एक निर्णय घेतला. एखाद्या प्रश्नाची उकल तिच्याच्यानं होणार नाही, असं वाटलं की, ती त्यावर एक हमखास उपाय करायची. बोट्स्वाना बुकसेंटरमध्ये जाऊन माहिती काढायची. याही वेळी तेच करायचं तिनं ठरवलं.

मुलांना रोझच्या हवाली करून तिनं घाईघाईनं न्याहारी केली आणि ती घराबाहेर पडली. मुलांकडे अधिक लक्ष द्यावं, असं तिला खूप वाटत असूनही सध्याच्या विलक्षण गुंतागुंतीच्या प्रसंगांमुळे तिचा नाइलाज झाला होता. श्री.मातेकोनींच्या समस्येमुळे तिला इतर अडचणींना मागे सारावं लागलं होतं. बाकीची कामंही तातडीनं करायला हवीच होती. शिवाय सगळ्या जबाबदाऱ्या तिला एकटीनंच पार पाडायच्या होत्या.

स्टँडर्ड बँकेच्या मागील बाजूला आपली पांढरी व्हॅन उभी करून प्रेश्यस तिच्या आवडीच्या दुकानात शिरली. इथे वेगवेगळ्या विषयावरची पुस्तकं डोळ्यांखालून घालायला तिला मनापासून आवडायचं. एखादं छोटंसं पुस्तक विकत घेण्यासाठी ती या दुकानात शिरली, तरी तासभर वेळ ती इथे आरामात घालवायची. आज मात्र आकर्षक चित्रांची मासिकं तिला खुणावत असूनही तिनं आपला मोर्चा दुकानातील कर्मचाऱ्याकडे वळवला आणि व्यवस्थापकाविषयी चौकशी केली. ''मला सांगा ना तुमचं काम,'' ती प्रेश्यसला म्हणाली, पण प्रेश्यस आपल्या मतावर ठाम राहिली. ती साहाय्यिका तरुणी बोलण्यात सभ्य वाटली, तरी तिच्यापेक्षा अधिक वयाच्या जबाबदार माणसाशी बोलणं तिला महत्त्वाचं वाटलं. ''नाही, मला व्यवस्थापकांशीच बोलायचंय. जरा नाजूक विषयावर बोलायचंय.''

तिला पाहताच व्यवस्थापकांनी तिची सौजन्यानं चौकशी केली आणि विचारलं, ''आज इथे तुम्ही गुप्तहेर म्हणून आलायंत की...?''

त्यावर हसून ती म्हणाली, ''नाही नाही. मला एका नाजूक विषयावरचं पुस्तक हवंय. ते शोधून द्यायला तुम्ही मदत करावी, अशी माझी इच्छा आहे. मी तुमच्याशी खासगीत बोलू शकते का?''

''का नाही, मॅडम,'' ते म्हणाले. ''कुठलाही दुकानदार गिऱ्हाइकांनी निवडलेल्या पुस्तकांबद्दल दुसऱ्या माणसाबरोबर चर्चा करणार नाही, याची मी तुम्हाला खात्री देतो. त्याबाबतीत आम्ही अगदी दक्ष असतो.''

''फारच छान वाटलं मला,'' प्रेश्यस म्हणाली. ''मला 'औदासीन्य' नावाच्या आजारपणावर एखादं पुस्तक असेल तुमच्याकडे, तर हवं होतं. तुम्ही ऐकलंय का

अशा पुस्तकाविषयी?''

होकारार्थी मान हलवत दुकानदार म्हणाला, ''तुम्ही काही काळजी करू नका मॅडम. माझ्याकडेच आहे या विषयावरचं पुस्तक. पण मला वाईट वाटतं, कारण हा आजार तसा साधा नाही. फार त्रास सहन करावा लागतो रुग्णाला.''

आपलं बोलणं कुणी ऐकत नाही ना, ह्याची खात्री करून घेण्यासाठी प्रेश्यसनं मान मागे वळवून पाहिलं आणि ती म्हणाली, ''मला स्वत:ला हा त्रास होत नाहीये. श्री. मातेकोनींना हा आजार असावा, अशी मला शंका आहे.''

तिला पुस्तकांच्या कपाटाकडे नेत असताना प्रेश्यसला त्यांच्या चेहऱ्यावर सहानुभूती दिसली. त्यांनी एका कोपऱ्यातील कपाटातून एक लाल रंगाचं मुखपृष्ठ असलेलं बारकंसं पुस्तक काढलं.

''तुम्हाला ह्या पुस्तकाची गरज आहे. ह्याच्या मलपृष्ठावरचा मजकूर तुम्ही वाचा, म्हणजे तुम्हाला कळेल की, ह्या पुस्तकाचा अनेक रुग्णांना खूप फायदा झाला आहे. मला श्री. मातेकोनींबद्दल फार वाईट वाटतं. ह्या पुस्तकामुळे त्यांना नक्की पुष्कळ फायदा होईल.''

''खरंच, खूप मदत झाली मला तुमच्या सल्ल्यामुळे,'' प्रेश्यसनं त्यांचे आभार मानत म्हटलं. ''या देशात तुमच्या दुकानासारखी दुकानं आहेत, ही माझ्यासारख्या वाचकांसाठी केवढी मोठी गोष्ट आहे.''

पुस्तकाचे पैसे देऊन प्रेश्यस बाहेर पडली, ती त्याची पानं चाळतच. त्यातल्या एका पानावरील मजकुरानं तिचं इतकं लक्ष वेधून घेतलं की, ती चालायची थांबली.

'तीव्र औदासीन्याचं एक महत्त्वाचं लक्षण म्हणजे, या रुग्णाला असं वाटत राहतं की, त्यानं एखादा भयंकर मोठा गुन्हा वा अपराध केलेला आहे किंवा त्याच्यावर प्रचंड मोठा कर्जाचा बोजा आहे, जे त्याला फेडणं अशक्य आहे. या भावनेच्या जोडीला आणखी एका भीतीनं त्याला ग्रासलेलं असतं. ती म्हणजे आपण काहीही काम करण्यास पात्र नाही. त्याला वाटत असणारी गुन्ह्याविषयीची भीती अनाठायी असते, हे उघडच असतं; पण त्याची कितीही समजूत काढायचा प्रयत्न इतरांनी केला, तरी त्याला ते मुळीच पटत नाही.'

प्रेश्यसनं हा परिच्छेद परत एकदा वाचला अन् तिच्या मनातल्या आशेला जणू उधाणच आलं. औदासीन्यावरील पुस्तक वाचून कुणा वाचकाच्या मन:स्थितीत इतका फरक पडेल, अशी अपेक्षा लेखकानं स्वप्नातही केली नसेल, पण प्रेश्यसच्या बाबतीत मात्र ते घडलं. आता तिची निश्चितपणे खात्री पटली की, श्री मातेकोनींच्या हातून कुठलाही अपराध घडलेला नसणार. ते अगदी शंभर टक्के प्रामाणिक होते. म्हणजे आता तिनं एकच गोष्ट करायची होती. त्यांना डॉक्टरांकडे घेऊन जायचं आणि त्यांच्यावरील उपायांना सुरुवात करायची. तिनं पुस्तक मिटून त्याच्या मलपृष्ठावरच्या

सारांशावरून नजर फिरवली, तेव्हा दोन शब्दांनी तिचं लक्ष वेधून घेतलं. हा सहज बरा होऊ शकणारा आजार... त्या शब्दांनी तिच्या आशा आणखीनच पल्लवित झाल्या. यापुढे काय करायचं, ते तिच्या लक्षात आलं. त्याच वेळी तिला असंही वाटलं, आपल्यापुढे अनेक कामांची यादी आहे हे खरं असलं, तरी त्यातली कुठलीच कामं अशक्य कोटीतली नाहीत.

बोट्स्वाना बुक सेंटरमधून निघाल्यावर तिनं आपला मोर्चा थेट श्री. मातेकोनींच्या गॅरेजकडे वळवला. गॅरेज उघडलेलं होतं, हे पाहूनच तिला हायसं वाटलं. ऑफिसच्या बाहेर उभी राहून मॅडम माकुत्सी कॉफी पीत होती. दोघंही कामगार तेलाच्या पिपावर बसलेले होते. एक सिगारेट फुंकत होता, तर दुसऱ्याच्या हातात थंड पेयाचा ग्लास होता.

"इतक्या सकाळी सकाळी तुम्ही नुसते बसून काय राहिला आहात?" तिनं नाराजीच्या सुरात विचारलं.

"तसं नाही मॅडम," मॅडम माकुत्सीनंच उत्तर दिलं. "आमचं दोन अडीच तास काम करून झालंदेखील. सकाळी सहा वाजताच आम्ही तिघं हजर झालो इथे आणि तेव्हापासून भरपूर काम उरकलंय आम्ही."

"होय मॅडम," त्यांच्यापैकी एक जण म्हणाला. "पुष्कळच कामाचा फडशा पाडलाय आम्ही. मॅडम, तुम्हीच सांगा ना आम्ही कायकाय काम केलंय ते", मॅडम माकुत्सीकडे पाहात तो म्हणाला.

तेवढ्यात दुसऱ्यानं मॅडम माकुत्सीची स्तुती करत म्हटलं, "ह्या मॅडमना गाड्यांच्या दुरुस्तीतलंपण पुष्कळ समजतं, मॅडम. आपल्या साहेबांपेक्षाही जास्त."

त्याचं बोलणं ऐकून मॅडम माकुत्सी जोरात हसली आणि म्हणाली, "तुम्हा पोरांना बायकांची स्तुती करायची सवयच झालीय, पण मी त्याला फसणार नाही, एवढं लक्षात ठेवा. मी इथे एक हंगामी व्यवस्थापक म्हणून काम करायसाठी आले आहे, केवळ एक बाई म्हणून नाही."

"पण आम्ही सांगतोय ते खरंच आहे, मॅडम," पहिला म्हणाला. "त्यांना स्वतःच्या तोंडानं सांगायचं नसेल, तर ठीक आहे, पण मी नक्कीच सांगेन. आपल्या इथे एक गाडी चार-पाच दिवस उभी होती. प्रिन्सेस मरिना हॉस्पिटलमधल्या एका वरिष्ठ परिचारिकेची गाडी आहे ती. काय वजनदार बाई आहे रे बाबा ती! तिच्याबरोबर नृत्य करायचं धाडस आपण तरी नाही रे बाबा करणार!"

"तीच तुला नाही म्हणेल, बरं का"! फटकन् मॅडम माकुत्सीनं त्याचं तोंड बंद करण्यासाठी म्हटलं. "नृत्य करण्यासाठी तिला हॉस्पिटलमधले डॉक्टर्स आणि त्यांच्यासारखे उच्च दर्जाचे पुरुष भेटत असताना; ती तुझ्यासारख्या कळकट,

चिकट कामगाराबरोबर कशाला नृत्य करेल?''

मॅडम माकुत्सीनं केलेला अपमान हसण्यावारी नेत तो पुढे बोलू लागला, ''तर मी काय सांगत होतो, मॅडम, त्या परिचारिकाबाई आपली गाडी घेऊन आल्या, तेव्हा म्हणाल्या, 'रस्त्यात मधून-मधून गाडी बंद पडते. मग काही वेळानं मला पुन्हा सुरू करावी लागते. थोड्या वेळानं पुन्हा तोच प्रकार घडतो.'

''आम्ही गाडी खोलून बघितली. मी चालू केली, तर व्यवस्थित सुरू झाली. मी जुन्या विमानतळापर्यंत गेलो, मग लोबात्से मार्गावरही गेलो, तर काहीच झालं नाही. गाडी अगदी ठीक चालत होती. बंद नाही पडली की, काही नाही. पण या बाई मात्र म्हणायच्या की, गाडी वारंवार बंद पडते, म्हणून मी गाडीतले स्पार्क प्लग बदलले आणि गाडी चालवून पाहिली. या वेळी गाडी गोल्फ क्लबच्या सर्कलपाशीच बंद पडली. मग थोड्या वेळानं आपोआप सुरू झाली आणि त्यानंतर त्या बाईंनी सांगितली, ती मजेशीर गोष्ट घडली. गाडी बंद पडताक्षणी गाडीचे वायपर चालू झाले, पण मी तर त्यांना हातही लावलेला नव्हता.

''आज सकाळी मी या मॅडमना त्याबद्दल सांगितलं. मी म्हणालो, 'किती गंमतशीर आहे बघा ही गाडी, मॅडम. मध्येच थांबते काय, मग आपोआप चालू काय होते.'

''तेव्हा मॅडम गाडीपाशी आल्या आणि त्यांनीपण इंजिनात डोकावून पाहिलं. स्पार्क प्लग नवीन होते, बॅटरीपण नवीनच होती. मग त्यांनी गाडीचं दार उघडलं, गाडीत बसल्या अन् असं काही तोंड वाकडं केलंय त्यांनी! 'अरे, या गाडीच्या आत मला उंदरांचा वास येतोय. खोटं नाही सांगत, नक्की आत कुठेतरी उंदीर आहेत.'

''मग मॅडमनी इकडेतिकडे पाहिलं. गाडीच्या सीट्सखाली पाहिलं, पण तिथे काही उंदीर दिसले नाहीत. त्यानंतर त्यांनी डॅशबोर्डच्या खाली पाहिलं अन् त्या जोरजोरात आम्हाला दोघांना हाका मारायला लागल्या. 'अरे इथे बघा, उंदरांनी मोठं घरच बनवलंय आणि त्यांनीच इलेक्ट्रिकच्या तारांवरचं प्लॅस्टिकचं आवरण कुरतडून काढलंय. हे पाहा.'

''आम्ही दोघांनी पाहिलं, तर खरोखरच त्या महत्त्वाच्या तारा होत्या. त्यांच्यामुळेच इंजीन सुरू होतं. त्यातल्या दोन तारा एकमेकींना चिकटल्या होत्या, कारण त्याच ठिकाणचं आवरण उंदरांनी कुरतडून टाकलेलं होतं. जेव्हा तारा एकमेकींना चिकटायच्या, तेव्हा इंजीन बंद पडायचं आणि विजेचा प्रवाह वायपर्सकडे जायचा अन् त्यांची हालचाल सुरू व्हायची. मधल्या काळात उंदीर गाडीतून निघून गेले होते, कारण गाडी गॅरेजमध्ये आणली गेली होती. मॅडम माकुत्सींनी उंदरांचं घर खेचून बाहेर काढलं आणि फेकून दिलं. मग त्यांनी तारांवर चिकटपट्टी लावली. आता गाडी छान चालते आहे. याचं एकच कारण आहे की, या मॅडम मस्त गुप्तहेर आहेत.''

''त्या नुसत्या गुप्तहेर नाहीत, तर मेकॅनिक गुप्तहेर आहेत,'' पहिल्याहून

आपण वरचढ आहोत, असं दाखवायचा प्रयत्न दुसऱ्यानं केला. ''त्या कुणाही पुरुषाला खूश करतील, पण तो बिचारा पार थकूनही जाईल, असं मला वाटतं.''

''पुरे झाली बडबड,'' खेळकरपणे मॅडम माकुत्सीनं त्यांना चोख उत्तर दिलं. ''आता कामाला लागा. अन् एक गोष्ट ध्यानात ठेवा. मी इथे काही काळासाठी व्यवस्थापक म्हणून काम करायला आलेय. तुम्ही बारमध्ये ज्या मुलींबरोबर मौजमजा करता, त्यांच्यापैकी मी नाही. उठा आता. आराम पुष्कळ झाला.''

प्रेश्यस हसून म्हणाली, ''शोध लावण्याचं कसब तुझ्यात नक्कीच आहे, असं दिसतंय. गुप्तहेर असणं आणि मेकॅनिक असणं यांमध्ये फारसा फरक नसावा कदाचित, नाही का?''

दोघी जणी ऑफिसमध्ये गेल्या, तेव्हा प्रेश्यसच्या हेदेखील लक्षात आलं की, मॅडम माकुत्सीनं तिथल्या प्रचंड पसाऱ्याला बराच आवर घातला होता. श्री. मातेकोनींच्या टेबलावर अजूनही अनेक कागद दिसत होते, पण त्यांची वेगवेगळ्या गठ्ठ्यांत विभागणी करण्यात आलेली दिसत होती. गिऱ्हाइकांना पाठवायच्या बिलांचा एक गठ्ठा, तर वितरकांकडून आलेल्या बिलांचा दुसरा गठ्ठा, अशी विभागणी केलेली दिसत होती. वितरकांकडून आलेल्या कॅटलॉगांची रवानगी एका फायली ठेवलेल्या कपाटावर झाली होती. त्यांच्या टेबलाच्या मागील बाजूला असलेल्या एका फळीवर गाड्यांविषयीची मासिकं ठेवलेली होती. ऑफिसच्या दुसऱ्या एका कोपऱ्यात एक पांढरा फळा मॅडम माकुत्सीनं ठेवला होता. त्यावर मध्ये एक उभी रेघ मारून दोन स्तंभ दाखवले होते. एकाचं शीर्षक होतं, दुरुस्तीसाठी आलेल्या गाड्या आणि दुसऱ्याचं शीर्षक होतं, दुरुस्त झालेल्या गाड्या.

''आमच्या बोट्स्वाना सेक्रेटरिअल कॉलेजमध्ये आम्हाला शिकवण्यात आलं होतं की, आपल्या कामामध्ये योग्य अशी व्यवस्था असायला हवी. त्यामुळे आपण आपल्या कामाच्या संदर्भात नक्की कुठे आहोत, ते आपल्याला समजतं आणि आपल्या कामात गडबडघोटाळा होत नाही.''

''तू म्हणतेस ते मला पटतंय,'' प्रेश्यसनं तिला दुजोरा देत म्हटलं. ''त्या लोकांना व्यवसाय कसा करायचा, ह्याचं चांगलंच ज्ञान असलं पाहिजे.''

मॅडम माकुत्सीचा चेहरा आणखीनच उजळल्यासारखा झाला. ''अजून एक गोष्ट तुम्हाला सांगावीशी वाटतेय मला,'' ती म्हणाली. ''तुमच्यासाठी एक यादी तयार करावी, असं वाटतंय मला.''

''कसली यादी?''

''ही पाहा'' असं म्हणून मॅडम माकुत्सीनं एक लाल रंगाची फाइल तिच्यापुढे सरकवली. ''या फाइलमध्ये मी तुमच्यासाठी बनवलेली यादी ठेवलीय. रोज मी यादीवर एक नजर टाकेन आणि त्यात आवश्यक ते बदल करेन. या यादीत तीन

स्तंभ दिसतील तुम्हाला. तातडीनं करायची कामं, कमी तातडीची कामं आणि पुढे कधीतरी म्हणजे सावकाशीनं करायची कामं.''

प्रेश्यसनं एक सुस्कारा सोडला. तिला आणखी एका यादीची गरज नव्हती, पण तिला मॅडम माकुत्सीला नाउमेदही करायचं नव्हतं; कारण गॅरेज कसं चालवायचं, हे तिला चांगलं समजत होतं.

फाइल उघडत ती म्हणाली, ''या कल्पनेबद्दल तुझे आभार मानायला हवेत. माझ्यासाठी यादी करायला तू आधीच सुरुवात केलेली दिसतेयंस.''

''हो, मॅडम,'' मॅडम माकुत्सी म्हणाली, ''आज मॅडम पोतोक्वानींचा फोन आला होता. त्यांना श्री. मातेकोनींबरोबर बोलायचं होतं. 'ते आलेले नाहीत,' असं मी त्यांना म्हटलं, तेव्हा त्या म्हणाल्या, 'मला नाही तरी तुमच्या मॅडमशीपण बोलायचंच आहे, तर तू त्यांना फोन करायला सांग.' त्या फोनचा उल्लेख मी फारसा महत्त्वाचा नाही, या स्तंभात केलाय.''

''करते मी फोन त्यांना,'' प्रेश्यस म्हणाली. ''मुलांच्या संदर्भात असणार बहुतेक. मी लगेचच फोन करून टाकते.''

मॅडम माकुत्सी त्यानंतर वर्कशॉपमध्ये गेली. तिनं कामगारांना कामाविषयी दिलेल्या सूचना प्रेश्यसला ऐकू आल्या. वंगणाचे डाग पडलेला फोन तिनं उचलला आणि मॅडम माकुत्सीनं लिहून ठेवलेल्या क्रमांकावर फोन केला अन् घंटा वाजायला लागताच यादीतल्या एकमेव कामावर लाल रंगानं काम केल्याची खूणही केली.

मॅडम पोतोक्वानींनी फोन उचलला आणि प्रेश्यसचे आभारही मानले. ''मुलं ठीक आहेत ना?'' त्यांनी प्रेमानं चौकशी केली.

''हो. आता छान रुळली आहेत दोघं जण,'' प्रेश्यस आनंदी सुरात म्हणाली.

''छान. मॅडम, मी तुम्हाला एक विनंती करू का?'' त्यांनी विचारलं, तेव्हा प्रेश्यसला आठवलं, अनाथाश्रमाचं कामकाज याच पद्धतीनं चालायचं. काही गरज लागली की, त्या योग्य माणसाला फोन करत असत आणि तो माणूसही त्यांना शक्य ती सगळी मदत करायच्या. मॅडम सिल्व्हिया पोतोक्वानींना कुणीच नाही म्हणू शकायचं नाही

''सांगा मला, मॅडम. तुमचं काम मी नक्की करेन.''

''एकदा इथे येऊन तुम्ही माझ्याबरोबर चहा प्यावा, अशी माझी इच्छा आहे'', त्या म्हणाल्या. ''आजच दुपारी जमलं, तर बरं होईल. मला ना तुम्हाला काहीतरी दाखवायचंय.''

''काय आहे ते सांगितलंत, तर बरं होईल, नाही का?''

''नाही मॅडम,'' त्या म्हणाल्या. ''असं फोनवर नाही सांगता येणार मला. थोडा गुंतागुंतीचा मामला आहे. तुम्ही येऊन प्रत्यक्षच पाहिलेलं बरं.''

अनाथाश्रमात

मॅडम पोतोक्वानींचा अनाथाश्रम शहरापासून साधारणपणे वीस मिनिटांच्या अंतरावर होता. प्रेश्यस रामोत्स्वे त्या ठिकाणी पूर्वी अनेक वेळा गेलेली होती. अर्थात, श्री. मातेकोनींइतकी ती वरचेवर तिथे जात नसे. त्यांना तिथे बऱ्याच वेळा जावं लागायचं, ते तिथल्या कुठल्या ना कुठल्यातरी यंत्राची दुरुस्ती करण्यासाठी. अनाथाश्रमातला जुना कूपनलिकेवरचा पंप आणि मॅडम पोतोक्वानींची मिनीबस यांसाठी तर त्यांना हमखास बोलावणं धाडलं जायचं. कितीही वेळा बोलावलं, तरी ते कुरकूर करायचे नाहीत, त्यामुळे अनाथाश्रमातली प्रत्येक व्यक्ती त्यांच्याकडे आदरानं बघायची तसे सर्वांच्याच दृष्टीनं ते आदरणीय होते.

प्रेश्यसला मॅडम पोतोक्वानींबद्दल प्रेम वाटायचं. त्या तिच्या आईच्या दूरच्या नात्यातल्या होत्या. बोट्स्वानातल्या समाजाचं हे वैशिष्ट्यच होतं. इथे खरोखरच बहुतेक सगळ्या लोकांचं एकमेकांशी कुठून ना कुठून नातं लागायचंच. परकीयांना लवकरच ही गोष्ट ध्यानात यायची; कारण ते एखाद्या माणसाबद्दल दुसऱ्याजवळ थोडं जरी वाईट बोलले, तरी लवकरच त्यांच्या लक्षात यायचं की, ते जे काही म्हणाले होते, ते त्या माणसाच्या दूरच्या नातलगापाशीच.

प्रेश्यस अनाथाश्रमात पोहोचली, तेव्हा मॅडम पोतोक्वानी त्यांच्या ऑफिसच्या बाहेरच उभ्या होत्या. त्यांनी तिला तिची गाडी सिरिंगा नावाच्या डेरेदार झाडाच्या सावलीत उभी करायला सांगितली आणि मग तिला घेऊन त्या ऑफिसात शिरल्या.

"हल्ली काय भयानक उकडायला लागलंय म्हणून सांगू, मॅडम रामोत्स्वे, पण तुम्हाला चिंता करायचं कारण नाही, कारण माझ्याकडे एक अतिशय वेगवान पंखा आहे. सगळ्यात जास्त वेगानं तो फिरला, तर हवाच काय, माणसंसुद्धा उडून जातील त्याच्या झोतानं. फार उत्तम शस्त्र आहे हं, हे माझ्याकडचं," त्या गमतीनं म्हणाल्या.

"माझ्यावर तो प्रयोग करू नका, म्हणजे झालं," प्रेश्यस म्हणाली, तरी क्षणभर तिच्या मनानं कल्पनाराज्यात भरारी मारलीच. आपल्याला मॅडम पोतोक्वानींनी ऑफिसच्या बाहेर उडवून लावलंय, आपला स्कर्ट वाऱ्यानं फडफडतोय आणि आपण उंच आकाशातून खाली बघतोय आणि जमिनीवर चरणाऱ्या गायी माना उंचावून आश्चर्यानं आपल्याकडे बघताहेत.

"ती काळजी तुम्ही करू नका. तुम्ही मला हव्याशा वाटणाऱ्या लोकांपैकी आहात. उगीचच लुडबूड करणारे लोक मला आवडत नाहीत. मी अनाथाश्रम कसा चालवावा, याचा फुकटचा उपदेश हे लोक मला करत असतात. काही वेळा भेटतात असे महाभाग आम्हाला. नको त्या गोष्टीत नाक खुपसणारे लोक. त्यांना वाटतं, अनाथ मुलांविषयी त्यांना खूप कळतं, पण प्रत्यक्षात तसं नसतं. मला कुणी विचारलं, तर मी उत्तर देईन, जर कुणाला या पोरक्या मुलांविषयी सगळ्यात जास्त माहिती असेल, तर ती माझ्या त्या मदतनीस बायकांना," असं म्हणून त्यांनी खिडकीबाहेर बोट दाखवलं. तिथे दणकट बांध्याच्या, निळ्या रंगाचा गणवेश घातलेल्या दोन स्त्रिया आपल्या हाताला धरून लहान मुलांना चालायला शिकवत होत्या. त्या चिमण्या मुलांचे छोटे हात त्यांनी घट्ट धरले होते आणि गोड आवाजात त्यांच्याशी बोलत त्या त्यांना पावलं टाकायला उत्तेजन देत होत्या.

"मला म्हणायचंय ते हेच," मॅडम पोतोक्वानी म्हणाल्या. "या बायकांना मुलांची मनं समजतात. कुठल्याही प्रकारच्या मुलाला त्या संभाळू शकतात. एखाद्या मुलाची आई गेल्यानंतर त्याला इकडे पाठवण्यात येतं. आईच्या आठवणीनं ते पोर सारखं रडत असतं. त्याला याच बायका जीव लावतात. काही बिघडलेली मुलंही असतात. त्यांना चोरी करायला शिकवलेलं असतं; तर आणखी एखादं पोर इतकं वाह्यात असतं की, ते मोठ्या माणसांचा आदर तर ठेवत नाहीच, उलट वाईट भाषा बोलत असतं. अशा सर्व प्रकारच्या मुलांना ह्या बायका प्रेमानं संभाळत असतात."

"खरंच, अशा चांगल्या स्वभावाच्या बायका मदतीला आहेत, म्हणूनच मुलं सुखात असतात इथे," प्रेश्यस म्हणाली. "ती जी दोन मुलं श्री. मातेकोनींनी आणि मी संभाळायला नेली आहेत, ती मला सांगत होती की, इथे असताना ती अगदी सुखात होती असं. कालच मोथोलेलीनं मला तिनं तिच्या शाळेत लिहिलेली एक गोष्ट वाचून दाखवली. तिच्या या जन्मकथेत तिनं तुमचा उल्लेख केलाय, मॅडम."

"ती इथे सुखात होती, हे ऐकून मला आनंद वाटतोय," मॅडम पोतोक्वानी म्हणाल्या. "माझ्यामते फारच शूर मुलगी होती ती," असं म्हणून त्या बोलायच्या थांबल्या. "पण आज मी तुम्हाला या मुलांविषयी बोलण्यासाठी नाही बोलावलं. इथे एक फार विचित्र घटना घडलीय. इतकी विचित्र अन् जगावेगळी की, आमच्या गृहमाता पार गोंधळून गेल्या आहेत. म्हणून तुमचा सल्ला घ्यावा, असा विचार

माझ्या मनात आला. तुमचा नंबर मिळवण्यासाठीच मी श्री. मातेकोनींना फोन करत होते.''

हात पुढे करून त्यांनी प्रेश्यससाठी कपात चहा ओतला. मग त्यांच्याजवळच्या बशीतल्या केकचा भला मोठा तुकडा कापून प्रेश्यससमोर ठेवला. ''हा केक आमच्या अनाथाश्रमातल्या मोठ्या मुलींनी बनवलाय. आम्ही त्यांना स्वयंपाक बनवण्याचं शिक्षण देतो.''

केकच्या तुकड्याकडे पाहाताना प्रेश्यस स्वत:शीच म्हणाली, 'ह्यात कमीतकमी सातशे कॅलरीज तरी नक्कीच असतील, पण ठीक आहे. नाही तरी मी बोट्स्वानातल्या सर्वसाधारण स्त्रियांसारखी भक्कम बांध्याची बाई आहे. वजनाबिजनाबाबत मी तरी काळजी करायचं कारण नाही.'

''तुम्हाला माहीतच असेल, आम्ही सर्व प्रकारच्या मुलांना आमच्या अनाथाश्रमात प्रवेश देतो. बहुतेक वेळा एखाद्या मुलाची आई तो अगदी लहान असताना मरते आणि त्याचा बाप कोण, हे कुणालाच ठाऊक नसतं. मुलाच्या आजीला त्याचा संभाळ करणं शक्य नसतं, कारण ती फारच गरीब असते किंवा आजारी तरी असते. अशा मुलांना कुणीच वाली नसतो. बहुतेक वेळा समाजसेवी संस्था किंवा पोलीस त्यांना आमच्याकडे घेऊन येतात. काही वेळा तर त्यांना असंच कुठेतरी सोडून दिलेलं असतं. कुणीतरी व्यक्ती आम्हाला फोन करून त्यांची खबर देते.''

''तुमच्या इथे ज्यांना यायला मिळत असेल, ती मुलं भाग्यवानच म्हणायला हवीत,'' प्रेश्यस म्हणाली.

''खरं आहे तुमचं म्हणणं. आणि बहुधा सर्व मुलांच्या बाबतीत जे घडलेलं असतं, ते आम्हाला माहीत असतं; कारण काही ठरावीक कारणांमुळे ही मुलं आमच्याकडे आणली जातात. प्रामाणिकपणे सांगायचं, तर आम्हाला कसल्याच गोष्टीनं फारसा धक्का बसत नाही; आम्ही सर्व जण आता त्याच्या पलीकडे गेलोय. पण क्वचित कधीतरी एखादी वेगळी केस आमच्याकडे येते आणि काय करावं, ते आम्हाला कळत नाही.''

''अन् सध्या तुमच्याकडे असं एक मूल आलं आहे?''

''हो,'' मॅडम पोतोक्वानी म्हणाल्या. ''तुमचं चहापाणी उरकल्यावर मी तुम्हाला त्या मुलाकडे घेऊन जाते. तो आला, तेव्हा त्याला काही नावबिव नव्हतंच. अशी मुलं आमच्याकडे येतात, तेव्हा आम्हीच त्यांना आमच्या मनाप्रमाणे नाव देतो. बहुतेकदा आम्ही एखादं छानसं बोट्स्वाना नाव देतो. पण हे नेहमी अगदी लहान मुलांच्या बाबतीत करावं लागतं. जी मुलं थोडी मोठी असतात, त्यांना आपलं नाव सांगता येतं. ह्या मुलाला त्याचं नाव सांगता आलं नाही. खरं सांगायचं, तर त्याला बोलायला कुणी शिकवलेलंच नसावं, असं मला वाटतं, म्हणून आम्ही त्याला

'मतैला' या नावानं बोलवायचं ठरवलं."

प्रेश्यसनं केक संपवला, चहाचा शेवटचा घोट घेऊन तिनं कप खाली ठेवला आणि मॅडम पोतोक्वानींच्या बरोबर ती त्या मुलाला बघायला निघाली. अनाथाश्रमातली मुलं ज्या छोट्या घरांमध्ये राहायची, ती घरं मुख्य इमारतीच्या भोवती वर्तुळाकार बांधलेली होती.

त्यातल्या एका अगदी कोपऱ्यातल्या कुटिराकडे त्या जायला निघाल्या. त्या कुटिराबाहेरच्या बाजूला तऱ्हेतऱ्हेचे वेल लावलेले होते आणि समोरचं अंगण स्वच्छ झाडलेलं दिसत होतं. 'ह्या कुटीराच्या गृहमातेला आपलं काम चोख करायची आवड दिसतेय,' प्रेश्यसच्या मनानं नोंद केली. 'तसं असेल, तर या मुलाच्या बाबतीत तिनं हार का पत्करली असेल?'

केरिलेंग असं नाव असलेली गृहमाता स्वयंपाकघरात होती. एप्रनला हात कोरडे करत तिनं प्रेश्यस रामोत्स्वेचं प्रेमानं स्वागत केलं आणि दोघींना घेऊन ती बैठकीच्या खोलीत गेली. मुलांनी काढलेल्या चित्रांनी खोलीच्या भिंती सजवल्या होत्या. एका कोपऱ्यात खेळण्यांची टोपली ठेवलेली दिसत होती.

मॅडम रामोत्स्वे आणि अनाथाश्रमाच्या संचालिका बसल्यानंतरच ती एका प्रशस्त अशा आरामखुर्चीत बसली.

"तुमच्याविषयी मी बरंचकाही ऐकलंय, मॅडम. तुमचा फोटोही वृत्तपत्रात पाहिलाय," ती प्रेश्यसला म्हणाली. "आणि श्री. मातेकोनी इथे आमच्या इथली यंत्रं दुरुस्त करायला येतात, त्या वेळी मी त्यांनाही भेटतेच अधूनमधून. त्यांच्यासारख्या हरहुन्नरी माणसाबरोबर तुमचं लग्न ठरलंय, म्हणजे खरंच नशीबवान आहात तुम्ही. बहुतेक सगळे नवरे मोडतोड करण्यातच पटाईत असतात."

प्रेश्यसनं मान झुकवून तिच्या कौतुकाची दखल घेतली. "खरं आहे तुम्ही म्हणता ते, पण सध्या त्यांना बरं नाहीये. लवकरच वाटेल बरं, अशी मला आशा आहे."

"मलासुद्धा," मॅडम केरिलेंग म्हणाली. त्यानंतर तिनं सूचक नजरेनं मॅडम पोतेक्वानींकडे पाहिलं.

"मी यांना मतैलाला बघायला घेऊन आलेय," मॅडम पोतेक्वानी म्हणाल्या. "त्या आपल्याला काही सल्ला देऊ शकतील कदाचित. कसा आहे मतैला आज?"

"कालच्यासारखाच किंवा परवाच्यासारखाच," गृहमाता म्हणाली. "त्याच्यात काहीही फरक पडलेला नाही."

मॅडम पोतोक्वानींनी एक सुस्कारा सोडला. "फारच वाईट वाटतं मला त्याच्याबद्दल. झोपलाय का आत्ता तो? दार उघडू शकाल त्याच्या खोलीचं तुम्ही?"

"मला वाटतं तो जागा असावा," तिनं उत्तर दिलं. "जाऊन पाहू या तरी."

गृहमाता खुर्चीवरून उठली आणि तिनं त्यांना एका चकचकीत पुसलेल्या मार्गिकेतून मतैलाला ठेवलेल्या खोलीकडे नेलं. सगळीकडची स्वच्छता पाहून प्रेश्यसचं मन भरून आल्यासारखं झालं. 'आपल्या देशातल्या स्त्रिया किती काबाडकष्ट करतात, पण एका शब्दानं कुणी त्यांचं कौतुक करेल तर शप्पथ', प्रेश्यस स्वत:शीच म्हणाली. "हा देश आम्ही घडवलाय," अशा फुशारक्या आपल्या देशातले राजकारणी लोक मारत असतात; पण मॅडम केरिलेंगसारख्या आणि तिच्यासारख्या स्त्रियाच, खरं पाहिलं तर, देश घडवत असतात.

एका बंद दरवाज्याबाहेर त्या तिघी थांबल्या. मॅडम केरिलेंगनं आपल्या गणवेशाच्या खिशातून एक किल्ली बाहेर काढली अन् कुलूप उघडताना ती उद्‍गारली, "आजपर्यंत कधी कुठल्याही मुलाला आम्ही असं कडीकुलपात बंदिस्त ठेवल्याचं मला आठवत नाही. आमच्यावर तशी वेळच आली नाही."

तिच्या या वाक्यानं मॅडम पोतोक्वानींना अस्वस्थ वाटलं. "दुसरा काही इलाजच नव्हता आपल्यापाशी. दाराला कुलूप लावलं नसतं आपण, तर तो केव्हाच रानात पळून गेला असता."

"अगदी खरं बोललात तुम्ही," गृहमाता मॅडम पोतोक्वानींना म्हणाली, "तरीही वाईट वाटतंच ना."

तिनं खोलीचं दार ढकलून उघडलं. खोलीमध्ये एका गादीशिवाय दुसरं काहीही सामान नव्हतं. खिडकीला काच नव्हती, त्याऐवजी चोरांपासून संरक्षण करण्यासाठी लावतात तसले लोखंडी गज लावलेले होते. गादीवर आपले दोन्ही पाय फताडल्यासारखे पसरून एक पाच-सहा वर्षांचा मुलगा बसला होता. त्याच्या अंगावर बोटभर चिंधीसुद्धा नव्हती.

त्या तिघी जणी खोलीत शिरल्या, तेव्हा मुलानं मान वर करून त्यांच्याकडे बघितलं. प्रेश्यसला त्याच्या नजरेत एखाद्या घाबरलेल्या प्राण्याच्या डोळ्यात दिसेल तसली भीती जाणवली, पण दुसऱ्याच क्षणी त्याचे डोळे काहीही भाव नसल्यासारखे निस्तेज झाले.

अगदी सावकाशपणे मॅडम पोतोक्वानींनी त्याला हाक मारली, "मतैला, कसा आहेस बाळ, तू आज? आपल्याकडे या मॅडम रामोत्स्वे नावाच्या बाई आल्या आहेत आज. रामोत्स्वे." त्यांनी एकेक अक्षर सावकाशपणे उच्चारलं. "तुला दिसतायत का त्या?"

मॅडम पोतोक्वानी जोपर्यंत बोलत होत्या, तोपर्यंत तो त्यांच्या तोंडाकडे एकटक बघत राहिला. त्या बोलायच्या थांबल्या, तशी त्याची नजर खाली वळली.

"त्याला काही कळत असावं, असं त्याच्याकडे पाहिल्यावर वाटत नाही," त्या म्हणाल्या. "अर्थात तरीही आम्ही त्याच्याशी बोलत राहतोच."

"तुम्ही दुसऱ्या भाषांमध्ये बोलून पाहिलं का?" प्रेश्यसनं विचारलं.

त्यांनी होकारार्थी मान हलवली. "आम्हाला शक्य होत्या त्या सगळ्या भाषांमध्ये आम्ही त्याच्याशी बोलून पाहिलं. इतकंच नव्हे, तर विद्यापीठातल्या आफ्रिकन भाषाविभागातूनही कुणीतरी तज्ज्ञाला आम्ही बोलावलं. त्यांनी काही अतिशय दुर्मीळ अशा भाषांमध्ये त्याच्याशी बोलून पाहिलं, कारण त्यांना वाटलं की, हा मुलगा कदाचित झांबियातून भटकत आला असेल. आम्ही सान भाषाही वापरून पाहिली. खरं म्हणजे हा काही दिसण्यात मोसार्वा लोकांसारखा नाही, पण आम्ही तेही करायचं बाकी ठेवलं नाही. पण कशाचा म्हणजे कशाचाच उपयोग झाला नाही."

मतैलाला निरखून पाहाण्याच्या हेतूनं प्रेश्यस थोडी पुढे झाली, तेव्हा त्यानं डोकं किंचित वर केलं, पण तेवढंच. ती आणखी थोडी पुढे झाली, तेव्हा तिला सावध करण्यासाठी मॅडम पोतोक्वानी म्हणाल्या, "जपून हं. तो चावतो. म्हणजे प्रत्येक वेळी नाही चावत, पण बऱ्याचदा चावलाय तो."

प्रेश्यस स्तब्ध उभी राहिली. दुसऱ्याला चावा घेऊन स्वत:चा बचाव करणं हा बोट्स्वानातला प्रतिकाराचा एक प्रकार होताच, त्यामुळे चावणारी मुलं अनेकदा दिसायची. काही वेळा तर मोठी माणसंही चावायची. अलीकडेच तिच्या वाचनात एक घटना आली होती. गिऱ्हाइकाशी बाचाबाची झाल्यानंतर एका चिडलेल्या वेटरनं त्याचा चावा घेतला होता अन् त्याचा परिणाम म्हणून त्याच्यावर लोबात्सेच्या न्यायालयात खटला भरण्यात आला होता. न्यायाधीशांनी त्याला एक महिन्याची तुरुंगवासाची शिक्षा ठोठावली, तर त्या महाभागानं काय केलं असेल? त्याला कोठडीकडे नेणाऱ्या पोलिसालाच तो चावला. झालं. न्यायाधीशांनी त्याची शिक्षा एका महिन्यावरून तीन महिन्यांवर नेली. हिंसक माणसं किती आततायी असू शकतात, त्याचं उदाहरणच त्या वेटरनं स्वत:च्या वागण्यानं दाखवून दिलं.

प्रेश्यसनं खाली वाकून मुलाकडे पाहिलं आणि त्याला 'मतैला' अशी हाक मारली.

मुलगा तसाच बसून राहिला.

सावधपणे हात पुढे करत तिनं पुन्हा एकदा त्याला हाक मारली, तेव्हा तो एकदम गुरगुरला. दुसऱ्या कुठल्याही शब्दानं त्याचा आवाज वर्णन करता आला नसता. तो आवाज त्याच्या छातीतून आला होता आणि तो गुरगुरल्याचाच आवाज होता.

"तो आवाज ऐकलात?" मॅडम पोतोक्वानी म्हणाल्या. "किती विचित्र आवाज होता ना तो? अन् तुम्हाला जर आश्चर्य वाटत असेल की, हा मुलगा असा उघडानागडा का, तर त्याचं कारण त्यानं त्याच्या अंगावर आम्ही घातलेले कपडे फाडून फेकले, हे आहे. दातांनी त्यानं कपडे फाडले आणि जमिनीवर फेकून दिले.

दोन अर्ध्या चड्ड्या दिल्या आम्ही त्याला, पण दोन्ही त्यानं त्याच प्रकारे फाडल्या.''

आता मॅडम पोतोक्वानी पुढे होऊन त्याला म्हणाल्या, ''मतैला, बाळा, ऊठ आणि बाहेर ये. मॅडम केरिलेंग तुला मोकळ्या हवेत हिंडवून आणतील. जा त्यांच्याबरोबर.''

खाली वाकून जरा दबकतच त्यांनी त्याचा हात धरला. त्यानं आपलं डोकं थोडंसं वळवलं; तेव्हा आता हा चावणार की काय, अशी भीती प्रेश्यसला वाटली, पण त्यानं तसं काही केलं नाही. तो मुकाट्यानं उठला आणि बाहेर गेला.

खोलीबाहेर पडल्यावर गृहमातेनं त्याचा हात हातात धरला आणि ती अंगणाच्या दुसऱ्या टोकाला असलेल्या झुडपांच्या दिशेनं चालू लागली. तिचा हात धरून चालणाऱ्या त्या मुलाचं चालणंही विचित्र होतं, हे प्रेश्यसच्या लक्षात आलं. जनावरं चालतात, तशा दुडक्या चालीनं तो चालत होता. कोणत्याही क्षणी हा धावायला लागेल, असं त्याच्याकडे पाहिल्यावर वाटत होतं.

गृहमातेबरोबर मुलगा गेल्यानंतर 'तर हा असा आहे आमचा मतैला,' असं एक दीर्घ श्वास घेऊन मॅडम पोतोक्वानी म्हणाल्या. ''तुमचं काय मत झालं त्याला बघितल्यावर?''

तोंड वाकडं करत प्रेश्यस म्हणाली, ''फार विचित्र आहे हे प्रकरण. काहीतरी भयंकर घडलंय या मुलाच्या बाबतीत, असं मला वाटू लागलंय.''

''शंकाच नाही,'' त्या म्हणाल्या. ''त्याला तपासणाऱ्या डॉक्टरांना मी तेच म्हटलं. तेही म्हणाले, 'असेल बुवा किंवा नसेलही. काही काही मुलं असतात अशी जगावेगळी', असं त्यांचं मत पडलं. ही मुलं एकटीएकटीच राहतात आणि कधी शिकतच नाहीत बोलायला, म्हणे.''

काही वेळापुरता मॅडम केरिलेंगनं मुलाचा हात सोडला, तेव्हा प्रेश्यस तिकडे बघत राहिली.

''आम्हाला सारखं त्याच्यावर लक्ष ठेवावं लागतं बघा,'' त्या म्हणाल्या. ''जरा मोकळा सोडला त्याला, तर लगेच तो रानात जातो आणि लपून बसतो. गेल्याच आठवड्यात जवळजवळ चार तास तो कुठेतरी दडून बसला होता. जिथे सांडपाणी सोडलं जातं, त्या तळ्यापाशी तो सापडला. असा नागडाउघडा मुलगा पाहिल्यावर लोकांचं त्याच्याकडे लक्ष जाईल, याचं त्याला काही वाटत नसावं, असं वाटतं त्याचं वागणं बघितलं की.''

मॅडम पोतोक्वानी आणि प्रेश्यस त्यांच्या ऑफिसच्या दिशेनं चालू लागल्या. प्रेश्यसला अचानकपणे निराश झाल्यासारखं वाटायला लागलं. कुणी अशा मुलाला कसं संभाळू शकेल, असा प्रश्न तिच्या मनाला पडला. अनाथाश्रमातल्या इतर मुलांच्या गरजांना प्रतिसाद देणं, त्यामानानं सोपं असतं. त्या दोघांनी जी मुलं

संभाळायचा निर्णय घेतला होता, ती मुलं किंवा तशाच प्रकारची इतर अनेक मुलं अनाथाश्रमात होती. त्यांना काही ना काही प्रकारे बालवयात त्रास भोगावा लागलेला होता, त्यांच्याशी वागताना मोठ्या माणसांनी समजूतदारपणा आणि शांतपणा दाखवायची गरज असायची. सध्या तिच्या आयुष्यात अनेक अडचणींचे डोंगर होते. अन् ते जे पार पाडताना तिची दमछाक होत होती. कुठल्याही आईला मतैलासारख्या मुलाला कसं संभाळणं जमत असेल, असा विचार तिच्या मनाला चाटून गेला. मॅडम पोतोक्वानींची तिच्याकडून अशी तर अपेक्षा नव्हती ना की, तिनं मतैलाची जबाबदारीही आपल्या खांद्यावर घ्यावी? मॅडम पोतोक्वानींची अशी ख्याती होती की, एखादी गोष्ट त्यांनी मनात आणली, तर ती केल्याशिवाय त्यांना स्वस्थ बसवायचं नाही आणि कुणाकडून त्यांना नाही म्हणून घ्यायचीही सवय नव्हती. या दोन गुणांच्या जोरावरच त्यांनी अनाथाश्रमात एवढी प्रगती घडवून आणली होती. पण तेवढ्यासाठी त्या आपल्यावर इतकी मोठी जबाबदारी टाकण्याचा विचार करतील, अशी कल्पनाही तिला करवेना.

"हल्ली माझं काम खूप वाढलं आहे," तिनं सूतोवाच केलं. "मला ही जबाबदारी घेणं जमणार नाही."

त्याच वेळी काही मुलांचा घोळका तिथून निघाला होता. त्यांनी मॅडम पोतोक्वानींना नम्रपणे अभिवादन केलं. त्यांच्यापैकी एकाच्या हातात एक मरतुकडं वाटणारं कुत्र्याचं पिल्लू होतं. त्यानं अतिशय प्रेमानं त्याला आपल्या हातात धरलं होतं. एक अनाथ दुसऱ्या अनाथाची काळजी घेतोय, असा विचार प्रेश्यसच्या मनात आला.

"त्या कुत्र्यापासून जरा जपूनच राहा हं," मॅडम पोतोक्वानी मुलांना सावध करण्याच्या दृष्टीनं म्हणाल्या. "अशी बेवारशी कुत्री पकडून आणत जाऊ नका, म्हणून मी किती वेळा सांगितलंय तुम्हाला, पण तुम्ही माझ्या बोलण्याकडे कधी लक्ष देत नाही बरं का..."

त्यांनी प्रेश्यसकडे मान वळवून म्हटलं, "पण मॅडम रामोत्स्वे, तुमची अशी समजूत झाली नसावी, अशी मला आशा आहे. तुम्ही त्या मुलाला तुमच्याकडे घेऊन जावं, असं मी कसं बरं म्हणेन? आमच्याकडे सगळी व्यवस्था असूनही आम्हाला जड जातंय त्याला संभाळणं, तर इतर कुणाला ते कसं शक्य होईल?"

"मला आपली काळजी वाटली," प्रेश्यसनं सारवासारव करत म्हटलं. "तशी जमेल तितकी मदत मी नेहमीच करत असते, पण त्यालाही मर्यादा असतातच."

मॅडम पोतोक्वानी हसल्या आणि त्यांनी तिच्या दंडाला प्रेमानं स्पर्श केला. "नक्कीच तुम्ही खूप मदत करताय आम्हाला. आधीच तुम्ही आमच्याकडची दोन मुलं नेली आहेतच संभाळायला. या वेळी माझी काही अपेक्षा नव्हतीच तुमच्याकडून. मला फक्त या मुलाबाबत तुमचा सल्ला विचारायचा होता. हरवलेली माणसं शोधून

काढण्यात तुमचा हातखंडा आहे, हे मी यापूर्वीच ऐकलंय. आम्हाला तुम्ही एवढंच सांगा की, या मुलाविषयी आम्हाला काय माहिती मिळवता येईल आणि कुठून. त्याच्या भूतकाळाबद्दल आम्हाला काही समजलं म्हणजे तो कुठून आलाय वगैरे, तर त्याला समजणं आम्हाला जमू शकेल.''

प्रेश्यसनं नकारार्थी मान हलवली. ''फार अवघड आहे ते. तो जिथे सापडला, त्या भागातल्या लोकांशी तुम्हाला बोलावं लागेल. अनेक प्रश्न विचारावे लागतील. अन् माझा असा अंदाज आहे की, लोक तुमच्याशी मोकळेपणानं बोलणार नाहीत. तसं असतं, तर त्यांनी यापूर्वीच काहीतरी माहिती दिली असती.''

''तुम्ही म्हणताय ते पटतंय मला,'' खिन्नपणे मॅडम पोतोक्वानी म्हणाल्या. ''मौनबाहेर पोलिसांनी बरेच प्रश्न विचारले. जवळपासच्या खेडेगावांमध्येही त्यांनी चौकशी केली, पण कुणालाही या मुलाबद्दल काही माहीत नव्हतं. पोलिसांनी त्याचा फोटोदेखील दाखवला लोकांना, पण काही उपयोग झाला नाही.''

त्यांचं बोलणं ऐकून प्रेश्यसला आश्चर्य वाटलं नाही. ''कुणाला तो मुलगा हवा असता, तर नक्कीच एखादा माणूस पुढे आला असता. ज्या अर्थी याबाबत पूर्णपणे शांतता अनुभवायला मिळाली, त्याचाच अर्थ असा की, ह्या मुलाला कुणीतरी मुद्दामच सोडून दिलेलं होतं. त्याच्यावर कुणीतरी चेटूक केलं असण्याची शक्यता नाकारता येत नाही. त्याच्या गावातील पुजाऱ्यानं वगैरे म्हटलं असेल की, त्याला भूतबाधा झालीय. मग काय, कुणीच काही करू शकत नाही अशा परिस्थितीत. मी तर म्हणेन, तो अजून जिवंत आहे, हेच त्याचं नशीब. बहुतेक वेळा अशा मुलांच्या बाबतीत फार वाईट घटना घडतात.''

आता त्या दोघी प्रेश्यसच्या पांढऱ्या व्हॅनजवळ उभ्या होत्या. झाडाची एक नाजूकशी फांदी गाडीच्या टपावर पडली होती. प्रेश्यसनं ती उचलली. या झाडाची पानं फारच छोटी आणि नाजूक होती. हजारो पानं एका फांदीला चिकटलेली होती. ती फांदी अन् तिला लगडलेली ही छोटीछोटी पानं पाहून प्रेश्यसला कोळ्याच्या नाजूक जाळ्याची आठवण आली. तेदेखील किती बारीकबारीक तंतूंपासून विणलेलं असतं! पलीकडच्या बाजूला मुलांचा आवाज ऐकू येत होता. मुलं कसलंतरी गाणं म्हणत होती. तिच्या लहानपणी तिनंदेखील ते गाणं म्हटलं होतं. त्या आठवणीनंही तिच्या चेहऱ्यावर एक स्मित तरळलं.

''गायीगुरं घरी येतात, एक, दोन, तीन,
गायीगुरं घरी येतात, मोठी गाय, छोटी गाय, एकसिंगी गाय
मी गायीगुरांसंगे राहते, एक, दोन, तीन,
आई, मला शोधून काढ.''

विचारांच्या तंद्रीत तिनं मॅडम पोतोक्वानींकडे पाहिलं. त्या वृद्ध स्त्रीच्या चेहऱ्यावरली

रेषान्‌रेषा, प्रत्येक भाव एकच सत्य सांगत होता – मी या अनाथाश्रमाची संचालिका आहे, ही सगळी माझी मुलं आहेत.

"अजूनही मुलं ते जुनं गाणं म्हणतात नाही," प्रेश्यस कौतुकानं म्हणाली.

हसून त्या म्हणाल्या, "मुलंच कशाला, मीपण म्हणते. आपल्या बालपणीची गाणी आपण कधीच विसरत नाही."

"मला सांगा, लोक त्या मुलाबद्दल काय म्हणाले? ज्या लोकांना तो सापडला, ते लोक काय म्हणाले?"

क्षणभर मॅडम पोतोक्वानींनी आठवायचा प्रयत्न केला आणि उत्तर दिलं, "ते लोक पोलिसांना म्हणाले की, त्यांना हा मुलगा रात्रीच्या वेळी सापडला. त्याला आवरणं त्यांना कठीण जात होतं, असंही त्यांनी पोलिसांना सांगितलं. त्याच्या अंगाला कसलातरी विचित्र वास येत होता असंही, ते म्हणत होते."

"कसला विचित्र वास?"

त्यात काही अर्थ नाही, अशा अर्थानं त्यांनी हात हलवला. "त्यांच्यापैकी एक जण म्हणाला की, मुलाच्या अंगाला म्हणे सिंहाचा वास येत होता. हे त्याचं विधान अतिशय विचित्र होतं, म्हणूनच त्यांच्या लक्षात राहिलं, असं पोलीस मला म्हणाले. त्यांनी ते विधान आपल्या अहवालात लिहिलेलं होतं, म्हणून ते आम्हाला कळलं, एवढंच मी म्हणेन."

"सिंहाचा वास?"

"हो. किती वेडगळपणा वाटतो की नाही हा विचार?" मॅडम पोतोक्वानी म्हणाल्या. त्यावर काहीच मत न देता प्रेश्यस व्हॅनमध्ये चढली, तिनं चहा व केक यांबद्दल त्यांचे आभार मानले आणि म्हणाली, "मी करेन विचार त्या मुलाबद्दल. कुणी सांगावं, मला सुचेलही एखादी कल्पना."

तिची गाडी अनाथाश्रमाच्या फाटकातून बाहेर पडत असताना दोघींनी हात हलवून एकमेकींचा निरोप घेतला. दारावरच्या पाटीनं तिचं लक्ष वेधून घेतलं : इथे मुलं राहतात.

रस्त्यावरच्या गायीगुरांमधून, गाढवांमधून वाट काढत सावकाशपणे प्रेश्यसनं आपली व्हॅन चालवली. गुरांना राखणारी पोरंही जवळच उभी होती. तीदेखील अनाथाश्रमातल्या मतैलाच्याच वयाची असावीत.

तिच्या मनात प्रश्न उभा राहिला. 'असंच एखादं गुराख्याचं पोर वाट चुकलं तर? गवळीवाड्यापासून दूर असलेल्या गवताळ रानात ते हरवलं तर? एखाद्या हिंस्त्र श्वापदाची ते शिकार होईल की, काहीतरी वेगळंच घडेल त्याच्याबाबत?'

कारकुनाची कहाणी

आपल्या नं. वन लेडीज डिटेक्टिव्ह एजन्सीच्या बाबतीत काहीतरी पावलं उचलण्याची वेळ आता येऊन ठेपली होती, हे प्रेश्यस रामोत्स्वेच्या लक्षात आलं होतं. त्या कामी चालढकल करून चालणार नाही, हे न कळण्याइतकी ती मूर्ख निश्चितच नव्हती. तसं पाहिलं, तर त्लॉक्वेंग रोड स्पीडी मोटर्सच्या ऑफिसच्या जागेत तिच्या एजन्सीचं ऑफिस हलवणं, ही फारच सोपी बाब होती. फायली ठेवण्यासाठी तिनं एक कपाट घेतलेलं होतं, काही स्टीलचे ट्रे होते, त्यामध्ये ती कामाचे कागद ठेवत असे. एक जुनीशी किटली आणि दोन टवके उडालेले कप होते आणि श्री. मातेकोनींनीच दिलेला एक जुना टाइपरायटर होता. त्यांच्या कामगारांनी हे सामान तिच्या पांढऱ्या व्हॅनमध्ये उचलून ठेवायच्या वेळी "हे काही आमचं काम नाही, मॅडम," अशी थोडी कुरकूर केली, पण मॅडम माकुत्सीनं नुसतं सांगायचा अवकाश की, त्यांचा आवाज बंद झाला. अलीकडे ते तिच्यावर इतके खूश होते की, तिनं ऑफिसमधून साधी शीळ घातली, तरी ते धावत जात आणि तिनं सांगितलेलं काम करून टाकत.

मॅडम माकुत्सीच्या शब्दाला या दोन तरुण पोरांनी इतकं महत्त्व, इतका मान द्यावा; ह्याचं प्रेश्यसला आश्चर्य वाटल्यावाचून राहिलं नाही. तसं पाहिलं, तर ती काही सुंदर वगैरे नव्हती. हल्लीच्या मुलांना आवडते तशी तिची कांती उजळ नव्हती. पूर्वी कधीतरी तिनं त्वचा उजळण्यासाठी म्हणून जे सौंदर्यप्रसाधन वापरलं होतं, त्यामुळे बिचारीचा रंग तर उजळला नव्हताच; उलट तिच्या चेहऱ्यावर चट्टेच पडले होते. तिचे केसही अगदी विचित्र वाटावे, असे होते. बहुतेक वेळा त्यांच्या वेण्या घातलेल्या असत, पण त्याही अतिशय चमत्कारिक दिसत असत, अन् तिच्या त्या चश्म्याबद्दल तर काय बोलावं? त्याच्या काचा एवढ्या मोठ्या होत्या की, त्यामधून कमीतकमी दोन चश्मे सहज झाले असते,

असं प्रेश्यसला नेहमी वाटत असे. तर अशी ही स्त्री, जी सौंदर्यस्पर्धेच्या पहिल्याच फेरीत बाद झाली असती; ती या गॅरेजमध्ये काम करणाऱ्या दोन, जवळपास नालायक म्हणता येईल अशा, तरुणांवर मात्र हुकमत गाजवू शकत होती. हे तिला कसं जमलं होतं, हे कोडं प्रेश्यसच्या आकलनशक्तीपलीकडचं होतं.

अर्थात शारीरिक आकर्षणापलीकडेही काही एखादी चीज असू शकते, जिचा प्रभाव तितकाच मोठा असू शकतो, हे प्रेश्यसला समजत होतंच. मॅडम माकुत्सी फार देखणी नव्हती, पण तिचं व्यक्तिमत्त्व निश्चितच प्रभावी होतं. त्याचाच परिणाम या मुलांवर झाला असेल, असं तिला वाटलं. अनेकदा असं पाहण्यात येतं की, सौंदर्यसम्राज्ञी म्हणून निवड झालेल्या तरुणींचं चारित्र्य फारसं चांगलं नसतं. त्यामुळे काही वेळानंतर पुरुषांना त्यांचा कंटाळा येत असणार. काही-काही वेळा किती भयानक प्रकारच्या स्पर्धा घेतल्या जातात –'मिस लव्हर्स स्पेशल टाइम' किंवा 'मिस कॅटल इंडस्ट्री'. अशा स्पर्धांमध्ये निवडल्या गेलेल्या सौंदर्यतारका अगदीच पोकळ आणि तकलादू स्वभावाच्या मुली आहेत, असं लोकांच्या लक्षात आल्यावाचून राहत नाही. सगळ्यात विनोदाचा भाग म्हणजे, या मूर्ख मुली त्यानंतर कुठल्याही विषयावर आपलं मत व्यक्त करू लागल्या आणि प्रेश्यसच्या दृष्टीनं त्याहून मूर्खपणाचा कळस म्हणजे शहाणेसुरते लोक त्यांच्या मतांची दखलही घेऊ लागले.

श्री. मातेकोनींच्या गॅरेजमध्ये काम करणारी ही पोरं अशा सौंदर्यस्पर्धा अगदी चवीनं बघायची, हे तिला ठाऊक होतं. कारण त्यावरची रसभरित चर्चा तिनं ऐकलीही होती. पण आता मात्र त्यांच्यात एक लक्षणीय बदल झाला होता. त्यांना मॅडम माकुत्सीवर छाप मारावीशी वाटत होती, तिचं कौतुक करावंसं वाटत होतं. एकानं तर तिचं चुंबन घ्यायचाही प्रयत्न केला होता आणि तिनंही तितक्याच खेळकरपणे त्याला उडवून लावलं होतं.

''एका मेकॅनिकनं गॅरेजच्या व्यवस्थापकाचं चुंबन घेतलेलं कधी ऐकलं होतं का तुम्ही? मुकाट्यानं आपल्या कामाला लागा, नाही तर छडीनं बडवून काढेन मी तुम्हाला, सोडणार नाही, सांगून ठेवते!'' मॅडम माकुत्सीनं त्यांना ठणकावलं होतं.

प्रेश्यसच्या ऑफिसातलं सगळं सामान त्या दोघा जणांनी अर्ध्या तासाच्या आत तिच्या व्हॅनमध्ये चढवलं होतं. मग दोघांनी मागच्या बाजूनं फायलींचं कपाट धरून ठेवलं आणि प्रेश्यसनं व्हॅन श्री. मातेकोनींच्या जागेत आणली. हे स्थित्यंतर प्रेश्यसला आणि मॅडम माकुत्सीला भावनिकदृष्ट्या हलवून गेलं. दाराला कुलूप लावून ते कायमचं बंद करताना दोघींच्या डोळ्यात अश्रू उभे राहिले.

आपल्या मालकिणीची समजूत काढण्याच्या हेतूनं मॅडम माकुत्सी म्हणाली, "आपण आपलं ऑफिस दुसऱ्या जागी हलवतोय इतकंच, मॅडम. आपण काही आपला व्यवसाय बंद नाही करत आहोत, खरं की नाही?"

"मला कळतंय गं, ते," प्रेश्यस म्हणाली. तिनं डोळे भरून ऑफिस एकदा पाहून घेतलं, तिथून दिसणारा समोरचा परिसर डोळ्यांत साठवला. "या ठिकाणी मी अनेक आनंदाचे क्षण भोगले आहेत," ती पाणावल्या डोळ्यांनी म्हणाली.

'आपला व्यवसाय अजून चालूच आहे, असं तू म्हणतेस, ते बरोबरच आहे, पण खरं म्हणजे जेमतेमच चालू आहे,' ती स्वत:शीच म्हणाली. गेल्या काही दिवसातल्या प्रचंड गोंधळामुळे आणि निरनिराळ्या कामांकडे लक्ष दिल्यामुळे तिला आपल्या एजन्सीच्या कामासाठी पुरेसा वेळ देताच आला नव्हता. विचार केल्यावर तिच्या ध्यानात आलं की, तिनं जवळजवळ दुर्लक्षच केलं होतं आपल्या कामाकडे. अपुरं राहिलेलं असं एकच काम सध्या तिच्याकडे होतं. नवीन कामं काही आलेलीच नव्हती. म्हणजे येणारच नव्हती, अशातला भाग नव्हता. मंत्रिमहाशयांचं काम तिला यशस्वीपणे करता आलं, तर तिला भरपूर मोबदला मिळण्याची शक्यता होती. काहीही तपास लागला नाही तरी ती त्यांच्याकडून तिच्या खर्चलेल्या वेळाचे पैसे मागू शकली असती, पण आत्तापर्यंत तिनं तसं कधी केलेलं नव्हतं. आपल्या अशिलाला हवी असलेली माहिती देणं, जेव्हा तिला शक्य होत नसे, तेव्हा ती त्याच्याकडून काही मोबदला घेत नसे. या वेळची गोष्ट तशी वेगळी होती, म्हणा. मंत्रिमहाशयांकडे पैशाला काही तोटा नव्हता, त्यामुळे तिच्या कामाचा मोबदला देणं त्यांना मुळीचच जड गेलं नसतं. प्रेश्यस स्वत:शीच म्हणाली, "फक्त श्रीमंत अशिलांचीच कामं घ्यायची, असं जी संस्था ठरवत असेल, तिचं काम किती सोपं होत असेल नाही? मग त्या गुप्तहेर संस्थेचं नाव 'नं. वन' श्रीमंत लोकांसाठीची, संस्था असं ठेवायला हरकत नाही." अशिलांकडून पैसे घ्यायला काही त्रासच पडणार नाही मग! पण तिचा व्यवसाय त्या प्रकारचा नव्हता. "आपल्याला तसा व्यवसाय करायला आवडणारही नाही," ती पुटपुटली. अशिलाचा दर्जा काहीही असला, तरी प्रेश्यस त्याला मनापासून मदत करत असे. तिला त्यातच आनंद मिळत असे. काही वेळा तर तिला स्वत:च्या खिशाला चाट द्यावी लागत असे. 'हेच माझ्या आयुष्याचं इतिकर्तव्य समजते मी,' ती मनाशी ठामपणे म्हणाली. 'माझ्याकडे येणाऱ्या प्रत्येकाला मी मदत करणारच. लोकांच्या समस्या सोडवायच्या, याच हेतूनं मी हा व्यवसाय निवडला आहे. अर्थात माझ्या स्वत:च्याही काही मर्यादा आहेतच, हे मान्य आहे मला. आफ्रिकेत हजारो लोकांना मदत हवी

आहे; त्या सगळ्यांना मी मदतीचा हात देऊ शकत नाही, पण माझ्या आयुष्यात ज्या व्यक्ती येतात, त्यांना तरी मी मदत करायलाच हवी. ह्या तत्त्वाच्या आधारावर मला लोकांच्या आयुष्यातल्या दुःखावर उपाय करणं जमू शकेल. त्यांचं दुःख ते माझं दुःख होईल. माझ्यासारखे आणखी काही लोक असतील, ते त्यांच्या परीनं इतरांना मदतीचा हात देतील.'

हे असे विचार तिच्या मनाला काही वेळा सतावत असले, तरी सध्या व्यवसायात पदोपदी जाणवणारे प्रश्न कसे सोडवायचे, हे ठरवणं गरजेचं होतं. आपण तयार केलेली कामांची वर्गवारी पुन्हा एकदा नजरेखालून घालायला हवी, मंत्रिमहोदयांच्या कामाला अग्रक्रम द्यायला हवा, हे तिच्या ध्यानात आलं. त्या दृष्टीनं चौकशीला सुरुवात करायला हवी, हे तिनं मनाशी निश्चित केल्यानंतर तिच्या मनात पहिला विचार आला, तो त्यांच्या संशयित भावजयीच्या वडिलांचा. त्यामागे अनेक कारणं होती. त्यातलं पहिलं महत्त्वाचं कारण म्हणजे, जर खरोखरच मंत्र्यांच्या भावाचा काटा काढायचा बेत आखला गेला असेल, तर तो त्यांच्या वहिनीचा डाव असण्याऐवजी तिच्या वडिलांचा असण्याची शक्यता अधिक दाट होती. प्रेश्यसला एक गोष्ट पक्की ठाऊक होती. जी माणसं दुसऱ्यांच्या विरुद्ध कटकारस्थानं रचतात, ती अशा गोष्टी केवळ स्वतःचं डोकं लढवून क्वचितच करतात. त्यांच्यामागे दुसरा कुणीतरी असतोच, ज्याला काहीतरी मोठं घबाड लाभणार असतं किंवा जो गुन्हेगाराला मानसिक बळ देत असतो. सध्याच्या प्रकरणात अशी व्यक्ती दुसरीतिसरी कुणी नसून तिचे वडीलच असणार. मंत्रिमहाशयांचा त्या माणसाच्या स्वभावाबद्दलचा अंदाज बरोबर असेल, तर असं नक्की म्हणता आलं असतं की, त्यांच्या भावजयीच्या वडिलांना आपला सामाजिक स्तर उंचावण्याची जबर महत्त्वाकांक्षा असली पाहिजे. हा विचार मान्य केला, तर पुढे जाऊन असं म्हणता आलं असतं की, आपल्या जावयाचा काटा काढल्यानंतर त्याची सगळी मालमत्ता त्यांच्या मुलीची झाली असती आणि पर्यायानं ते स्वतःदेखील पुष्कळ श्रीमंत झाला असता. या पद्धतीनं प्रेश्यस विचार करू लागली, तसतशी ती कल्पना तिच्या डोक्यात घर करू लागली अन् तिला खात्रीलायकपणे वाटू लागलं की, विषप्रयोगाचा कट ही तिच्या वडिलांच्याच सुपीक डोक्यातून आलेली कल्पना होती.

हा माणूस एक साधा, अगदी दीडदमडीचा म्हणावा त्या प्रकारातला कारकून होता. मंत्रालयात तो कामाला असल्यामुळे त्याच्या सभोवती सत्ता आणि अधिकार गाजवणारी अनेक माणसं असणार. त्यांच्या तुलनेत ह्या माणसाला मात्र काडीचाही अधिकार नसणार. अशा माणसाचा नातेसंबंध आला,

तो एका मंत्र्याबरोबर, जो रोज त्याच्यासमोरून भल्यामोठ्या गाडीतून जात-येत असणार, सगळ्यांबरोबर गुर्मीनं बोलत-वागत असणार. बिचाऱ्या कारकुनाला रोज किती शरमल्यासारखं वाटत असेल, ह्याची कल्पना प्रेश्यस करू शकली; तिच्या डोळ्यासमोर ते दृश्य उभं राहिलं, एवढा मोठा मंत्री आपल्या मुलीचा थोरला दीर झालाय तो तिच्या लग्नामुळे. अशा थोरामोठ्यांशी सोयरीक झाल्यामुळे समाजातलं आपलं स्थान नक्कीच उंचावलं असतं, हे त्याला कळत होतं, पण त्यासाठी आवश्यक असलेली धनदौलत त्याच्याजवळ नव्हती. आता त्याच्या मुलीला या गोष्टी उपलब्ध झाल्या, तर त्याचीही आर्थिक बाजू सुधारेल, मग त्याला सध्याच्या नोकरीवर लाथ मारता येईल आणि एक श्रीमंत शेतकरी म्हणून आरामात जगता येईल. आज त्याच्याकडे एकही गायबैल नव्हता; त्याचा बेत तडीला गेल्यानंतर त्याच्या दारात ती श्रीमंतीही असेल. सध्या त्याला वर्षातून एकदा फ्रान्सिसटाउनला जाऊन यायचं म्हटलं, तरी त्यासाठी वर्षभर काटकसर करावी लागत असे. एकदा भरपूर पैसा हाती आला की मग काय, मित्रांबरोबर दर शुक्रवारी संध्याकाळी बिअर पिता येईल, त्यांना आपल्या खर्चानं पाजताही येईल. रोज मांसमटण खाणं परवडेल. हे सगळं तेव्हाच शक्य होईल, जेव्हा एक धडधडणारं लहानसं काळीज कायमचं बंद पडेल. तेव्हा आपल्याला काय करायचंय, तर त्या हृदयाचे ठोके बंद पाडायचे, बस्स!

मंत्रिमहोदयांनी प्रेश्यसला त्यांच्या भावजयीच्या वडिलांचं नावगाव वगैरे माहिती दिलेलीच होती. शिवाय हेही सांगितलं होतं की, दुपारचं जेवण ते मंत्रालयाच्या बाहेरच्या बाजूला असलेल्या एका झाडाखाली बसून घेत असत. एवढी माहिती प्रेश्यसला पुरेशी होती.

''आता मी या नव्या कामाला सुरुवात करावी असा विचार करतेय,'' नव्या ऑफिसमध्ये दोघी जणी बसलेल्या असताना मॅडम माकुत्सीला प्रेश्यस म्हणाली. ''गॅरेजच्या कामात सध्या तू गुंतली आहेस. मी माझी हेरगिरी करावी म्हणतेय.''

''छानच विचार आहे,'' मॅडम माकुत्सी म्हणाली. ''नाही तरी गॅरेज चालवणं म्हणजे सोपं काम नाही, हे माझ्या ध्यानात आलंच आहे. काही दिवस तरी मला त्यातून वेळ काढणं जमणारच नाहीये.''

''दोघं पोरं हल्ली भरपूर काम करतायंत, हे पाहूनच मला खूप बरं वाटतंय,'' प्रेश्यस समाधानानं म्हणाली. ''काय जादू केलीयंस तू त्यांच्यावर, ते कळत नाही मला. पितायत पण अगदी तुझ्या ओंजळीनं पाणी पितायत, असं वाटतं त्यांच्याकडे बघितलं की.''

ते आमचं गुपित आहे, अशा अर्थी हसत मॅडम माकुत्सी म्हणाली, ''काही नाही हो, अगदी मूर्ख आहेत दोघं जण. पण आपल्यासारख्या स्त्रियांना अशा

मूर्ख तरुणांना सरळ कसं करायचं, त्याचं ज्ञान उपजतच असतं ना?''

''हं, आलं माझ्या ध्यानात,'' प्रेश्यस थट्टेच्या सुरात म्हणाली. ''बराच मोठा अनुभव दिसतोय तुझ्यापाशी. आत्तापर्यंत पुष्कळ जणांशी मैत्री झाली असेल ना तुझी? आपल्या या तरुणांना तरी तू चांगलीच आवडतेस, असं माझं मत झालंय.''

नकारार्थी मान हलवत मॅडम माकुत्सी म्हणाली,''छे! माझी कधीच कुणा तरुणाशी मैत्री झाली नाही यापूर्वी. मला तर आश्चर्यच वाटतं की, गॅबोरोनमध्ये इतर देखण्या मुली असूनदेखील ही दोघं माझ्याभोवती का एवढा पिंगा घालतात?''

''तू उगीचच स्वत:ला फार कमी लेखतेस,'' प्रेश्यस तिला म्हणाली. ''पुरुषांना नक्कीच तुझ्यात काहीतरी आकर्षक वाटत असणार.''

''तुम्हाला खरंच तसं वाटतं, मॅडम?'' हे शब्द उच्चारताना तिचा चेहरा किती उजळला होता, असा विचार प्रेश्यसच्या मनात आल्यावाचून राहिला नाही.

''हो. अगदी मनापासून वाटतं,'' प्रेश्यस म्हणाली. ''काही स्त्रिया वयानं थोड्या मोठ्या झाल्या की, पुरुषांना आवडू लागतात, हे मी पाहिलंय स्वत:च्या डोळ्यांनी. एकीकडे आपण पाहत असतो की, आपल्या आसपासच्या सुंदर मुली, सौंदर्यतारका म्हण हवं तर, दिवसेंदिवस निस्तेज होत असतात अन् त्याच वेळी इतर स्त्रिया मात्र आकर्षक होत जातात. फार गंमतशीर वाटावी अशी ही गोष्ट आहे, हे मात्र नक्की!''

काहीतरी विचार डोक्यात आल्यामुळे असेल, पण मॅडम माकुत्सी गप्प बसली. डोळ्यांवरचा चश्मा तिनं सारखा केला आणि कुणाच्या लक्षात येणार नाही, अशा पद्धतीनं तिनं खिडकीच्या काचेतील स्वत:च्या प्रतिबिंबाकडे पाहिलं. तिचं हे वागणं प्रेश्यसच्या लक्षात आलं. आपण हिला जे काही म्हणालो, ते कितपत खरं होतं, ह्याची प्रेश्यसला खात्री नव्हती; पण केवळ आपल्या चार शब्दांनी तिच्या मनाला उभारी मिळाली असेल, तर त्यामुळे प्रेश्यसला आनंदच वाटणार होता. जोपर्यंत तिचं डोकं शाबूत होतं, तोपर्यंत त्यांच्यासारख्या चंचल तरुणांच्या कौतुकानं तिला बरं वाटलं, तरी काही बिघडणार नव्हतं, आणि तसं काही घडण्याची शक्यता लगेच तरी प्रेश्यसला वाटत नव्हती.

मॅडम माकुत्सीवर ऑफिसची जबाबदारी सोपवून प्रेश्यस बाहेर पडली, तेव्हा दुपारचे साडेबारा वाजले होते. मंत्रालयापर्यंत पोहोचायला आणखी दहा मिनिटं लागली, तरी तिला आपली व्हॅन उभी करायला आणि त्यानंतर श्री. कगोसी सिपोलेलींना – मंत्रिमहोदयांच्या भावजयीच्या वडिलांना – शोधून काढायला पुरेसा वेळ होता. तिचा अंदाज खरा असेल, तर एका खुन्याला ती

भेटणार होती.

गावातली गर्दी टाळण्याच्या हेतूनं तिनं आपली व्हॅन कॅथॉलिक चर्चजवळ उभी केली. तिथून काही अंतर तिला पायी जावं लागणार होतं, पण त्याला तिची काही हरकत असणार नव्हती. वाटेत काही ओळखीची माणसं भेटली, चार इकडच्यातिकडच्या गप्पा झाल्या, तर तिला बरंच वाटणार होतं.

त्या दृष्टीनं तिची निराशा झाली नाही. गाडी उभी करून ती थोडं अंतर चालून गेली नाही, तोच तिला तिच्या एका शाळासोबतीची आई भेटली. तिच्या या मैत्रिणीचं नाव छेंबा बोपेडी होतं. तिनं पिलोत मातान्यानी नावाच्या माणसाशी लग्न केलं होतं अन् अलीकडेच तो एका शाळेचा मुख्याध्यापक झाला होता. छेंबाला सात मुलं होती अन् त्यांच्यापैकी सगळ्यात मोठ्या मुलानं धावण्याच्या स्पर्धेत प्रथम क्रमांक मिळवला होता.

"काय म्हणतोय तुमचा नातू? धावण्यात एकदम हुशार आहे ना?" प्रेश्यसनं अगत्यानं चौकशी केली.

नातवाच्या कौतुकानं आजीबाई खूश झाल्या. त्यांच्या चेहऱ्यावर हसू उमटलं, तेव्हा त्यांच्या तोंडाचं जवळपास बोळकं झाल्याचं प्रेश्यसच्या डोळ्यांनी टिपलं. उरलेसुरले दातही काढून टाकले ह्यांनी अन् कवळी बसवली, तर बरं होईल, असा विचार तिच्या मनात आला.

"काही विचारू नको," त्या म्हणाल्या. "फारच चपळ आहे तो, पण तितकाच व्रात्यही आहे. लहानपणी सारखा खोड्या काढायचा आणि मार चुकवण्यासाठी पळ काढायचा. तेव्हापासूनच जोरात धावायची सवय झालीय त्याला."

"चला, म्हणजे व्रात्यपणाचा काहीतरी फायदा झाला म्हणायचा त्याला," प्रेश्यस गमतीनं म्हणाली. "कुणी सांगावं, एक दिवस तो बोट्स्वानातून धावण्याच्या स्पर्धेत ऑलिंपिकही गाजवेल. तेव्हा सगळ्या जगाला समजेल की, केवळ केनियातच वेगवान धावणारे निर्माण होत नाहीत."

तिच्या मनात मात्र आलं की, आपण जे विधान केलं ते बरोबर नाही. बहुतेक सर्व वेगवान धावपटू केनियातूनच आले होते, हे निर्विवाद सत्य होतं, कारण केनियातले लोक इतरांच्या मानानं बरेच उंच तर होतेच, पण त्यांची उंची पायात असल्यामुळे वेगानं धावणं त्यांना सहज जमत असे. बोट्स्वानातील पुरुष मजबूत बांध्याचे होत. त्यामुळे त्यांना गायीगुरं राखणं चांगलं जमत असे, हे खरं असलं, तरी ते उत्तम खेळाडू होऊ शकले नव्हते. तसं पाहिलं, तर दक्षिण आफ्रिकेतील कुठल्याच जमातीचे लोक धावण्यात कुशल नव्हते. अपवाद म्हटला, तर काही झुलू आणि स्वाझी धावपटूंची नावं घेता आली

असती. उदाहरणार्थ, रिचर्ड मावुसो ह्या स्वाझी धावपटूनं पुष्कळ मोठं नाव कमावलं होतं, त्यामुळे त्याला 'कॉनकॉर्ड' असं टोपणनाव पडलं होतं.

एकंदर खेळाचा विचार केला, तर बोअर्स लोक पुढे होते, असं म्हणता आलं असतं. उंच धिप्पाड बांध्याचे बोअर्स म्हणजे भरदार मांड्या आणि जाडजूड मान असं चित्र डोळ्यासमोर यायचं. एखाद्या माजलेल्या वळूसारखे वाटायचे ते. रग्बी हा खेळ ते उत्तम प्रकारे खेळायचे, पण अक्कलहुशारीच्या बाबतीत मात्र ते यथातथाच म्हणता आले असते. प्रेश्यस स्वतःशी म्हणाली, "माझी निवड विचारली, तर मी बोट्स्वाना पुरुषच पसंत करेन. तो उत्तम रग्बी खेळाडू नसेल किंवा केनियातल्या पुरुषासारखा धावपटूही नसेल, पण त्याच्यावर मी विश्वास ठेवू शकेन आणि तो डोक्यानं चांगला असेल!"

"तुम्हाला नाही का असं वाटत?" आपल्या विचारांच्या तंद्रीतून बाहेर येत तिनं छेंबाच्या आईला विचारलं.

"असं वाटत नाही का म्हणजे काय?" गोंधळून म्हातारीनं विचारलं.

आपल्या विचारांच्या कोशात आपण ह्या म्हातारीलापण गुरफटलं, ह्या विचारानं तिला ओशाळल्यासारखं झालं. "काही नाही, मॅडम, मी असंच काहीतरी विचारलं वेड्यासारखं," म्हणून तिनं छेंबाच्या आईची माफी मागितली अन् ती पुढे म्हणाली, "काही नाही, मी असाच आपल्या देशातल्या पुरुषांबद्दल विचार करत होते."

ते ऐकताच छेंबाच्या आईनं भुवया उंचावल्या आणि ती म्हणाली, "काय सांगतेस? तुला खरं सांगू? मीपण काही वेळा आपल्याकडच्या पुरुषांचा विचार करत असते. नेहमी नाही, पण कधीकधी."

प्रेश्यसनं मैत्रिणीच्या आईचा निरोप घेतला आणि ती पुढे निघाली.

थोड्या अंतरावर तिला श्री. मोथेती पिलाई दिसले. एका चश्म्याच्या दुकानाबाहेरील पायरीवर ते अगदी निश्चलपणे वरती आकाशाकडे नजर लावून उभे होते.

"नमस्कार, दादा, काय ठीक आहात ना?" तिनं चौकशीदाखल प्रश्न केला.

तिचा प्रश्न ऐकताच त्यांनी मान खाली करून तिच्याकडे पाहिलं. "मॅडम रामोत्स्वे का? व्वा, बरं झालं, तुम्ही भेटलात. मला एकदा तुम्हाला नीट न्याहाळून पाहू दे बरं. आजच मला हा चश्मा मिळालाय अन् कित्येक वर्षांनी मला सगळं जग कसं स्वच्छ दिसू लागलंय. खरंच, किती छान वाटतंय म्हणून सांगू? चांगलं स्वच्छ दिसणं म्हणजे काय, हे जणूकाही मी विसरूनच गेलो होतो. हा, मॅडम, आता मला तुम्ही अगदी स्पष्ट दिसताय बरं का? किती छान दिसताय तुम्ही, आणि अंगानं चांगल्या भरलेल्या पण दिसताय."

"धन्यवाद, दादा. छान दिसताय म्हटल्याबद्दल."

त्यांनी आपला चश्मा नाकावरून खाली आणत बोलायला सुरुवात केली, "माझी बायको मला नेहमी सांगायची, 'तुम्हाला नवा चश्मा घ्यायला हवाय,' पण मीच इथे यायला काकू करत होतो. मला इथल्या माणसाकडे जे यंत्र आहे ना, त्याची फार भीती वाटायची. त्या यंत्राचा प्रखर उजेड डोळ्यात पडला की, मला कसंतरीच वाटायचं. शिवाय त्यामुळे डोळ्यात जोरानं हवा जातेय, असंही वाटायचं. म्हणून आपलं मी इथे येणंच लांबणीवर टाकत गेलो. आता वाटतंय, मी फार मूर्खपणा केला."

"कुठलीही गोष्ट लांबणीवर टाकणं बरं नसतंच नाही तरी," प्रेश्यसनं त्यांना दुजोरा देत म्हटलं अन् त्याच क्षणी तिला आठवलं की, आपणही मंत्रिमहाशयांचं काम असंच लांबणीवर टाकत आलो होतो.

"माहीत आहे मला ते, पण बऱ्याचदा होतं काय की, एखादी गोष्ट करणं जरुरीचं आहे, हे माहीत असूनही आपण ती लगेच करत नाही. खरी अडचण तिथेच असते," श्री. पिलाई म्हणाले.

"खरंच मोठी गोंधळात टाकणारी बाब आहे खरी ही," प्रेश्यसनं आपलं मत व्यक्त केलं. "पण ते खरंही आहे. कधीकधी मला वाटतं, आपल्या शरीराच्या आत दोन व्यक्ती असतात. एक सांगते: 'हे काम कर', तर दुसरी व्यक्ती सांगते: 'ते काम कर.' गंमत म्हणजे हे दोन्ही आवाज एकाच माणसाच्या आतून येत असतात."

श्री. पिलाईंनी नजर रोखून प्रेश्यसकडे पाहिलं. मग ते म्हणाले, "आज फार उकडतंय नाही?"

प्रेश्यसनं 'हो' म्हटलं आणि मग दोघं आपापल्या दिशेनं चालायला लागले. आता वायफळ गप्पा पुरे झाल्या, असा विचार करून प्रेश्यस मंत्रालयाच्या दिशेनं चालू लागली. एक वाजायला आला होता. श्री. सिपोलेलींना शोधून काढायचं आणि त्यांच्याकडून माहिती काढण्यासाठी तिला पुरेसा वेळ हाताशी ठेवणं जरुरीचं होतं. ते ज्या झाडाखाली बसत असत, ते शोधून काढणं तिला कठीण गेलं नाही. मंत्रालयाच्या प्रवेशदारापासून जवळच असलेल्या या डेरेदार अकेशियाच्या सावलीचं रिंगण बरंच मोठं होतं. त्याच्या बुंध्याच्या जवळ अनेक मोठे दगड ठेवलेले दिसत होते. या ठिकाणी आरामात बसून गॅबोरोनमधली धांदलगडबड पाहाणं शक्य होतं. अजून एक वाजला नसल्यामुळे सगळे दगड रिकामेच होते.

प्रेश्यसनं त्यातला सगळ्यात प्रशस्त असा दगड निवडला आणि त्यावर आपलं बस्तान ठेवलं. येताना ती आपल्याबरोबर चहाचा एक मोठा थर्मास,

दोन ॲल्युमिनियमचे पेले आणि चार भलेमोठे सँडविच घेऊन आली होती. तिनं एक मग बाहेर काढला, त्यात तिचा खास बुश टी ओतला आणि झाडाच्या बुंध्याला टेकून बसली. आता श्री. सिपोलेलींची वाट पाहण्याशिवाय तिला दुसरं काही करायचं नव्हतं. झाडाच्या थंडगार सावलीत बसून येणाऱ्या-जाणाऱ्यांना न्याहाळण्यातही तिला एक प्रकारची मजा वाटत होती. कुणीही तिची दखल घेतली नाही. एखादी जाडजूड बाई दुपारच्या वेळी झाडाच्या सावलीत आरामात बसली होती, हे दृश्य लोकांच्या अगदी परिचयाचं असावं बहुतेक!

एक वाजून दहा मिनिटं झाली, तोपर्यंत तिचा चहा पिऊन झाला होता आणि ती अगदी पेंगुळली होती, तेव्हाच मंत्रालयाच्या आतून एक जण बाहेर पडला आणि झाडाच्या दिशेनं चालू लागला. तो जवळ आला, तेव्हा धक्का बसल्याप्रमाणे प्रेश्यस दचकून ताठ बसली. श्री सिपोलेलींना भेटायच्या उद्देशानंच ती तिथे आली होती, तेव्हा त्यांच्याशी बोलण्याची संधी दवडून तिला चालणार नव्हतं. झाडाच्या दिशेनं चालणारा माणूस म्हणजे श्री. सिपोलेलीच होते, असं तिनं गृहीत धरलं.

व्यवस्थित इस्त्री केलेली गडद निळ्या रंगाची पँट, अर्ध्या बाह्यांचा पांढरा शर्ट आणि गडद तपकिरी रंगाचा टाय, असा त्यांचा पेहराव पाहाताक्षणीच कुणाच्याही लक्षात आलं असतं की; हा माणूस एक कनिष्ठ दर्जाचा सरकारी नोकर असणार; बहुतेक कारकुनाच्या दर्जाचा. त्याच्या शर्टाच्या खिशाला अडकवलेली तीन-चार पेनं पाहून तर हे मत आणखीनच दृढ होत होतं. तो माणूस नक्कीच चाळिशीचा होता, पण त्याला काही बढती वगैरे मिळालेली नसावी. एकाच पदावर तो जखडल्यासारखा झाला असावा, असं प्रेश्यसच्या मनात आलं.

तिला तिथे बसलेली पाहिल्यानंतर तो माणूस काहीसा सावधपणे पुढे आला अन् प्रेश्यसकडे रोखलेल्या नजरेनं पाहू लागला. तिच्याशी त्याला काहीतरी बोलायचं असावं, पण कसं बोलायचं, अशा संभ्रमात तो पडला होता, असं तिला वाटलं.

प्रेश्यसनंच त्याला नमस्कार केला आणि त्याच्याशी बोलायला सुरुवात केली. "आज खूप गरम होतंय नाही का? म्हणूनच मी इथे झाडाच्या सावलीत बसलेय. अशा उन्हाच्या वेळी बसायला ही जागा किती योग्य आहे, नाही?"

"खरं आहे तुमचं म्हणणं. मीदेखील नेहमी इथेच बसतो," ते उत्तरादाखल म्हणाले.

"होय का?" चेहऱ्यावर आश्चर्याचा भाव आणत प्रेश्यस म्हणाली. "मी तुमच्या नेहमीच्या दगडावर तर नाही ना बसले? इथे कुणीच बसलेलं नव्हतं,

म्हणून मी टेकले, झालं.''

'त्यात काय एवढं,' अशा अर्थी त्यांनी हात हलवला आणि ते म्हणाले, ''माझा दगड? हो, तसं पाहिलं, तर तुमचं म्हणणं खरंच आहे. नेहमी मी त्याच्यावरच बसतो. पण काही झालं, तरी ही एक सार्वजनिक जागा आहे, त्यामुळे कुणीही हवं तिथे बसू शकतो, नाही का?''

प्रेश्यस उठून उभी राहिली आणि सौजन्यपूर्वक म्हणाली, ''ते काहीही असलं तरी दादा, तुम्ही तुमच्या दगडावर बसा. मी या दुसऱ्या दगडावर बसते.''

''नको नको, मॅडम,'' ते घाईघाईनं म्हणाले. त्यांचा आवाजही किंचित बदलला. ''तुमची गैरसोय व्हावी, असं मला वाटत नाही. मी त्या दुसऱ्या दगडावर बसू शकतो.''

''ते काही नाही, दादा,'' प्रेश्यस ठामपणे म्हणाली, ''तुम्हीच या दगडावर बसा. हा तुमचाच दगड आहे ना? खरं म्हणजे मला माहीत नव्हतं, म्हणूनच मी त्यावर बसले. हा दुसरा दगडही चांगलाच आहे की. बसा तुम्ही तुमच्या नेहमीच्या दगडावर.''

''मुळीच नाही,'' आता तेही इरेला पेटल्यासारखे ठामपणे म्हणाले, ''जिथून तुम्ही उठलात, त्या दगडावर तुम्हीच बसावं, अशी माझी इच्छा आहे. मॅडम. त्या दगडावर मी काय कधीही बसू शकतो, तुम्ही नाही. बसा तुम्ही तिथे. मी या दगडावर बसेन.''

अगदी नाइलाज झालाय आपला, असा भाव चेहऱ्यावर आणत प्रेश्यस तिच्या मूळच्या जागेवर स्थानापन्न झाली. मग श्री. सिपोलेलीही खाली बसले.

''मी चहा पीत होते, दादा. पण माझ्याकडे आणखीही चहा आहे. तुम्ही घ्याल का माझ्याबरोबर? तुमच्या जागेवर मी बसले आहे, तेव्हा तुम्हाला चहा तरी द्यावा, अशी माझी इच्छा आहे.''

श्री. सिपोलेली हसून म्हणाले, ''तुम्ही फार चांगल्या आहात, मॅडम. मलादेखील चहा प्यायला आवडतो. दिवसातून पुष्कळ वेळा होतं चहा पिणं. एक सरकारी कर्मचारी आहे ना मी?''

''काय सांगताय? फारच छान नोकरी आहे म्हणायची तुमची. मोठ्या जागेवर काम करत असाल ना तुम्ही?'' तिनं कौतुकाच्या सुरात विचारलं.

श्री.सिपोलेली हसले. ''छे: हो! तसलं काही नाही. मी आपला एक कनिष्ठ दर्जाचा कारकून आहे. पण मी स्वत:ला भाग्यवानच समजतो. हल्ली चांगले पदवीपर्यंत शिकलेले तरुण माझ्यासारख्या जागेवर नेमले जातात. मी जेमतेम केंब्रिजची परीक्षा पास झालोय. त्या दृष्टीनं विचार केला, तर बरंच काही

कमावलंय मी, असं मी म्हणेन.''

त्यांच्यासाठी कपात चहा ओतत असताना प्रेश्यसनं हे शब्द ऐकले, तेव्हा तिला आश्चर्य वाटल्यावाचून राहिलं नाही. तिच्या कल्पनेतील चित्रापेक्षा एकदमच वेगळा माणूस होता हा! तिला वाटलं होतं, ते एक साधारण दर्जाचे अधिकारी असतील, आपल्या पदाबद्दलचा खोटा अभिमान त्यांच्या मनात असेल आणि सामाजिक दर्जा उंचावावा, अशी दिवास्वप्नं ते पाहत असतील वगैरे, वगैरे. पण प्रत्यक्षात बघितलं, तर हा माणूस अगदी साधा सरळ होता. आयुष्यात त्यानं जे काही कमावलं होतं, ज्या पदावर तो काम करत होता, त्याविषयी त्याच्या मनात समाधानाची भावना होती. असंतुष्टपणाचा लवलेशही त्याच्या बोलण्यात तिला जाणवला नाही.

"तुम्हाला बढती वगैरे मिळणार असेल ना, दादा? म्हणजे वरची, जास्त मोठ्या अधिकाराची जागा?''

तिच्या प्रश्नावर काहीतरी विचार करत असल्याचा भाव त्यांच्या चेहऱ्यावर तरळला. "हो, ती शक्यता आहे. नाही, असं म्हणता येणार नाही. पण त्यातली माझ्या दृष्टीनं अडचण अशी की, मला माझ्याहून बऱ्याच वरच्या जागेवर काम करणाऱ्या अधिकाऱ्यांची मर्जी संभाळण्यासाठी फार वेळ खर्च करावा लागेल. शिवाय माझ्या हाताखालच्या लोकांविषयी अहवालही लिहावे लागतील, त्यांच्यावर ताशेरे झाडावे लागतील, त्यांच्या चुका दाखवाव्या लागतील. हे सगळं करणं मला मनापासून नको वाटतं. तसं पाहिलं, तर मला फारशी मोठी महत्त्वाकांक्षा वगैरे नाही. आहे त्यात मी समाधानी आहे, असं म्हणू या हवं तर.''

श्री. सिपोलेलींच्या हातात चहाचा कप देत असताना आपला हात थरथरत होता, असं तिला वाटलं. जे काही तिनं आत्ता ऐकलं होतं, त्याची तिला अजिबातच अपेक्षा नव्हती. त्या क्षणी तिला क्लोव्हिस अँडरसन यांचे शब्द आठवले, 'कुठल्याही बाबतीत पूर्वग्रह बाळगू नका. कोण माणूस कसा आहे वगैरे अंदाज आधीच बांधू नका. तसं केल्यानं तुमचीच दिशाभूल होण्याचा संभव जास्त.'

त्यांना एखादा सँडविच द्यावा, असा विचार तिच्या मनात आला. आपल्याजवळच्या पिशवीतून तिनं सँडविच काढून त्यांच्यासमोर धरले. त्यांच्या चेहऱ्यावर तिला आनंद दिसला. मात्र, त्यांनी लहानातला लहान सँडविच घेतला. 'हेदेखील एक सामान्य, विनम्र माणसाचं लक्षण,' तिच्या मनानं नोंद केली. ते जर लोभी वृत्तीचे असते, तर त्यांनी सगळ्यात मोठा सँडविच उचलला असता, असं तिच्या मनात आलं.

"तुमचं कुटुंब इथे गॅबोरोनमध्येच असतं का?'' सहज चौकशी करावी,

त्या शब्दात तिनं प्रश्न विचारला.

तोंडातला घास संपल्यानंतर त्यांनी बोलायला सुरुवात केली. "मला तीन मुली आहेत. दोघी जणी परिचारिका आहेत, एक इथल्या प्रिन्सेस मरिना हॉस्पिटलमध्ये आहे अन् दुसरी मोलेपोलोलेत असते. माझी सगळ्यात थोरली मुलगी फार हुशार आहे. शाळेत छान चमकली ती अन् मग विद्यापीठातही शिकायला गेली. आम्हाला खूप अभिमान वाटतो तिचा."

"तीपण गॅबोरोनमध्येच असते का?" त्यांना आणखी एक सँडविच देत प्रेश्यसनं विचारलं.

"नाही," त्यांनी उत्तर दिलं. "ती दुसरीकडे असते. शिकत असताना तिची एका तरुणाबरोबर भेट झाली. त्यांनी लग्न केलं. आता ते दुसरीकडे राहतात."

"आणि तुमचा जावई काय करतो? कसे आहेत ते? चांगले वागतात ना तुमच्या मुलीबरोबर ते?" प्रेश्यस शिताफीनं प्रश्न विचारत राहिली.

"हो तर," ते समाधानानं म्हणाले. "फारच चांगले आहेत ते. आता त्यांना मुलंबाळं व्हावीत, एवढीच माझी इच्छा आहे. नातवंडं बघायची इच्छा आहे माझ्या मनात."

काय बोलावं, असा विचार करत प्रेश्यस क्षणभर गप्प झाली अन् मग म्हणाली, "मला वाटतं मुलांचं लग्न व्हावं, ती सुखासमाधानात राहावीत, अशी इच्छा आपण जेव्हा करतो; तेव्हा आपल्या मनात एकच विचार असतो – आपल्या म्हातारपणी त्यांनी आपली काळजी घ्यावी. नाही का?"

किंचितसे हसून श्री. सिपोलेली म्हणाले, "तुम्ही म्हणता तसा विचार येतही असेल मनात. पण माझ्या बाबतीत सांगायचं झालं, तर माझ्या आणि माझ्या बायकोच्या मनात काही वेगळ्याच कल्पना आहेत. आम्ही दोघं महालप्येला जाऊन राहायचा विचार करतो आहोत. माझी तिथे थोडी जमीन आहे, थोडीफार गायी-गुरं आहेत. शांतपणानं आयुष्य जगावं, असं वाटतं माझ्या मनाला."

प्रेश्यस काही न बोलता बसून राहिली. हा हाडाचा सज्जन माणूस अगदी मनातलं तेच बोलत असावा, असं तिला वाटलं. आपल्या जावयाचा कायमचा काटा काढून त्याची संपत्ती बळकाण्याचा ह्याचा बेत होता, असा जो निष्कर्ष आपण काढला होता, तो अगदी मूर्खपणाचा होता, ह्याची तिला खात्री पटली. खरंतर असा विचार मनात आणल्याबद्दल तिला स्वत:चीच लाजही वाटली. मनातला गोंधळ लपवण्यासाठी तिनं त्यांना आणखी एक कप चहा देऊ केला, तेव्हा कृतज्ञता दाखवत त्यांनी तो घेतलादेखील. मग काही वेळ इकडच्यातिकडच्या गप्पा मारल्यानंतर प्रेश्यस उठून उभी राहिली, तिनं आपला स्कर्ट झटकल्यासारखा केला आणि तिच्याबरोबर चहापाणी घेतल्याबद्दल त्यांचे आभार मानले. तिला

हवी असलेली माहिती तिला मिळाली होती, निदान त्यांच्याविषयीची तरी. पण आता तिच्या मनातले त्यांच्या मुलीबद्दलचे अंदाजही खोटे ठरण्याची शक्यता निर्माण झाली होती. जर या माणसाची मुलगी आपल्या वडिलांसारखीच असेल, तर तिनं स्वत:च्या नवऱ्यावर विषप्रयोग केला असण्याची शक्यता वाटत तरी नव्हती. इतक्या साध्या सरळ गृहस्थाची मुलगी अशी कारस्थानी निपजणं शक्य नाही, असं प्रेश्यसला वाटलं. कदाचित असं घडतही असेल काही वेळा. चांगल्या आईवडिलांच्या पोटी करंटी मुलं जन्माला आल्याची अनेक उदाहरणं आपण पाहातोच की. त्यासाठी फार दूर जायचीही गरज नसते. पण का कुणास ठाऊक, या ठिकाणी ती शक्यता वाटत नव्हती एवढं मात्र खरं. याचाच दुसरा अर्थ असा होता की, या कामातल्या पुढच्या तपासात तिला तिच्या मनाची पाटी अगदी स्वच्छ आणि कोरी ठेवायला हवी होती.

'मीच एक धडा शिकले आहे आज,' आपल्या व्हॅनकडे जाताना ती स्वत:शीच म्हणाली. विचारांच्या तंद्रीत चालत असताना पुन्हा एकदा तिला श्री. पिलाई दिसले. ते अजूनही चश्मेवाल्याच्या दुकानाच्या पायरीवरच उभे होते. अजूनही ते नजर वर करून झाडांची पानं न्याहाळत होते.

''मगाशी तुम्ही मला जे काही म्हणालात ना, त्याविषयीच मी विचार करतोय,'' तिला पाहतच ते म्हणाले, ''फार मोठा विचार मांडलात तुम्ही, मॅडम.''

''अगदी खरं बोललात बघा,'' दचकून भानावर येत तिनं उत्तर दिलं. ''पण गंमत अशी की, अजून मलाच त्याचं निश्चित उत्तर सापडलेलं नाहीये.''

त्यावर मान हलवत श्री. पिलाई म्हणाले, ''तसं असेल, तर मग त्यावर अजून विचार करणं भागच आहे आपल्याला.''

''अगदी योग्यच बोललात बघा. करू हं, आपण विचार,'' काढता पाय घेत तिनं उत्तर दिलं.

मॅडम पोतोक्वानेंची मेहेरबानी

मंत्रिमहोदयांनी मॅडम रामोत्स्वेला एक टेलिफोन नंबर दिला होता आणि त्यावर तिनं त्यांच्याशी केव्हाही थेट संपर्क साधावा, असं सांगितलं होतं. त्यामुळे तिला त्यांचे सचिव किंवा सहकारी यांचा अडथळा पार करावा लागणार नव्हता. त्या दिवशी दुपारी तिनं त्याच नंबरवर त्यांना फोन केला अन् त्यांनीच तो उचलला. तिचा आवाज ऐकून त्यांना आनंद झाला होता, असं तिला त्यांच्या बोलण्यावरून जाणवलं. तिनं चौकशीला आरंभ केल्याचं ऐकून त्यांना फार बरं वाटल्याचंही त्यांनी बोलून दाखवलं.

''पुढच्या आठवड्यात तुमच्या घरी जावं, असा मी विचार करतेय,'' प्रेश्यस म्हणाली. ''तुम्ही तुमच्या वडिलांशी याबद्दल बोललायंत का?''

''हो तर. माझं यासंबंधी त्यांच्याबरोबर बोलणं झालंय. मी त्यांना सांगितलंय की, तुम्ही काही दिवस तिकडे विश्रांतीसाठी म्हणून जाणार आहात. माझ्यासाठी तुम्ही महिलांची मतं मिळवून देण्यात मोठाच हातभार लावलाय, आता त्याची परतफेड करायची वेळ आलीय, असंही मी त्यांना म्हणालोय. तुमची चांगली बडदास्त ठेवली जाईल, मॅडम.''

त्यानंतर दोघांमध्ये काही मुद्द्यांवर चर्चा झाली. त्यांच्या मळ्यावर कसं जायचं त्याविषयीच्या सूचना त्यांनी तिला दिल्या. पिलानेच्या उत्तरेला आणि फ्रान्सिसटाउनच्या मार्गापासून काही अंतरावर त्यांचा मळा होता, ह्याची नोंद प्रेश्यसनं केली.

''तिथे घडणाऱ्या दुष्ट कारवायांसंबंधीचा पुरावा तुम्हाला मिळेल, याची मला खात्री आहे, मॅडम,'' ते म्हणाले. ''एकदा का तुम्ही आम्हाला पुरावा दिलात की, आम्ही आमच्या भावाला वाचवू शकू.''

प्रेश्यसनं काहीच मत व्यक्त केलं नाही. ''बघू, आत्ता या क्षणी मी तुम्हाला कसलीच खात्री देऊ शकत नाही. मला तिथे जाऊनच बघावं लागेल.''

''अर्थातच मॅडम,'' मंत्रिमहोदयांनी घाईघाईनं म्हटलं. ''पण मला तुमच्या कार्यक्षमतेविषयी पूर्ण खात्री आहे. आमच्या त्या दुष्ट भावजयीविरुद्ध तुम्हाला तिथे नक्की काहीतरी सापडेल, बघा. तुम्ही तिथे वेळेवर पोहचायला पाहिजे, एवढंच मला म्हणायचंय, दुसरंतिसरं काही नाही.''

फोन करून झाल्यानंतर प्रेश्यस आपल्याच तंद्रीत समोरच्या भिंतीकडे पाहात बसली. भानावर येताच तिच्या लक्षात आलं की, आपण जवळजवळ एक पूर्ण आठवडा बाहेर जाणार आहोत. ह्याचाच अर्थ, ''इथली इतर कामं आपल्याला एक आठवड्यासाठी पुढे ढकलावी लागणार आहेत,'' ती स्वत:शीच म्हणाली. सध्या निदान तिला गॅरेजची चिंता करायचं काही कारण नव्हतं. तिच्याकडे कुणी काही चौकशीसाठी फोन केले, तर त्यांची उत्तरंही मॅडम माकुत्सी देऊ शकणार होती. अन् समजा, तीच एखाद्या गाडीच्या दुरुस्तीच्या निमित्तानं गाडीखाली असेल – आजकाल तिचं हे वेडही वाढू लागलं होतं – तर दोघा कामगारांपैकी एक जण फोनवर काहीतरी बोलून वेळ निभावू शकेल.

पण श्री. मातेकोनींचं काय? सध्या तिच्यापुढला सगळ्यात मोठा प्रश्न हाच होता. तो कसा सोडवायचा, ते तिला समजत नव्हतं; पण लवकरात लवकर तो निकालात काढायला हवा, एवढं मात्र तिला पक्कं ठाऊक होतं. औदासीन्यावरचं पुस्तक तिनं जवळजवळ संपवत आणलं होतं. ह्या आजाराची गोंधळात टाकणारी लक्षणं कशी हाताळायची, त्याबद्दलचा तिचा आत्मविश्वास बराच वाढला होता. पण तिच्या मनात एक भीती अजूनही होतीच – औदासीन्यग्रस्त व्यक्ती काही वेळा एकदम आततायीपणानं वागते, हा त्या आजारपणाचा सगळ्यात मोठा धोका होता. पुस्तकात त्यासंबंधीची बरीच उदाहरणं अगदी उघडपणे दिलेली होती. प्रेश्यसच्या मनात हीच भीती होती की, श्री. मातेकोनींची स्वप्रतिमा अगदीच खालच्या पातळीवर येऊन पोहोचली असल्यामुळे ते आपल्या जिवाचं काही बरंवाईट तर नाही ना करून घेणार? काहीही करून त्यांना डॉ. मोफ्फॅट यांच्याकडे घेऊन जायला हवं होतं, म्हणजे ते श्री. मातेकोनींवर औषधोपचार करू शकले असते. पण तिनं तो विषय काढताच त्यांनी तिला साफ नकारच दिला होता. आपण पुन्हा त्याविषयी बोललो, तरी त्यांच्या वागण्यात काहीही बदल होणार नव्हता, ह्याची तिला खात्री होती.

काहीतरी युक्ती करून त्यांना आपण गोळ्या देऊ शकू का, असा प्रश्न तिनं स्वत:लाच विचारला होता अन् लगेचच तिला त्यातला फोलपणा जाणवला होता. श्री. मातेकोनींना विश्वासात न घेता त्यांच्यावर इलाज करायची कल्पना तिला स्वत:लाच आवडली नव्हती. पण एखादं माणूस सारासार विचार करण्याची शक्तीच गमावून बसलं असेल, तर त्याच्या बाबतीत कोणतीही पद्धत वापरण्यात गैर ते काय, असंही तिला वाटलं होतं. जर एखाद्या व्यक्तीला कुठल्यातरी दुष्ट

शक्तीनं पछाडलं असेल, तर तिची सुटका करण्यासाठी आपल्यालाही तसंच साधन वापरायला लागतं, त्यातलाच प्रकार होता तो. बोट्स्वानाची जुनी, पारंपरिक नैतिकता त्यात काही चूक आहे, असं मानत नाही, हेही तिला माहीत होतं. तसं पाहिलं, तर सर्व प्रकारच्या नीतिमत्ता हेच सांगतात की, काट्यानं काटा काढण्यात काहीही गैर नाही.

एकदा तिच्या मनात आलं, आपण त्यांच्या जेवणात त्यांच्या नकळत औषधाच्या गोळ्या घालाव्यात, म्हणजे त्यांना ते कळणारच नाही. पण ते शक्य झालं नसतं, कारण दिवसातली सगळी जेवणं काही ते तिच्या घरी जेवत नसत. अलीकडे तर रात्रीच्या जेवणासाठी तिच्याकडे येणंही त्यांनी बंदच केलं होतं. बरं, काही सबळ कारण नसताना ती जर त्यांच्याकडे जेवण घेऊन गेली असती, तर तेही विचित्र दिसलं असतं. तसंही पाहिलं, तर या आजारपणामुळे त्यांची अन्नावरली वासनाच उडाल्यासारखी झाली होती. त्या पुस्तकात ह्या लक्षणाचा उल्लेखही केलेला होताच. ज्या वेगानं त्यांचं वजन हल्ली कमी होत होतं, त्यावरूनच तिच्या ही गोष्ट लक्षात आलेली होतीच. तात्पर्य, त्यांच्या नकळत जेवणातून त्यांना औषध देण्याची युक्ती निकालातच निघाली.

तिनं एक उसासा टाकला. काही न करता समोरच्या भिंतीकडे पाहात बसण्याचा तिचा स्वभावच नव्हता. क्षणभर तिला वाटलं, आपल्यालाही या समस्येनं ग्रासलंय की काय? मनात आलेल्या विचाराला तिनं झटकूनच टाकलं. सध्याच्या परिस्थितीत आजारी पडण्याचा विचारही ती करू शकत नव्हती. श्री. मातेकोनींचं गॅरेज, तिची गुप्तहेरसंस्था, मुलं, श्री. मातेकोनी, मॅडम माकुत्सी (तिच्या बोबोनाँगमधल्या नातेवाइकांची गणती ती करतच नव्हती) – सगळंकाही तिच्या एकटीवरच अवलंबून होतं. मनाशी निर्धार करत ती खुर्चीवरून उठली, अंगावरचा स्कर्ट झटकून तिनं सरळ केला अन् ती फोनच्या टेबलापाशी गेली. टेलिफोनच्या डायरीतून तिनं मॅडम पोतोक्वानींचा नंबर शोधून काढला : पोतोक्वानी, सिल्व्हिया. संचालिका. अनाथाश्रम.

प्रेश्यस रामोत्स्वे अनाथाश्रमात पोहोचली, तेव्हा मॅडम पोतोक्वानी एका मुलांची काळजी घेऊ इच्छिणाऱ्या पालकांची मुलाखत घेत होत्या. त्यामुळे तिला काही वेळ स्वागतकक्षात बसून राहावं लागलं. रिकाम्या वेळचा काहीतरी उद्योग म्हणून ती छतावर सरपटणाऱ्या सरड्याकडे बघत राहिली. एका माशीला पकडण्याचा त्याचा प्रयत्न चालला होता. एका क्षणी माशी आपल्या टप्प्यात आली होती, असं समजून सरड्यानं पुढे झेप घेतली, पण क्षणार्धात माशीनं उड्डाण केलं अणि ती खिडकीच्या काचेवर विराजमान झाली.

प्रेश्यसनं आपलं लक्ष टेबलावर पडलेल्या मासिकांकडे वळवलं. तिथे एक

सरकारी माहितीपत्रक पडलेलं होतं. त्यावर अनेक वरिष्ठ सरकारी अधिकाऱ्यांचे फोटो छापलेले होते. त्यांपैकी अनेकांना ती ओळखत होती. त्यातल्या एकदोघांना ती इतक्या चांगल्या प्रकारे ओळखत होती की, तिच्यापाशी असलेली सर्व माहिती सरकारी पत्रकात छापताच आली नसती. तिच्याकडे काम घेऊन आलेल्या मंत्रिमहोदयांचा फोटोही त्यात होताच. त्यांचं मन भावाबद्दलच्या काळजीनं पोखरलेलं असलं, तरी फोटोतल्या त्यांच्या चेहऱ्यावर आत्मविश्वास विलसत होता. आपल्या लाडक्या भावाला मारण्याचा कट शिजत होता, या विचारानं बिचाऱ्यांची झोप उडाली होती, हे प्रेश्यसला चांगलंच माहीत होतं.

''मॅडम रामोत्स्वे?'' या शब्दांनी प्रेश्यस भानावर आली. मॅडम पोतोक्वानी त्यांच्याकडे आलेल्या पालकांना दारापर्यंत सोडायला आल्या होत्या. ''तुम्हाला इथे ताटकळत बसावं लागलं, त्याबद्दल मला माफ करा.'' त्यांनी दिलगिरी व्यक्त केली. ''पण आज एका काहीशा खट्याळ मुलाला मी घर देऊ शकले, याचंच मला समाधान वाटतंय. त्याआधी मला खात्री करून घेणं जरुरीचं होतं की, ती बाई त्याला नीट संभाळेल ना याची, म्हणून जरा वेळ लागला.''

प्रेश्यसला घेऊन त्या आपल्या ऑफिसमध्ये गेल्या. त्यांच्या टेबलावर असलेल्या बशीत नेहमीप्रमाणे केकचा चुरा पडलेला दिसत होता.

''तुम्ही त्या मुलाच्या संदर्भात आला असाल ना? काही सुचलं का तुम्हाला?'' त्यांनी अधीरतेनं विचारलं.

प्रेश्यसनं नकारार्थी मान हलवली. ''नाही मॅडम, मला त्याबद्दल माफ करा. त्याच्याविषयी विचार करायला मला वेळच मिळाला नाही. गेले काही दिवस फार घाईगडबडीचे गेले.''

''तसं काय हो! तुम्ही नेहमीच कामात असता,'' त्या हसून म्हणाल्या.

''या वेळी मी तुमच्याकडे एक काम घेऊन आले आहे,'' प्रेश्यस म्हणाली.

''खरं की काय?'' असं म्हणताना मॅडम पोतोक्वानींचा चेहरा एकदम उजळल्यासारखा झाला. ''बहुतेक वेळा मीच लोकांना विनवण्या करत असते. ह्या वेळी काहीतरी वेगळं घडतंय, ते ऐकूनही मला बरं वाटतंय.''

''श्री. मातेकोनींना बरं नाहीये,'' प्रेश्यसनं खुलासा केला. ''त्यांना औदासीन्याचा विकार जडलाय.''

''अरेरे''! मॅडम पोतोक्वानी दुःखानं म्हणाल्या. ''मला माहीत आहे तो आजार. मी पूर्वी परिचारिका म्हणून काम करायचे, ते तुम्हाला आठवतच असेल ना. लोबात्सेच्या मनोरुग्णालयात मी जवळजवळ वर्षभर काम केलं होतं. फार वाईट अवस्था होते माणसाची त्यामुळे, पण आता त्यावर उपाय सापडले आहेत. आता रुग्ण पूर्णपणे बरा होऊ शकतो.''

"मी वाचलंय त्यासंबंधी," प्रेश्यस म्हणाली. "पण त्यावर उपाय म्हणून औषधं घ्यावी लागतात. श्री मातेकोनी तर डॉक्टरांकडेपण जायला तयार नाहीत. 'मला काही झालेलंच नाही, तर मी डॉक्टरांकडे कशाला जाऊ,' असा त्यांचा सवाल असतो."

"हा निव्वळ वेडेपणा झाला हं," मॅडम पोतोक्वानी म्हणाल्या. "त्यांनी वेळ न दवडता डॉक्टरांकडे जायला हवं. तुम्ही सांगा त्यांना."

"सगळं करून झालंय," प्रेश्यस म्हणाली. "त्यावर त्यांचं एकच पालुपद असतं – 'मला काही झालेलं नाही, तेव्हा मी उगीचच डॉक्टरांकडे जाणार नाही.' मला वाटतं, कुणावरतरी मी हे काम सोपवून बघावं. दुसरं कुणीतरी असं..."

"माझ्यासारखं कुणीतरी, असं सुचवायचंय का तुम्हाला," मॅडम पोतोक्वानींनी विचारलं.

"हो. माझ्या मनात तेच होतं," प्रेश्यस म्हणाली. "तुमचं बोलणं ते कधीच टाळत नाहीत. तुम्ही सांगता, ती प्रत्येक गोष्ट ते हमखास करतात, अशी माझी खात्री पटलीय."

"पण त्यांनी औषधं तर घ्यायलाच हवीत," त्यांनी शंका उपस्थित केली. "प्रत्येक वेळी मी थोडंच त्यांना औषध देऊ शकणार?"

"माझ्या मनात एक कल्पना आलीय," प्रेश्यस गंभीरपणे म्हणाली. "तुम्ही त्यांना काही दिवसांसाठी घेऊन आलात इथे, तर तुम्ही त्यांची देखभाल करू शकाल. ते औषधं घेतायंत ना, त्यावर नजर ठेवू शकाल."

"तुमचं म्हणणं मी त्यांना इथे अनाथाश्रमात राहायला घेऊन येऊ?"

"हो," उत्साहानं प्रेश्यस म्हणाली. "अन् त्यांना बरं वाटेपर्यंत त्यांना इथेच राहू द्या."

टेबलावर बोटानं ठेका धरत मॅडम पोतोक्वानींनी विचारलं, "आणि त्याला श्री. मातेकोनींनी नकार दिला तर?"

"मला नाही वाटत, तुम्हाला विरोध करण्याचं धाडस ते करू शकतील," प्रेश्यसनं आपलं मत व्यक्त केलं. "तुमचा चांगलाच वचक आहे त्यांच्यावर."

"अरे, बापरे, मी खरंच घाबरवते की काय लोकांना!" मॅडम पोतोक्वानी म्हणाल्या.

"नक्की तसं काही म्हणता येणार नाही," विचारपूर्वक प्रेश्यसनं उत्तर दिलं. "पण पुरुषांना थोडी भीती मात्र वाटत असावी. पुरुष साधारणपणे मेट्रनला घाबरतात."

तिच्या या वक्तव्यानं मॅडम पोतोक्वानी काहीशा गंभीर झाल्या. मग त्या म्हणाल्या, "श्री. मातेकोनी आमच्या अनाथाश्रमाचे चांगले मित्र, एक हितचिंतक आहेत. त्यांनी आमच्यासाठी खूप काही केलंय. ह्या वेळी मला त्यांच्यासाठी

काहीतरी करायची संधी मिळतेय. मी नक्कीच त्यांना मदत करेन. केव्हा जावं मी त्यांना भेटायला, असं तुम्हाला वाटतं?''

''आजच!'' कळकळीच्या सुरात प्रेश्यस म्हणाली. ''आधी त्यांना डॉ. मोफ्फॅटकडे घेऊन जा अन् मग सरळ इकडेच घेऊन या.''

''ठीक आहे,'' नव्या जबाबदारीच्या विचारानं त्या उत्साहित झाल्या. ''आजच जाते आणि बघतेच काय वेडेपणा चालवलाय त्यांनी ते. डॉक्टरांकडे नाही जायचं म्हणजे काय? वेडेपणाची ही हद्दच झाली म्हणायची! तुम्ही काही काळजी करू नका. माझ्यावर जबाबदारी टाकलीय ना? आता निश्‍चिंत राहा अगदी.''

प्रेश्यसला सोडायला त्या तिच्या गाडीपर्यंत आल्या.

''त्या मुलाचं लक्षात आहे ना तुमच्या?'' त्यांनी चौकशी केली. ''त्याच्याविषयी काहीतरी विचार कराल ना तुम्ही?''

''मुळीच काळजी करू नका तुम्ही'', प्रेश्यसनं त्यांना धीर देत म्हटलं. ''आज माझ्या डोक्यावरलं केवढंतरी मोठं ओझं तुम्ही हलकं केलंयत. आता मीही तुमच्या मनावरचा भार हलका करेन.''

आपल्या घराच्या व्हरांड्याच्या टोकाला असलेल्या अभ्यासिकेत डॉ. मोफ्फॅटनी श्री. मातेकोनींना तपासलं, त्या वेळी मॅडम पोतोक्वानी त्यांच्या बायकोबरोबर स्वयंपाकघरात बसून गप्पा मारत चहा पीत होत्या. सौ. मोफ्फॅट वाचनालयात काम करत असल्यामुळे त्यांना बऱ्याच विषयांची माहिती होती. गरज पडेल तेव्हा मॅडम पोतोक्वानी त्यांचा सल्ला घेत असत. संध्याकाळची वेळ होती, अंधार पडायला सुरुवात झाली असल्यामुळे डॉक्टरांच्या अभ्यासिकेतील दिव्याभोवती किडे भिरभिरू लागले होते. त्यांच्या टेबलावर स्टेथोस्कोप अन् रक्तदाब तपासायचं उपकरण ठेवलेलं होतं. एकोणिसाव्या शतकातील कुरुमान मोहिमेचं चित्र एका भिंतीवर लावलेलं दिसत होतं.

''बऱ्याच दिवसांत आपली गाठभेट नाही झाली,'' डॉ. मोफ्फॅटनी बोलायला सुरुवात केली. ''माझी गाडी हल्ली बरी चाललीय ना.''

त्यांच्या विनोदावर श्री. मातेकोनींनी हसून प्रतिसाद देण्याचा प्रयत्न केला, पण तेवढ्यासाठीसुद्धा त्यांना फार कष्ट पडत असावेत, असं डॉक्टरांना वाटलं. ''मी बऱ्याच दिवसात...'' एवढंच बोलून ते थांबले. त्यांचं बोलणं पुरं होण्याची डॉ. मोफ्फॅटनी वाट पाहिली अन् मग श्री. मातेकोनींना ते म्हणाले, ''तुमची प्रकृती ठीक नाहीये का?''

होकारार्थी मान हलवत श्री. मातेकोनी म्हणाले, ''अलीकडे मला फार थकून गेल्यासारखं वाटतं. रात्रीची झोपही नाही लागत स्वस्थ.''

"हे फार वाईट आहे. झोप नाही लागली की, कुणालाही फारच अस्वस्थ व्हायला होतं." थोडं थांबून त्यांनी विचारलं, "तुम्हाला कसलीतरी काळजी लागून राहिलीय का? त्यामुळे तर तुम्ही अस्वस्थ नाही ना?"

श्री. मातेकोनी विचारात पडल्यासारखे बसून राहिले. बोलण्यासाठी त्यांनी तोंड उघडलं, त्यांच्या जबड्याची हालचालही झाली, पण काही शब्द बाहेर पडले नाहीत. मग ते म्हणाले, "माझ्या हातून पूर्वी काही भयंकर गोष्टी घडून गेल्या आहेत. त्या माझा पाठलाग करत पुन्हा माझ्या आयुष्यात डोकावतील, अशी धास्ती मला वाटत राहते. त्यामुळे माझी नाचक्की होईल की काय, अशी भीतीही मला वाटते. असं वाटतं, शेवटी लोक माझ्यावर दगड फेकून मारतील."

"कसल्या भयंकर गोष्टी? मला सांगू शकाल तुम्ही त्यांच्याबद्दल? मी कुठे त्याविषयी वाच्यता करणार नाही, ह्याची खात्री आहे ना तुम्हाला?"

"मी ती कृत्यं केल्याला बराच काळ लोटलाय. फारच वाईट वागलो होतो मी तेव्हा. दुसऱ्या कुणाशी तर नाहीच, पण तुमच्याशीदेखील त्याबद्दल बोलायची लाज वाटते मला."

"एवढंच सांगायचंय का तुम्हाला मला?"

"हो."

डॉ. मोफ्फॅटनी काळजीपूर्वक श्री. मातेकोनींना न्याहाळलं. त्यांच्या शर्टाच्या कॉलरजवळचं बटण चुकीचं लावलं होतं, हे त्यांच्या लक्षात आलं. त्याचे बूटही जुनाट, पॉलिशचा स्पर्शही न झालेले असे वाटत होते. त्यांच्या नाड्या तुटायला आल्या होत्या. त्यांचा चेहरा तर इतका रडवेला झाला होता की, कोणत्याही क्षणी त्यांचे डोळे वाहू लागतील, असं डॉ. मोफ्फॅटना वाटलं. ही सगळी लक्षणं डॉ. मोफ्फॅटच्या परिचयाची होती.

"मी आत्ता तुम्हाला काही औषधं देणार आहे. ती घेतलीत की, तुम्हाला बरं वाटेल. तुमची तब्येत ठीक होईपर्यंत मॅडम पोतोक्वानी तुमची देखभाल करणार आहेत, असं त्या मला म्हणाल्या आहेत."

काही न बोलता श्री. मातेकोनींनी नुसतीच मान हलवली.

"आणि तुम्ही ती औषधं घेणार आहात बरं का. मला तसा शब्द हवाय तुमच्याकडून. घ्याल ना औषधं?" डॉ. मोफ्फॅटनी प्रेमानं विचारलं. श्री. मातेकोनींची नजर जमिनीवरच खिळून राहिली. "हं, माझ्या शब्दाला काय किंमत आहे," ते शांतपणे म्हणाले.

"हे तुम्ही नाही तुमचा आजारच बोलतोय," हळुवारपणे डॉ. मोफ्फॅट म्हणाले. "मला माहीत आहे ना तुमची किंमत किती थोर आहे ते."

मॅडम पोतोक्वानी त्यांना आपल्या गाडीकडे घेऊन गेल्या आणि त्यांनी चालकाच्या शेजारच्या बाजूचं दार उघडलं. डॉ. मोफ्फॅट आपल्या पत्नीसह दारात उभे होते, त्यांच्याकडे मॅडम पोतोक्वानींची नजर गेली. हात हलवून त्यांनी दोघांचा निरोप घेतला. त्यांनीही हात हलवला आणि ते घरात शिरले. त्लॉक्वेंग रोड स्पीडी मोटर्सवरून त्यांनी आपली गाडी अनाथाश्रमाकडे घेतली, तेव्हाही श्री. मातेकोनी स्वस्थ बसून राहिले. त्यांनी आपल्या गॅरेजकडे नजर वळवून बघितलंदेखील नाही.

घरगुती मामला

मंत्रिमहोदयांचा शेतमळा गॅबोरोनपासून तासाभराच्याच अंतरावर होता, तरीदेखील प्रेश्यस नेहमीप्रमाणे सकाळी लवकरच घरून निघाली. रोझनं न्याहारी तयार ठेवली होती. आपल्या घराच्या व्हरांड्यात बसून तिनं मुलांबरोबर न्याहारी घेतली. सकाळी सातच्या आधी कामावर जाणारे लोक फारच कमी असल्यामुळे रस्त्यावर विशेष वर्दळ दिसत नव्हती. पायी जाणारे काही लोक अधूनमधून दिसत होते. ढगळ पँट घातलेला एक उंच माणूस भाजलेलं कणीस खातखात मजेत चालला होता. पाठीवर मुलाला बांधून एक बाईही जाताना दिसली. झोपेत असलेल्या त्या मुलाचं डोकं हळूहळू हलत होतं. तिच्या शेजाऱ्याच्या पिवळट रंगाच्या अनेक कुत्र्यांपैकी एक बारकुडासा कुत्रा आपल्यातच दंग असल्याप्रमाणे पायानं जमीन उकरत होता. प्रेश्यसला कुत्रे मुळीच आवडत नसत, असं नव्हतं; तिला त्यांचा तिरस्कार वाटायचा, असंही नव्हतं, पण तिच्या शेजाऱ्याच्या कुत्र्यांविषयी तिच्या मनात भयंकर चीड होती, एवढं मात्र खरं. त्यांच्या अंगाला एक प्रकारचा कसलातरी भयानक वास यायचा. रात्रीच्या वेळचं त्यांचं जोरजोरात भुंकणं तिची झोपमोड करायचं. कुठल्याही वस्तूकडे – सावल्यांकडे, चंद्राकडे बघून, एवढंच नव्हे तर, वाऱ्याची झुळूक आली तरी ती भुंकायची, असं तिला वाटायचं. ह्या कुत्र्यांना घाबरत असल्यामुळेच पक्षी तिच्या अंगणात येत नव्हते, असाही तिचा समज होता. पक्ष्यांबद्दल तिच्या मनात प्रेम होतं, म्हणून तर तिला त्या कुत्र्यांचा अधिकच राग यायचा. झेब्रा ड्राइव्हवरच्या प्रत्येक घरात एक-दोन कुत्रे तरी होतेच. काही वेळा ही सगळी कुत्री एकत्रितपणे एखाद्या झुंडीसारखी रस्त्यावरून धावत सुटायची अन् सायकलवरून जाणाऱ्यायेणाऱ्यांना अन् मांजरांना अगदी सळो की पळो करून सोडायची.

प्रेश्यसनं स्वत:साठी आणि मोथोलेलीसाठी बुश टी कपांमध्ये ओतला;

पूसोला चहा आवडत नसल्यामुळे तो दूध पीत असे. तिनं त्याच्या दुधात दोन मोठे चमचे भरून साखर घातली. त्याला गोडाची खूप आवड होती. कदाचित असं असेल की, मोथोलेलीनं लहानपणी त्याचा एकटीनं संभाळ केला होता, तेव्हा त्याला गोड पदार्थ खायला देऊन त्याचे लाड केले असतील. आता त्याला चांगले पोषक पदार्थ खायची सवय लावायला हवी होती, पण प्रेश्यसला कुठलीच घाई करायची नव्हती; त्याच्या कलाकलानं घेऊनच त्याच्या सवयी बदलायला हव्या होत्या. रोझनं बनवलेली खीर, कापून ठेवलेली पोपई, हे पोषक पदार्थ होतेच. 'वाढत्या वयाच्या मुलासाठी ही न्याहारी चांगलीच आहे,' ती मनाशी म्हणाली. आपल्या लोकांबरोबर कबिल्यातच ही मुलं राहिली असती, तर त्यांना काय खाणं मिळालं असतं, असा प्रश्न तिच्या मनात तरळला. जमिनीच्या आत वाढणारी कंदमुळं, पक्ष्यांची अंडी असं जे काही मिळेल त्यावर भटके लोक कशीबशी गुजराण करत असत, हे प्रेश्यसला ठाऊक होतं. अर्थात शिकार करण्यात त्यांचा हात कुणीच धरू शकणार नाही, हेही तितकंच खरं असल्यामुळे कधीकधी ते शहामृगाचं मांस वगैरे गोष्टी खाऊ शकायचे, ज्या शहरवासियांना दुर्मीळच असायच्या.

तिला आठवलं, एकदा ती उत्तरेच्या दिशेनं प्रवासाला निघाली होती. वाटेत तिला चहा प्यावासा वाटला, म्हणून तिनं गाडी थांबवली होती. तिथे जवळच मकरवृत्त दर्शवणारी एक जुनीपुराणी पाटी तिला दिसली. काही वेळानंतर ती मकरवृत्त ओलांडणार होती, हे तिच्या लक्षात आलं. इथे जवळपास कुणीच नसणार, असा विचार तिच्या मनात येतोय, इतक्यात एका झाडामागून एक मोसर्वा जमातीचा माणूस पुढे झाला. भटक्या जमातीतल्या त्या माणसानं अंगावर कुठल्यातरी प्राण्याच्या कातडीपासून बनवलेला अंगरखा घातला होता अन् हातातही एक कातड्याचीच झोळी धरली होती. तोंडानं त्यानं शीळ घातल्यासारखा काहीतरी आवाज काढला. ते लोक तसलीच काहीतरी विचित्र भाषा बोलतात, हे तिला माहीत होतं, तरी क्षणभर तिला भीती वाटलीच. खरं म्हणजे आकारमानानं ती त्याच्यापेक्षा दुप्पट तरी नक्कीच असेल; पण हे लोक नेहमी बाण वगैरे बाळगतात, काही वेळा त्यांच्या टोकाला विषारी पदार्थ लावलेला असतो, शिवाय ते फार चपळ असतात, हे सगळं तिला ठाऊक असल्यामुळे भीती वाटणं अगदी साहजिकच होतं.

त्याच अवस्थेत ती उठून उभी राहिली. वेळ पडली, तर हातातला थर्मॉस टाकून पळ काढायचा, असा विचार तिच्या मनात आला; पण त्यानं फक्त तोंडाजवळ हात नेऊन काहीतरी याचना केली, तेव्हा तिनं हातातला कप त्याच्यासमोर धरला. तो न स्वीकारता, मला काहीतरी खायला द्या, असं त्यानं

सुचवलं. तिच्याजवळ त्या दिवशी केवळ दोन सँडविच होते, तेच तिनं त्याला दिले. त्यानं अगदी अधाशीपणे ते संपवले, इतकंच नव्हे, तर बोटंही चाटून स्वच्छ केली अन् आल्या पावली तो जवळच्याच रानात निघूनही गेला. नेहमी कलहारीच्या वाळवंटात राहणाऱ्या, कंदमुळं नाही तर उंदीरघुशी मारून खाणाऱ्या त्या माणसाला सँडविच खाताना काय वाटलं असेल, त्याला ही वेगळी चव आवडली असेल का नाही, असा विचारही तिच्या मनात आला होता.

तिच्याकडे राहायला आलेली मुलंही त्याच जगातून आलेली होती. आता परत ती त्या विश्वात जाणं शक्य नव्हतं. असा उलटा प्रवास कुणाच्याच बाबतीत शक्य होत नाही, कारण तेव्हा ज्या प्रकारचं आयुष्य ती मुलं जगत होती, ते आत्ताच्या आयुष्यापेक्षा फारच वेगळं होतं. आता त्यांना त्याच जगात राहायचं होतं; जिथे रोझ होती, प्रेश्यस होती आणि तिचं झेब्रा ड्राइव्हवरचं घर होतं.

न्याहारीच्या वेळी तिनं त्यांना सांगितलं, ''चार-पाच दिवस मला बाहेरगावी राहायला लागणार आहे. रोझ तुमची काळजी घेईलच. तुम्हाला काळजी करायचं काही कारण पडणार नाही.''

''ठीक आहे, मॅडम,'' मोथोलेली तिला म्हणाली. ''मीही मदत करेन तिला.''

प्रेश्यसला तिच्या समंजसपणाचं कौतुक वाटलं आणि तिच्या चेहऱ्यावर समाधानाचं हसू उमटलं. या एवढ्याशा मुलीनं अगदी लहान वयात आपल्या भावाचा संभाळ केला होता. आपल्यापेक्षा लहान असलेल्यांची काळजी घ्यायला तिला आवडत होतं, हे प्रेश्यसच्या ध्यानात आलं होतं. मोठी झाली की, ही मुलगी एक चांगली आई होईल, असा विचारही तिच्या मनात तरळला. तेवढ्यात तिला आठवलं की, चाकांच्या खुर्चीला जखडलेल्या या मुलीला आई होणं शक्यच होणार नव्हतं. तिला स्वत:च्या पायावर उभं राहता आलं, तरच आई होणं शक्य, असा विचारही तिच्या मनात आला. 'अशा अपंग मुलीबरोबर लग्न करायला तरी कुठला पुरुष तयार होईल,' ती स्वत:शीच म्हणाली. तिच्यासारख्या गुणी मुलीवर हा अन्यायच होता; पण जी वस्तुस्थिती होती, ती नाकारून किंवा तिकडे डोळेझाक करूनही चालणार नव्हतं. अर्थात, जगात काही सज्जन पुरुषही असतीलच, जे तिच्या व्यंगाचा विचार करण्याऐवजी तिच्यातील गुणांना महत्त्व देतील अन् तिच्याशी लग्न करायला तयार होतील. पण असे पुरुष दुर्मीळच! प्रेश्यसला तरी फारच थोडी नावं घेता आली असती. पण अगदी तसंही म्हणता आलं नसतं. श्री. मातेकोनींची गणना अशा दुर्मीळ पुरुषांमध्ये नक्कीच करता आली असती. सध्या त्यांचं वागणं काहीसं विक्षिप्त

झालं होतं, ती गोष्ट वेगळी! त्याखेरीज बिशप माखुलूंचं नावही घेता आलं असतं. सर सेरेत्से खामा, मोलेपोलेलेमधील स्कॉटिश हॉस्पिटलचे प्रमुख, डॉ. मेरीवेदर, ही माणसंही फार गुणी म्हणून सर्वांना परिचित होती. अशाच प्रकारात मोडणारी इतर काही माणसं असतील, जी फारशी नावाजलेली नसतील. तिला श्री. पोतोक्वानींचं नाव आठवलं. आपल्या दुकानांमध्ये होणारा बराचसा नफा ते गरिबांना मदत करण्यात खर्च करत असत. 'आणखी विचार केला, तर सामान्यातल्या सामान्य माणसांमध्येही चांगल्या स्वभावाची माणसं आढळणार नाहीत, असं नाही,' असं ती स्वत:शीच म्हणाली. फार दूर कशाला जायला हवं होतं? तिच्या घराचं छप्पर दुरुस्त करणाऱ्या माणसानंच रोझची सायकलही दुरुस्त करून दिली होती, तीदेखील काहीही पैसे न घेता. तात्पर्य, वाईटांपेक्षा या जगात चांगली माणसंच जास्त आहेत, तेव्हा वेळ आली की, मोथोलेलीलासुद्धा असाच एखादा चांगला पुरुष भेटेल, अशी आशा तिला वाटली.

अर्थात, जर तिला लग्न करायचं असलं तर! लग्न न करतादेखील आनंदात राहता येतं, निदान थोड्याफार आनंदात तरी, असा तिचा स्वत:चा अनुभव होता. अधिक विचार केल्यावर मात्र तिला वाटलं की, लग्न करण्याचे फायदे नक्कीच मोठे असतात. मनातल्या मनात तीसुद्धा त्याच दिवसाची वाट पाहात होती; ज्या दिवशी श्री. मातेकोनींना पोटभर जेवू-खाऊ घातल्याचं, त्यांच्या चेहऱ्यावर तृप्तीचं समाधान तिला बघता येईल. रात्रीच्या वेळी घरात कुठे काही खुट्ट झालं, तर तिच्याऐवजी तेच उठतील आणि घाबरवून सोडणाऱ्या आवाजाची दखल घेतील, अशीही तिची अपेक्षा होती. खरंच, आपल्यापैकी प्रत्येकाला असं वाटत असतं की, आपली साथ देणारं कुणीतरी हवं. असं कुणीतरी माणूस, ज्याची आपण देव म्हणून मनोमन पूजा करू. या जगातलं ते आपलं, छोटंसं का होईना, पण आराध्यदैवत असेल. एक पाऊल पुढे जाऊन असंही म्हणता येईल की, आपल्याला असं कुणीतरी हवं असतं, मग तो नवरा असो, मूल असो किंवा वडीलही असोत ज्याच्यामुळे आपल्या आयुष्याला, आपल्या जगण्याला खरा अर्थ प्राप्त होईल. तिला भरभक्कम आधार देणारे, पण आता या जगात नसलेले तिचे वडील एक साधे खाणमजूर होते. त्यांनी गुरांच्या रूपानं धनदौलत जमा केली. ते एक खरे सज्जन पुरुष होते. ते जिवंत होते, तेव्हा त्यांची मर्जी राखण्यात तिला किती आनंद व्हायचा! आतादेखील त्यांची आठवण मनात ताजी ठेवण्यात तिला तसाच आनंद मिळत होता.

हल्ली काही लोक असाही विचार करत असतात की, हे सगळं सुख मिळवण्यासाठी लग्न करण्याची काही गरज नसते, त्याशिवायही सुख मिळवता

येतं, असं ते प्रतिपादन करत असतात. त्यांची विचारसरणीही काही प्रमाणात योग्यच म्हणता आली असती. लग्न न करताही एखादी स्त्री आणि तिचा मित्र एकत्र राहू शकत होतेच, पण त्यात एक तोटा होता. हे नातं कायम टिकून राहीलच, याची खात्री देता आली नसती. लग्नामुळेही नातं कायम टिकण्याची हमी कुणी देऊ शकणार नाही, हे समजण्याइतकी हुशार ती नक्कीच होती. तरीपण असं म्हणता येईल की, जेव्हा एखादी स्त्री अन् एखादा पुरुष लग्नबंधनाचा स्वीकार करतात, तेव्हा तरी त्यांच्या मनात हा संबंध जन्मभरासाठी आहे, अशीच भावना असते. काही वेळा हे नातं फिस्कटतंही, पण त्याआधी दोघांनीही निश्चितच काही काळ तरी एकत्र राहाण्याचा प्रयत्न केलेला असतोच. लग्नाला बेडी मानणाऱ्या या लोकांबरोबर प्रेश्यसचं कधीच एकमत झालेलं नव्हतं. तिला हेदेखील ठाऊक होतं की, पूर्वीच्या काळी स्त्रियांच्या दृष्टीनं लग्न म्हणजे एक जन्मभराची बेडीच असायची. कारण सगळे हक्क पुरुषांना आणि जबाबदाऱ्यांचं ओझं मात्र स्त्रीच्या माथ्यावर, अशीच स्थिती होती तेव्हा. आदिवासी लोकांमध्ये अजूनही तशीच परिस्थिती होती, हे जगजाहीर होतं. बऱ्याच काळानंतर म्हणजे जवळजवळ म्हातारपणी या बायकांना थोडा आदर व मानसन्मान मिळायचा. एखाद्या स्त्रीनं मुलग्यांना जन्म दिला असेल, तर तिला अधिक मान मिळण्याची शक्यताही असायची. प्रेश्यस रामोत्स्वे असल्या लग्नसंबंधाच्या विरोधात होती. ज्या नात्यात स्त्रीला पुरुषाच्या बरोबरीनं दर्जा मिळतो, अशी विवाहाची आधुनिक कल्पनाच तिला मान्य होती. लग्न म्हणजे एक बंधन, एक जाचक बेडी, असं समजून लग्नच नको म्हणणाऱ्या स्त्रियाही एक प्रकारच्या वेगळ्याच, पण स्वनिर्मित सापळ्यात अडकत होत्या, असं तिचं लाडकं मत होतं. त्यामुळे पुरुषांच्या जुलूमशाहीतून त्यांना मुक्तता मिळाली असेल, पण त्यामुळेच पुरुषांच्या स्वार्थी वृत्तीला खतपाणी घातल्यासारखंही होत होतं. म्हणजे असं की, एखादा पुरुष काही काळ एखाद्या स्त्रीबरोबर राहील अन् तिचा कंटाळा आला की, तिला सोडून देऊन दुसऱ्या अधिक तरुण बाईच्या मागे धावेल. बरं, तो असा वागला, तरी कुणीच त्याला नावं ठेवणार नाही, कारण तो काही गैर वागतच नव्हता. त्याचं वागणं समाजमान्य होतंच की! थोडक्यात सांगायचं, तर अशा प्रथेचा फायदाही शेवटी पुरुषांनाच होणार, हे उघड आहे.

"मला सांग, या जगातलं सगळं दुःख, सगळा त्रास कुणाच्या वाट्याला येतो?" एकदा प्रेश्यसनं हा प्रश्न मॅडम माकुत्सीला विचारला होता. दोघी जणी त्या वेळी काहीशा रिकाम्याच, अशिलाच्या येण्याची वाट पाहात बसल्या होत्या. "बहुतेक वेळा पुरुषमंडळी आपल्या बायकांना वाऱ्यावर सोडून देतात आणि

धावतात तरुण पोरींच्या मागे. त्या बिचाऱ्या बायका काही करू शकत नाहीत. असंच चित्र दिसतं की नाही सगळीकडे? चाळीस-पंचेचाळीस वर्षांचा पुरुष स्वत:शीच म्हणतो, 'बस्स झालं, आता नाही मी राहू शकत तिच्याबरोबर' अन् धावतो एखाद्या तरुण स्त्रीच्या मागे. खरं की नाही?''

''अगदी खरं बोललात मॅडम, तुम्ही,'' मॅडम माकुत्सी म्हणाली होती. ''आपल्या बोट्स्वानात पुरुषांपेक्षा स्त्रियांच्या वाट्यालाच जास्त दु:खं येतात. पुरुष काय, त्यांची मौजमजा चाललेलीच असते. मी माझ्या डोळ्यांनी पाहिलंय हे सगळं. आमच्या बोट्स्वाना सेक्रेटरियल कॉलेजमध्येही हाच प्रकार चालायचा.''

काही न बोलता प्रेश्यस तशीच बसून राहिली. मॅडम माकुत्सीला आणखी काहीतरी सांगायचं होतं, हे तिनं ओळखलं.

''आमच्या कॉलेजात काही देखण्या, आकर्षक मुली होत्या. अभ्यासात मागे राहणाऱ्या मुली याच वर्गातल्या असायच्या. जेमतेम पन्नास टक्के गुण मिळायचे त्यांना. आठवड्यातून तीन-चार दिवस तरी त्या बाहेर जात असत. त्यांना भेटणारे बहुतेक सगळे पुरुष, तुम्ही म्हणता तसे; भरपूर पैसा, गाडी असणारे मध्यमवयीन असत. ते सर्व पुरुष विवाहित आहेत, हे माहीत असूनही त्या मुलींना काही फरक पडायचा नाही. त्यांच्याबरोबर त्या नृत्य करायला जायच्या, बाहेर भटकायच्या. मग काय होणार, मॅडम, तुम्हीच सांगा?''

''येतेय मला सगळी कल्पना,'' मान हलवत प्रेश्यस म्हणाली होती.

आपल्या ब्लाउजच्या बाहीला चश्म्याच्या काचा पुसत ती पुढे बोलू लागली, ''ह्या मुली त्या पुरुषांना सांगत, 'तुमच्या बायकोला सोडून द्या,' अन् तेही तसलेच. लगेच पाघळत आणि म्हणत, 'छान कल्पना आहे' आणि जात या पोरींच्याबरोबर. आता त्यांच्या बायकांचं काय होत असेल, याची कल्पनाच केलेली बरी. त्यांच्यासारख्या तारुण्य ओसरलेल्या स्त्रियांना कोण विचारतो? पुरुषांना नेहमी तरुण आणि आकर्षक मुलीच हव्या असतात. हे असं नेहमीच चालायचं, मॅडम. मी तर तुम्हाला अशा चटोर मुलींची नावंसुद्धा सांगू शकेन. एक भलीमोठी यादीच तयार होईल.''

''काही गरज नाही गं बाई, मला तुझ्या यादीची. माझ्याकडेच अशा गरीब बिचाऱ्या बायकांची लांबलचक यादी असेल. अगदी हातभर लांब,'' प्रेश्यस म्हणाली अन् तिनं एक उसासा टाकला.

''आणि किती दु:खी पुरुष तुम्हाला ठाऊक आहेत,'' मॅडम माकुत्सीला जणूकाही चेवच चढला होता. ''असे किती पुरुष तुम्ही दाखवाल, जे आपल्या घरी कुढत, बायकोची वाट पाहात बसले आहेत; कारण त्यांची बायको कुणा तरुणाचा हात धरून पळून गेलीय? सांगा ना, मॅडम?''

"एकही नाही," प्रेश्यसनं तिच्या मताला दुजोरा देत म्हटलं. "अगदी औषधालादेखील सापडणार नाही असा पुरुष."

"मी तरी तेच म्हणतेय," मॅडम माकुत्सी म्हणाली. "बिचाऱ्या बायकाच नेहमी फशी पडतात. पुरुष त्यांना आपल्याला जाळ्यात ओढतात अन् गरीब बिचाऱ्या गायीसारख्या आपणपण त्या जाळ्यात पाय टाकतो."

मुलं शाळेत गेल्यानंतर प्रेश्यसनं एका छोट्या बॅगेत आपले कपडे भरले आणि ती गावाबाहेर पडली. मद्यार्काचे कारखाने, नव्यानं निघालेले कारखाने, उपनगरात बांधलेल्या चिमुकल्या घरांच्या वसाहती तिनं मागे टाकल्या. फ्रान्सिसटाउन आणि बुलावायोच्या दिशेनं जाणाऱ्या रेल्वेमार्गाच्या बाजूला ही नवी नगरं वसवलेली होती. त्यानंतर ती मंत्रिमहोदयांच्या घराकडे जाणाऱ्या रस्त्याला लागली. तिथे कसलंतरी भयंकर कटकारस्थान शिजत होतं. नुकताच पहिला पाऊस होऊन गेला असल्यामुळे सुकलेल्या तपकिरी जमिनीतून हिरवे कोंब डोकं बाहेर काढू लागले होते. गायीगुरांना, चाऱ्यासाठी भटकणाऱ्या शेळ्याबकऱ्यांना लवकरच हिरवा, कोवळा चारा मिळणार होता. प्रेश्यसच्या छोट्या व्हॅनमध्ये रेडिओ नव्हता किंवा जो होता, तो चालत नव्हता, पण तिला अनेक गाणी म्हणता येत होती. खिडक्या उघड्या ठेवल्यामुळे आत येणारा सकाळचा ताजा गार वारा छातीत भरून घेत, मनसोक्त गाणी गात ती गाडी चालवत राहिली. किलबिल करत पक्षीही स्वच्छंदपणे उडत होते. वरती पूर्णपणे निरभ्र आकाशानं छत धरलं होतं. मैलोन्‌मैल ते असंच निरभ्र असणार, हे तिला अनुभवानं माहीत होतं.

ज्या कामासाठी ती निघाली होती, त्याच्या विचारानं तिचं मन अधूनमधून अस्वस्थ होत होतं; कारण जिथे तिचं प्रेमानं, आदरानं अगत्यपूर्ण स्वागत होणार होतं, पण तिथल्या माणसांना ती एक प्रकारे फसवणार होती. पाहुणी म्हणून एखाद्या घरात प्रवेश करायचा, तोही मनात खोटा हेतू बाळगून, हे तिला स्वत:लाच पटत नव्हतं. मंत्रिमहोदयांच्या आईवडिलांचीच पाहुणी म्हणून ती त्यांच्या घरात जात होती, पण त्यांनाही तिच्या येण्याचं खरं प्रयोजन ठाऊक नव्हतंच. त्यांच्या दृष्टीनं त्यांच्या मुलावर तिनं उपकार केले होते, त्याची परतफेड करण्यासाठी म्हणून ते तिचं आदरातिथ्य करणार होते. खरं पाहता, ती एक गुप्तहेर म्हणूनच तिथे जाणार होती. गुप्तहेरगिरीमागचा तिचा हेतू चांगला असला, तरी एक गोष्ट निर्विवाद सत्य होती अन् ती म्हणजे, तिला त्या घरात घुसून काहीतरी माहिती मिळवायची होती.

या असल्या नीतिमत्तेच्या विचारांनी आपलं डोकं शिणवायची काही गरज

नाही, असा सुज्ञ विचार तिनं केला. ती परिस्थितीच अशी होती की, ज्या वेळी दोन्ही बाजूंचं समर्थन करता आलं असतं. तिनं हे काम स्वीकारलं होतं आणि खोट्याचा आश्रय घ्यायचा ठरवला होता, कारण एक जीव धोक्यात होता. तेव्हा आपल्या मनातलं बऱ्यावाईटाचं युद्ध बाजूला ठेवायचं आणि सर्व शक्तीनिशी सत्य काय ते शोधून काढायचं, असा निश्चय तिनं मनाशी केला, 'अन् नाही म्हटलं तरी काम करायचा निर्णय घेऊन झालाच होता, मग तो योग्य आहे की नाही यावर आता डोकं कशाला शिणवा,' ती स्वत:शीच म्हणाली. शिवाय, मनात संभ्रम निर्माण झाला, तर आपण जे नाटक वठवणार आहोत, ते परिणामकारक होणार नाही आणि कदाचित आपलं पितळही उघडं पडेल. हे म्हणजे एखाद्या रंगमंचावर काम करणाऱ्या नटासारखं होईल. एखादी भूमिका त्याला स्वत:लाच पटत नसेल, तर ती तो ताकदीनं कशी सादर करू शकेल? तिनं मनाची समजूत घालण्यासाठी या युक्तिवादाची मदत घेतली, तेव्हा तिचं मन शांत झालं.

रस्त्यावरून एक बैलगाडी चालली होती. गाडीवानाकडे पाहून तिनं हात हलवला, तेव्हा कासऱ्यावरचा हात बाजूला करून त्यानंही हात हलवला. गाडीत दोन वयस्क स्त्रिया, एक तरुण स्त्री आणि एक लहान मूल होतं. त्यांनीही तिला हात हलवून अभिवादन केलं. ही माणसं आपल्या शेतीची कामं करायला निघाली असावीत, असा तर्क तिनं केला. त्या दृष्टीनं विचार केला, तर त्यांना थोडा उशीरच झाला होता. पहिला पाऊस येण्याआधी शेतजमीन नांगरून तयार असली, म्हणजे पहिला पाऊस येताच बी पेरणं शक्य होतं, हे प्रेश्यसला ठाऊक होतं. तसा थोडा उशीर झाला, तरी फारसं बिघडणार नव्हतं. आता पेरणी केली तरी सुगीच्या हंगामात त्यांना कणसं, कलिंगडं, शेंगा मिळतीलच. बैलगाडीत तिला अनेक भरलेली पोती दिसली. त्यात बियाणं असणार आणि नवं पीक येईपर्यंत लागेल ते थोडंफार धान्यधुन्यही असणार. बायका पिठापासून पेज बनवतील, तर मुलं एखाद्या पक्ष्याची नाही, तर प्राण्याची शिकार करतील आणि बेचव पेजेच्या जेवणाला थोडी चव आणतील. तुटपुंज्या साधनांनिशी जगणाऱ्या त्या लोकांबद्दल तिच्या मनात करुणा दाटून आली.

बैलगाडीला मागे टाकून ती पुढे गेली, पण काही वेळ तिच्या व्हॅनच्या आरशात तिला गाडी अन् गाडीतली माणसं दिसत होती. त्यांच्यातलं अंतर वाढत गेलं, तसा गाडीचा आकार लहानलहान वाटू लागला. जणूकाही ती गाडी दूरदूर म्हणजे भूतकाळातच मागे जात होती, असा भास तिला झाला. काही काळ गेल्यावर आपल्या देशातही सुधारणा होतील, मग या गरीब शेतकऱ्यांना शेतात राबण्याची गरज भासणार नाही. ही माणसंदेखील आपल्यासारखीच

दुकानातून धान्य विकत घेतील. तसं झालं, तर त्यांचं जीवनमान सुधारेल. पण देशाच्या दृष्टीनं विचार केला तर? केवढी मोठी हानी असेल ती! माणूस आपल्या धरणीमातेशी असलेलं प्रेमाचं नातं, मैत्रीच गमावून बसेल. केवढी मोठी किंमत तो मोजेल या सुधारणेच्या पायी, हे त्याला कदाचित कळणारही नाही. प्रेश्यसला तिचं बालपण आठवलं. लहान असताना आपल्या आत्याबरोबर, घरातल्या इतर स्त्रियांबरोबर ती शेतावर जायची आणि तिथेच काही काळ राहायची. घरातल्या मुलांना गवळीवाड्यावर पाठवण्यात यायचं. आजूबाजूला फारशी काही मनुष्यवस्ती नाही, अशा ठिकाणी ही मुलं महिनोन्‌महिने वडिलधाऱ्या पुरुषांच्या साथीनं राहायची. शेतावर घालवलेले ते दिवस अजूनही तिच्या आठवणीत घर करून राहिलेले होते. एक दिवस कधी तिला कंटाळवाणा वाटला नव्हता. अंगणाची झाडझूड करायची, गवतापासून टोपल्या विणायच्या, असल्या कामात त्यांचा वेळ मजेत जायचा. काही वेळा या बायका कलिंगडाच्या शेतातले तण काढताकाढता मनानंच रचलेल्या लंब्याचौड्या गोष्टी एकमेकींना सांगून मनं रिझवायच्या त्यांच्या दृष्टीनं काल्पनिक असलेल्या घटना बोट्स्वानात इतर कुठेतरी कदाचित घडतही असतील, कुणास ठाऊक!

एखादे वेळी अचानकच पाऊस पडू लागला की, धावत सगळ्या जणी झोपडीत शिरायच्या. कधी विजेचा कडकडाट ऐकू यायचा, तर कधी दूर आकाशात वीज चमकताना नजरेस पडायची. क्वचित प्रसंगी जवळपास कुठे वीज कोसळली, तर काहीतरी जळल्याचा धुरकट वासही यायचा. पावसाची धार थांबली की, पुन्हा सगळ्या जणी झोपडीतून बाहेर पडायच्या. अशा वेळी पंख फुटलेल्या मुंग्या ओलसर जमिनीतल्या त्यांच्या बिळातून बाहेर पडायच्या. त्यांना पकडायचं, तोंडात टाकायचं अन् मिटक्या मारत खायचं हा त्यांचा आवडता उद्योग असायचा अशा वेळी...

विचारांच्या तंद्रीतच ती पिलानेच्या जवळ येऊन पोहोचली. इथून उजवीकडे जाणारा रस्ता मोचुडीला जातो, हे तिला माहीत होतं. हे ठिकाण तिचं आवडतं म्हणता येईल, असं होतं. याच छोट्याशा खेड्यात ती लहानाची मोठी झाली होती. पण ह्याच गावात एक अशी घटना घडली होती, जिनं तिच्या बालपणाला ग्रहण लागलं होतं. इथल्याच एका छोट्या रस्त्याला छेदून जो रेल्वेमार्ग जायचा, त्यावर तिच्या आईचा मृत्यू ओढवला होता. त्या भयानक रात्री आगगाडीखाली सापडून तिची आई मेली होती. तसं पाहिलं, तर प्रेश्यस त्या वेळी जेमतेम दोन वर्षांची असेल. तिला तो प्रसंग आठवणं शक्यच नव्हतं. तरीपण तिचं बालपण त्यामुळे झाकोळलं गेलं होते, यात शंकाच नव्हती. आता तिची आई एका धूसर सावलीच्याच रूपात उरली होती तिच्यासाठी.

मंत्रिमहोदयांचं घर आता काही मैलांच्या अंतरावर राहिलं होतं. त्यांनी तिला इतक्या व्यवस्थितपणे खाणाखुणा सांगितल्या होत्या की, त्यातल्या काही तिच्या नजरेला पडताच आपण त्यांच्या शेतमळ्यावर येऊन पोचलो, हे तिच्या लक्षात आलं. गवळीवाड्याच्या कुंपणातलं मोठं फाटक दिसलं, तेव्हा तिनं मुख्य रस्त्यावरून आपली व्हॅन बाजूला घेतली आणि खाली उतरून फाटक उघडलं. आतल्या बाजूचा मातीचा रस्ता पश्चिमेच्या दिशेनं जात होता. तिथून मैलभर अंतरावर एका कुंपणाच्या आत, गवताच्या रानात दडल्यासारखी काही लहान घरं तिला दिसली. जवळच एक भली थोरली पत्र्याची पवनचक्की दिसत होती. 'हा शेतमळा चांगलाच मोठा दिसतोय,' ती मनाशीच म्हणाली. एक नाजूकशी असूयेची कळ आपल्या छातीत उमटलीय, असं तिला जाणवलं. आपल्या डॅडींना असा एखादा मळा हवा होता. त्यांनी आपल्या आयुष्यात काटकसरीनं राहून बरीच गुरं जमवली होती, पण असा शेतमळा विकत घेण्याइतके श्रीमंत ते खासच नव्हते. मंत्रिमहोदयांचा मळा नाही म्हटलं तरी सहा हजार एकरांचा होता; जास्तीच असेल, पण कमी नक्कीच नव्हता.

मळ्याच्या आवारात एक डोळ्यात भरेल असं प्रचंड मोठं, पण बैठंच घर होतं. लाल रंगाचं पत्र्याचं छप्पर असलेल्या त्या घराच्या चारी बाजूंना उघडे व्हरांडे होते. हे मूळचं, जुनं घर असावं; त्यानंतर गरजेप्रमाणे त्याच्या आजूबाजूला आणखी छोटी घरं बांधण्यात आली असावीत. या मुख्य घराच्या दोन्ही बाजूंना जांभळी फुलं असलेल्या बोगनव्हिलाचे मोठे वेल चढले होते. मागेपुढे पपयांची बरीच झाडंही दिसत होती. कलहारी वाळवंट इथून जवळच असल्यामुळे या भागात उन्हाळ्याचा त्रास बराच असणार, हे प्रेश्यसच्या लक्षात आलं. 'घर गार राहावं, यासाठी सर्व ती खबरदारी घेतलीय,' ती स्वत:शीच म्हणाली. तरीपण या भागात पाण्याची कमतरता वाटत नव्हती अन् गायीगुरांसाठी मुबलक चाराही होता. या मळ्याच्या पूर्वेला थोड्याच अंतरावर लिंपोपो नदीचा उगम होता. तिला एरवी फारसं पाणी नसलं, तरी पावसाळ्यात मात्र पाण्याला खळखळाट असायचा.

फाटकाजवळच्या इमारतीशेजारी एक ट्रक उभा केलेला दिसला, म्हणून प्रेश्यसनं आपली व्हॅनही तिथेच लावली. जवळच एका मोठ्या झाडाभोवती सावली असलेली छान जागा होती, पण तिथे आपली गाडी उभी करण्याचा मोह तिनं आवरला. घरातल्या मालकापैकी कुणीतरी तिथे आपली गाडी ठेवत असल्याची शक्यता असल्यामुळे ती जागा बळकावणं उद्धटपणाचं दिसलं असतं, असा विचार तिनं केला.

आपली बॅग तिनं गाडीतच ठेवली आणि ती मुख्य इमारतीच्या फाटकाच्या

दिशेनं चालत निघाली. घरापाशी पोहोचताच तिनं एक हाक मारून आपल्या येण्याची वर्दी दिली. थेट घरात घुसणं रीतीला सोडून दिसलं असतं, ह्याची तिला जाणीव होती. तिच्या हाकेला कुणी उत्तर दिलं नाही, म्हणून तिनं आणखी एकदा हाक घातली. या वेळी पुढचं दार उघडून एक मध्यमवयीन बाई अंगावरल्या कपड्याला हात पुसत बाहेर आली. नम्रपणे तिनं प्रेश्यसचं स्वागत केलं आणि तिला आत येण्याची विनंती केली.

"मॅडम तुमचीच वाट पाहात आहेत," ती म्हणाली. "मी इथली बरीच जुनी कामवाली आहे. थोरल्या बाईसाहेबांच्या देखभालीचं काम माझ्याकडे असतं. त्या तुमचीच वाट पाहाताहेत."

घराबाहेरच्या व्हरांड्यात आडोसा केला असल्यामुळे गार वाटत होतं. आत गेल्यानंतर तर बाहेरचा रखरखाट नसल्यामुळे प्रेश्यसला अधिकच गार वाटलं. खरं म्हणजे इतक्या कमी उजेडाची तिच्या डोळ्यांना सवय नसल्यामुळे काही क्षण गेल्यानंतरच तिला थोडंफार दिसू लागलं. सुरुवातीला तर वस्तूंऐवजी त्यांच्या सावल्याच दिसत होत्या, असं काहीतरी तिला वाटलं. मग तिला एका सरळ पाठीच्या खुर्चीत बसलेली एक वृद्ध स्त्री दिसली. तिच्या जवळच्या टेबलावर एक पाण्याचा जग आणि चहाची किटलीही ठेवलेली प्रेश्यसच्या नजरेनं टिपली.

सुरुवातीचा नमस्कार वगैरे झाल्यानंतर कमरेत किंचित झुकून प्रेश्यसनं तिच्या सुसंस्कृतपणाची झलक घराच्या मालकिणीला दाखवली, तेव्हा ह्याचं तिला कौतुकच वाटलं. गॅबोरोनमधल्या इतर काही स्त्रिया तिला माहीत होत्या, ज्या स्वत:ला फार शहाण्या समजत असल्यामुळे वडीलधाऱ्यांचा मान राखण्याचं सौजन्य त्यांच्यात नव्हतं, असा या मालकीणबाईंचा अनुभव होता. पुरुषांसारख्या नोकऱ्या करत असल्यामुळे आपण म्हणजे कुणीतरी मोठ्या आहोत, असं समजणाऱ्या या बायका, पुरुष दिसले की मात्र त्यांच्यापुढे कुत्र्यांसारखी शेपूट हलवतात, असं तिचं मत झालेलं होतं. इथे गावात अजूनही जुन्याच चालीरीती पाळल्या जातात, आमच्या घरात तरी ते शहरातले प्रकार खपवून घेतले जाणार नाहीत, असंही तिला सुचवायचं असावं.

"मला तुमच्या घरात राहायला बोलावलंत, याबद्दल तुमची आभारी आहे मी," प्रेश्यस म्हणाली. "तुमचे चिरंजीवही फारच सज्जन आहेत," तिनं आणखी थोडी साखरपेरणी केली.

मालकीणबाई खुशीत हसल्या. "त्यात काही विशेष नाही केलं आम्ही," त्या विनयानं म्हणाल्या. "तिकडे तुम्हाला काहीतरी त्रास आहे, असं समजलं. आता इथे राहिलात तुम्ही की, त्या अडचणी एवढ्या मोठ्या वाटणार नाहीत

तुम्हाला. इथलं आयुष्य अगदी साधंसरळ असतं, बघा. आमच्या गरजा तरी किती साध्या असतात. चांगला पाऊस झाला, गुरांना पोटभर चारा मिळाला की, आम्ही खूश होतो. शहरात लोकांना किती त्रास, कटकटी असतात. त्या सगळ्या तुम्हाला मुळीच जाणवणार नाहीत इथे. बघालच तुम्ही.''

''खरंच फार छान जागा आहे ही,'' प्रेश्यस म्हणाली. ''किती शांत वाटतंय इथे.''

''शांत!'' विचार केल्यासारख्या आवाजात मालकीणबाई म्हणाल्या. ''आहे खरं इथे शांत. अगदी सुरुवातीपासूनच इथे असंच शांत वातावरण आहे. त्यात काही बदल होऊ नये, एवढीच माझी इच्छा आहे.'' एका पेल्यात पाणी ओतून त्यांनी तो प्रेश्यससमोर धरला. ''घ्या. खूप तहान लागली असेल ना तुम्हाला? दुरून प्रवास करून आलायत.''

प्रेश्यसनं त्यांच्या हातातून पेला घेतला अन् त्यांचे आभार मानत तोंडाला लावला. तिच्या प्रत्येक हालचालीकडे त्यांचं बारीक लक्ष होतं, असं तिला वाटलं.

''मूळ गाव कुठलं तुमचं, मॅडम?'' त्यांनी चौकशीदाखल प्रेश्यसला विचारलं. ''पहिल्यापासून गॅबोरोनमध्येच राहता का तुम्ही?''

त्यांच्या या प्रश्नाचं प्रेश्यसला आश्चर्य वाटलं. अगदी साधासा वाटला, तरी त्या प्रश्नात एक प्रकारचा धूर्तपणा जाणवला तिला. ही बाई नक्की कुणाच्या बाजूची असणार होती, हे त्यांना जाणून घ्यायचं होतं. बोट्स्वानात एकूण आठ प्रमुख जमाती होत्या आणि इतर काही उपजमातीही होत्या. अलीकडच्या तरुण मंडळींना या गोष्टींना महत्त्व द्यावंसं वाटलं नाही, तरी जुन्या विचारांच्या लोकांच्या दृष्टीनं त्या महत्त्वाच्या होत्या. ह्या वृद्ध स्त्रीला तिच्या जमातीत वरचं स्थान असल्यामुळे तिला या सगळ्यात पुष्कळ रस असणं स्वाभाविकच होतं.

''मी मोचुडीची. माझा जन्मही मोचुडीचाच,'' प्रेश्यसनं सांगितलं.

तिच्या या उत्तरानं मालकीणबाईंचा जीव भांड्यात पडला होता, हे त्यांच्या चेहऱ्यावर प्रेश्यसला स्पष्ट दिसलं. ''अस्सं होय? म्हणजे तुम्ही आमच्यासारख्या कगाटला जमातीच्या आहात तर! कुठल्या भागात राहायच्यात तुम्ही?''

प्रेश्यसनं म्हातारीला हवी असलेली सगळी माहिती दिली, तेव्हा त्यांनी समजल्यासारखी मान डोलावली. त्यांना गावातले सरपंच माहीत होते, त्यांचे चुलतभाऊ माहीत होते, कारण त्यांचं लग्न बाईंच्या भावाच्या मेव्हणीशीच झालेलं होतं. प्रेश्यसच्या वडिलांना – ओबेद रामोत्स्वेंनादेखील त्या बऱ्याच वर्षांपूर्वी भेटल्या असल्याचं त्यांना अंधुकसं आठवत होतं. त्यानंतर आपल्या

स्मृतीला आणखी थोडा ताण देत त्या म्हणाल्या, "तुमची आई आता या जगात नाही ना? तुम्ही लहान असताना रेल्वेखाली सापडून त्यांना मृत्यू आला होता ना?"

तिच्या कुटुंबाविषयीची एवढी सगळी माहिती त्यांच्या तोंडून ऐकल्यावर प्रेश्यसला थोडं आश्चर्य वाटलं, पण तिला धक्का वगैरे मात्र बसला नाही. आफ्रिकेत काही माणसं अशी होती, ज्यांना सगळ्या गावाच्या उठाठेवी करायचा एकच उद्योग माहीत असायचा. या बाईपण त्यातल्याच एक, असा निष्कर्ष तिनं काढला. जमातीतल्या लोकांची खडा न् खडा माहिती असणाऱ्या या लोकांना हल्ली 'चालतेबोलते इतिहासकार' असं म्हटलं जायचं, हेही तिला माहीत होतं. वास्तविक पाहता हे इतिहासकार म्हणजे त्या-त्या जमातीतल्या, समाजातल्या वयोवृद्ध बायकाच असत; ज्यांना फक्त असल्याच गोष्टींची चर्चा करायला आवडायची; लग्नं, मृत्यू, मुलंबाळं हेच त्यांचं विश्व होतं.

त्या दोघींमधलं संभाषण असंच चालू राहिलं. मालकीणबाईंनी गप्पांमधून प्रेश्यसच्या आयुष्याची संपूर्ण कथा विचारून घेतली. प्रेश्यसनं त्यांना नोते मोकोतीविषयी, आपल्या दुर्दैवी लग्नाबद्दल सांगितलं; तेव्हा त्यांनी मान हलवून आपली सहानुभूती दाखवली अन् त्या म्हणाल्या, "बहुतेक सगळे पुरुष असेच असतात, आपण बायकांनीच नीट डोळे उघडे ठेवून पारखायला हवं त्यांना."

"माझं लग्न माझ्या घरच्यांनीच ठरवलं," त्या म्हणाल्या. "बोलणी सुरू केली. अर्थात मी नाही म्हटलं असतं, 'मला मुलगा पसंत नाही,' असं सांगितलं असतं, तर माझ्यावर जबरदस्तीही नसती केली त्यांनी. पण त्यांनीच सगळं ठरवलं, एवढं मात्र खरं. कसल्या प्रकारचा मुलगा मला योग्य होईल, हे त्यांना माहीत होतं अन् त्यांची निवड अगदी योग्यच ठरली. माझे पती फार चांगले गृहस्थ आहेत. मीदेखील त्यांना तीन मुलगे दिले आहेत. आमच्या एका मुलाला आमच्या गायीगुरांची मोजदाद ठेवायला फार आवडतं. तोच त्याचा छंद आहे, असं म्हणा हवं तर. आपल्या परीनं तो खूप हुशार आहे, असं मी म्हणेन. मग आणखी एक मुलगा आहे, त्याला तर तुम्ही ओळखताच. तो तिकडे सरकारदरबारी फार मोठी असामी आहे आणि आमचा सगळ्यात धाकटा मुलगा इथेच असतो. त्याला शेतीचं फार चांगलं ज्ञान आहे. त्याच्या बैलांना अनेक बक्षीसंही मिळाली आहेत. माझे तिन्ही मुलगे अतिशय गुणी आहेत, त्यामुळे मला त्यांचा अभिमान वाटतो."

"मग अगदी सुखात असाल ना, मॅडम, तुम्ही?" प्रेश्यसनं विचारलं. "समजा, कुणी तुमच्याकडे आलं अन् एखादी जडीबुटी देऊन तुम्हाला त्यानं विचारलं, 'तुमचं आयुष्य आहे, त्यापेक्षा वेगळं हवंय का तुम्हाला,' तर काय

उत्तर द्याल तुम्ही त्याला?''

''छे! छे:! कधीच नाही,'' त्यांनी लगेच उत्तर दिलं. ''देवानं मला सगळं काही भरभरून दिलंय. चांगला नवरा दिलाय, तीन गुणी मुलगे दिलेत. अजूनही माझे हातपाय धड आहेत. या वयातही जराही तक्रार न करता एका दमात मी सहा मैल अंतर चालू शकते. इकडे पहा, माझी बत्तिशीपण अजून शाबूत आहे. शहात्तर वर्षांचं वय आहे माझं, पण एकही दात गमावलेला नाही मी अजून. माझ्या नवऱ्याची तब्येतपण अशीच ठणठणीत आहे. आम्ही शंभरी गाठली, तरी आमचे दात असतील. जास्तच जगू आम्ही, पण कमी नाही.''

''फारच नशीबवान आहात तुम्ही,'' प्रेश्यसनं कौतुक करत म्हटलं. ''कशाचीच ददात नाही तुम्हाला. सगळी सुखं हात जोडून उभी आहेत तुमच्यासमोर, असंच म्हणायला हवं तुमच्या बाबतीत.''

''जवळजवळ सगळी,'' मालकीणबाईंनी थोडी सुधारणा करत म्हटलं.

प्रेश्यस वाट पाहत बसून राहिली. कदाचित त्यांना आणखी काहीतरी सांगायचं, सुचवायचं असेल. एखादे वेळी त्या आपल्या सुनेच्या वागण्यावर प्रकाश टाकू इच्छित असतील? कदाचित त्यांनी आपल्या सुनेला विष तयार करताना पाहिलं असेल किंवा त्यासंबंधी काहीतरी त्यांच्या कानावर आलं असेल? पण त्या एवढंच म्हणाल्या, ''अलीकडे हवेत गारठा आला की, माझे हात दुखायला लागतात. या इथे अन् या इथेही.'' त्यांनी बोटांनी जागा दाखवल्या. ''कधी दोन महिने, तर कधी तीनतीन महिने माझे हात इतके ठणकतात की, काय सांगू? मग मला काही शिवणकामही करता येत नाही. सगळ्या प्रकारची औषधं करून झाली, पण कशाचाच उपयोग झाला नाही. पण मी विचार करते, हे एवढंच दु:ख देवानं आपल्या वाट्याला दिलं असेल, तर ठीकच आहे की. मी तरीसुद्धा भाग्यवानच आहे. खरं की नाही?''

ज्या कामवाल्या बाईनं प्रेश्यसला या ठिकाणी आणलं होतं, ती परत एकदा तिथे आली. ''तुम्हाला तुमची खोली दाखवते, चला,'' असं म्हणून ती प्रेश्यसला घराच्या मागील बाजूला असलेल्या एका खोलीकडे घेऊन गेली. इथलं सामान – एक टेबल, कपडे ठेवण्यासाठी एक खणाचं कपाट आणि तुकडेतुकडे जोडून तयार केलेली चादर घातलेली गादी साधंसंच होतं. भिंतीवर मोचुडी टेकडीचं एक चित्र लावलेलं होतं आणि टेबलावर पांढरा क्रोशेकाम केलेला जाळीचा रुमाल होता.

''या खोलीत पडदे लावलेले नाहीत, पण या खिडकीवरून कुणी जात-येत नाही, तेव्हा तुम्हाला कुणाचा त्रास होणार नाही,'' कामवालीनं माहिती दिली.

प्रेश्यस आपल्या बॅगमधले कपडे काढू लागली, तेव्हा तिनं म्हटलं, ''जेवण बारा वाजता होईल, तोवर आराम करा हवं तर. आमच्या इथे तसं काही घडतच नाही बघा,'' काहीशा उदासपणे ती म्हणाली. ''तुमच्या गॅबोरोनसारखं नाही हे गाव.''

ती जायला निघाली होती, असं लक्षात आल्यावर प्रेश्यसनं बोलणं वाढवलं. आत्तापर्यंतचा तिचा अनुभव असा होता की, कुणालाही बोलतं करून त्याच्याकडून माहिती मिळवायची असेल, तर त्या माणसालाच बोलू द्यायचं. ही बाई नक्कीच हुशार होती, तिला स्वतःची अशी मतं होती, हे प्रेश्यसच्या ध्यानात आलं. तिचं बोलणंही शुद्ध सेत्वाना भाषेत होतं.

''या घरात आणखी कोण राहतं?'' सहज वाटेल अशा पद्धतीनं तिनं चौकशी केली. ''घरातली मुलंबाळं इथेच राहतात का?''

''हो तर,'' ती म्हणाली. ''आणखी माणसं राहतात ना या घरात. त्यांचा मुलगा आणि सून इथेच राहतात. त्यांना एकूण तीन मुलगे आहेत बघा. एका मुलाचं डोकं अगदी बेतास बात आहे. दिवसभर तो गायीगुरंच मोजत असतो. फक्त एकच उद्योग – गुरं मोजायची. तो नेहमी गवळीवाड्यावरच राहतो, इकडे येतच नाही कधी. अगदी लहान मुलासारखाच आहे हो तो. त्यामुळे तिथल्या गुराख्यांच्या संगतीत राहतो. वयानं मोठा आहे तसा, पण ते त्याला आपल्यातलाच एक समजतात. तो एक मुलगा झाला. दुसरा मुलगा तिकडे गॅबोरोनमध्ये असतो. ते एकदम बडं प्रस्थ आहे आणि तिसरा मुलगा इथे असतो.''

''कशी आहेत ही मुलं, बाई? तुमचं काय मत आहे त्यांच्याबद्दल?'' प्रेश्यसनं चौकशी केली. पण प्रश्न विचारताच तिला वाटलं, आपण फारच उघडपणे तर चौकशी केली नाही ना? नुकत्याच आपण इथे आलोय, आल्या-आल्या असे घरगुती प्रश्न विचारण्यात धोका असतो, हे तिला जाणवलं. या पाहुण्याबाईंना का एवढा सोस माहिती मिळवण्याचा, असा संशयही यायचा तिच्या मनात, अशी भीती प्रेश्यसला वाटली; पण ती अनाठायी होती, हे तिच्या लक्षात आलं, कारण ती बाई पलंगावर आरामात बसली.

''मी तुम्हाला सांगू का मॅडम, खरी गोष्ट काय आहे ते,'' तिनं बोलायला सुरुवात केली. ''असं बघा, तो तिकडे गवळीवाड्यावरचा मुलगा आहे ना आमच्या बाईंचा, तो बिचारा अगदीच बिनडोक आहे; पण त्याच्या आईला आपलं वाटतं की, तो खूप हुशार आहे. तुम्ही ऐकायला हवं त्यांचं बोलणं. म्हणतात कशा, 'माझा मुलगा फार हुशार आहे!' कसला शहाणा हो. एखाद्या लहान पोरासारखाच आहे तो. त्यात त्याचा काही दोष नाही, हे खरं असलं, तरी वस्तुस्थिती अशीच आहे, त्याला कोण काय करणार? तो राहतोय, तीच

जागा त्याच्यासाठी योग्य आहे. पण या लोकांनी असं कशाला म्हणायचं की, तो हुशार आहे, म्हणून? धडधडीत खोटं आहे ते! हे म्हणजे उन्हाळ्यात पाऊस पडतो, असं म्हणण्यासारखंच नाही का? पडतो का उन्हाळ्यात पाऊस? नाहीच ना?''

''खरं आहे तुमचं म्हणणं,'' प्रेश्यसनं तिच्या मताला दुजोरा दिला. ''उन्हाळ्यात कुठे पाऊस पडतो?''

तिच्या या बोलण्याकडे फारसं लक्ष न देता कामवाली बाई बोलतच राहिली. ''आणि ते गॅबोरोनमध्ये राहाणारे चिरंजीव. ते इथे येतात, तेव्हा सगळ्यांच्या डोक्याला नुसता ताप करून ठेवतात. आम्हाला सगळ्यांना सारखे प्रश्न विचारत राहतात. ज्यात त्यात नाक खुपसायची सवयच आहे त्यांना. अहो, आपल्या वडिलांवरपण सारखे ओरडत असतात. तुमचा विश्वास नाही बसणार माझ्या बोलण्यावर, पण मी खरं तेच सांगतेय. अशा वेळी त्याची आई त्याला ओरडते, तेव्हा मात्र त्याचं तोंड बंद होतं. तिकडे गॅबोरोनमध्ये ते असतील मोठ्या अधिकारपदावर, पण इथे या घरात तर ते एक मुलगाच आहेत ना? आपल्यापेक्षा वडील असलेल्यांवर तरी त्यांनी ओरडू नये. खरं की नाही?''

हे सगळं ऐकत असताना प्रेश्यसला आतून आनंदाच्या उकळ्या फुटत होत्या. तिला अगदी अशाच नोकरमाणसाला प्रश्न विचारायचे होते, पण वरकरणी अगदी साळसूदपणे ती म्हणाली, ''अगदी खरं बोलताय तुम्ही, बाई. पण हल्ली जिकडे बघावं, तिकडे हेच दृश्य दिसतं. लोक कारण नसताना एकमेकांवर ओरडत असतात. नुसता कोलाहल माजलेला दिसतो. बघावं तेव्हा तेच. पण काय हो, असं का म्हणून करत असतील ते? काय म्हणून आपला घसा खरवडत असतील ते? गळा साफ करण्यासाठी तर नव्हे?''

ती बाई एकदम हसली अन् म्हणाली, ''छे: हो! त्यांचा आवाज नेहमीच चढा असतो. ते एकसारखे ओरडत असतात, कारण त्यांच्या मते या जागेत काहीतरी प्रकरण शिजतंय. इथे कुठलीच गोष्ट धड केली जात नाही, असं त्यांना वाटतं. आणखी एक गोष्ट सांगू का तुम्हाला,'' असं म्हणून तिनं आवाज एकदम खालच्या पट्टीवर आणला. ''त्यांचं असंही म्हणणं आहे की, त्यांच्या धाकट्या भावाची बायको दुष्ट स्वभावाची आहे. एकदा आपल्या वडिलांनाच ते तसं म्हणाले, माहीत आहे? मी माझ्या कानांनी ऐकलीय ही गोष्ट. लोकांना वाटतं, आम्हा कामवाल्यांना काही ऐकू येत नाही. पण आम्ही काय बहिऱ्या असतो की काय? मी ऐकलं ना त्यांना असं बोलताना. फार वाईट बोलत होते ते आपल्या भावजयीविषयी.''

भुवई उंचावत, चेहऱ्यावर आश्चर्याचा भाव आणत प्रेश्यसनं विचारलं,

“ती दुष्टपणानं वागते, असं ते म्हणत होते?”

“तर हो. म्हणे ‘ती वाईट चालीची आहे, दुसऱ्या पुरुषांबरोबर तिचे संबंध आहेत, तिचं पहिलं मूल ह्या घराच्या वंशाचं नसणार. आपल्या भावाची मुलं त्याच्या रक्ताची नसणार,’ असंही ते म्हणाले. ‘दुसरं कुणीतरी हा शेतमळा बळकवणार’ असं काहीबाही ते बडबडत होते, बघा.”

प्रेश्यस काही न बोलता स्वस्थ बसून राहिली. तिनं आपली नजर खिडकीबाहेर लावली. तिथेच बाहेरच्या बाजूला जांभळ्या बोगनव्हिलाचा वेल होता, त्याची गडद छाया पडलेली होती. तिच्यापलीकडे जी काटेरी झुडपं होती; ती थेट दूर अंतरावरच्या, लहानलहान टेकड्यांपर्यंत पसरली होती. तो सगळा परिसर किती उजाड, मनुष्यवस्ती नसलेला असा वाटत होता!

तिनं आपली नजर आत वळवली आणि कामवालीला विचारलं, “तुम्हाला काय वाटतं, बाई. ते जे काही धाकट्या सुनेबद्दल बोलतात, त्यात तथ्य असेल का?”

नाक उडवत, तोंड वाकडं करत ती बाई म्हणाली, “कसलं तथ्य अन् काय घेऊन बसलायंत तुम्ही, मॅडम. सत्य म्हणजे काय, हे त्या माणसालाच ठाऊक नाही. तो कसला खरं बोलणार? धादांत खोटं बोलतो तो स्वत:च. अहो, ती पोरगी चांगली बाई आहे. माझ्या आईच्या दूरच्या बहिणीची ती बहीण लागते. सगळं कुटुंब ख्रिश्चन आहे. घरातली सगळी माणसं बायबल वाचतात, परमेश्वरावर विश्वास ठेवतात. वाईट चालीचे लोक नाहीत ते, हे तर शंभर टक्के खरं, बघा!”

सौंदर्याची प्रमुख न्यायमूर्ती

त्लॉक्वेंग रोड स्पीडी मोटर्स या गॅरेजची तात्पुरती व्यवस्थापक आणि नं. वन डिटेक्टिव्ह एजन्सीतील साहाय्यक गुप्तहेर अशी दोन पदं संभाळणाऱ्या मॅडम माकुत्सीला त्या दिवशी कामावर जाताना काहीसं घाबरल्यासारखं वाटत होतं. तसं पाहिलं, तर या दोन्ही जबाबदाऱ्या संभाळण्याच्या विचारानं ती उत्साहितच झाली होती, कारण एकाच वेळी तिला दोन बढत्या मिळाल्या होत्या. पण मनात भीती निर्माण होण्याचं कारण म्हणजे, काही दिवसांसाठी मॅडम प्रेश्यस रामोत्स्वे तिच्याबरोबर ऑफिसमध्ये असणार नव्हत्या. आत्तापर्यंत तिच्यावर एकटीनं ऑफिसचा सगळा भार संभाळायची वेळ कधीच आली नव्हती; तिला आधार देण्यासाठी मॅडम रामोत्स्वे सतत असायच्याच. काही अडचण आलीच, तर तिचं निराकरण करायची जबाबदारी त्या घेतील, ही खात्री तिला वाटत असे. आता त्या नसल्यामुळे दोन व्यवसाय आणि दोन नोकरांची जबाबदारी तिला काही दिवस तरी एकटीनं पेलायची होती. तसा प्रश्न फक्त चार-पाच दिवसांचाच होता, पण काहीतरी बिनसायला तेवढा काळ पुरेसा होता. बरं, तशीच वेळ आली, तर त्यांना फोन करून त्यांचा सल्ला घ्यावा म्हटलं, तर तीही सोय नव्हती. तात्पर्य, काही भानगड उद्भवलीच, तर ती तिलाच निस्तरावी लागणार होती. गॅरेजविषयी बोलायचं झालं, तर एक दिलासा त्या दोघींना मिळालेला होता; श्री. मातेकोनींची अनाथाश्रमात देखभाल करण्याचं काम मॅडम पोतोक्वानींनी आपल्या शिरावर घेतलं होतं. त्यांची प्रकृती सुधारेपर्यंत त्यांना कधीही फोन करायचा नाही, असं तिला बजावण्यात आलेलं होतं. डॉक्टरांनी श्री. मातेकोनींना पूर्ण विश्रांती घ्यायला सांगितली होती आणि त्याचबरोबर गॅरेजविषयी चिंता करायची नाही, असंही समजावलं होतं. एके काळी परिचारिका म्हणून काम केलेलं असल्यामुळे मॅडम पोतोक्वानींना माहीत होतं की, डॉक्टरांच्या सूचना तंतोतंत पाळायलाच हव्यात आणि ती खबरदारी त्या स्वत: घेणारच होत्या.

या चार-पाच दिवसांच्या काळात कुणी नवं अशील येऊ नये, अशी आशा मॅडम माकुत्सीला वाटत होती. तिच्या मनातलं सांगायचं झालं, तर एखादी नवी केस हाताळायला मिळणार असली, तर ते तिला हवं होतं, पण अशा कामाची पूर्ण जबाबदारी तिला घ्यायची नव्हती. पण नेमकं झालं ते अगदी उलटंच, अन् त्यातही वाईट गोष्ट म्हणजे, ह्या अशिलाकडे वेळ फारच थोडा असल्यामुळे त्यांचं काम तातडीनं पार पाडणं अत्यावश्यक होतं.

त्या दिवशी मॅडम माकुत्सी श्री. मातेकोनींच्या टेबलापाशी बसून काही बिलं बनवण्याचं काम करत होती, तेवढ्यात त्यांच्या एका कामगारानं दारातून डोकं आत घातलं आणि अंगावरच्या डगल्याला वंगणाचे तेलकटचिकट हात पुसत कुणीतरी माणूस तिला भेटायला आल्याचं सांगितलं.

"मॅडम, एक एकदम देखणा अन् रुबाबदार माणूस तुम्हाला भेटायला आलाय. मी तुमच्या ऑफिसचं दार उघडलंय आणि त्याला आत बसवलंय."

त्याच्याकडे तिनं कपाळाला आठ्या घालत पाहिलं अन् विचारलं, "एक रुबाबदार माणूस आलाय मला भेटायला?"

"मग काय सांगतोय मॅडम, मी तुम्हाला? त्याच्या अंगावर भारी सूट आहे अन् दिसायला एकदम चिकणा आहे, मॅडम. अगदी माझ्यासारखाच बरं का, पण माझ्यापेक्षा थोडा कमीच. पायात चकचकीत बूट घातलेत. इतका रुबाबदार आहे की, काय सांगू, मॅडम तुम्हाला. तुम्ही काळजी घ्या हं स्वतःची. असले पुरुष तुमच्यासारख्या बायकांवर वजन पाडायला बघतात, म्हणून सांगतोय."

त्याच्या आगाऊपणाचा तिला नेहमीच राग यायचा. आजही त्याच्या बडबडीनं तिला संताप आला. त्यातच त्याचं कपड्यांना तेलकट हात पुसणं पाहून ती भडकलीच. खुर्चीवरून उठत ती त्याच्यावर ओरडली, "कपड्यांना वंगणाचे हात पुसत जाऊ नको, म्हणून किती वेळा सांगितलं, तरी समजत नाही का? धोब्याला पैसे आम्हाला द्यावे लागतात, तुम्हाला नाही. हात पुसण्यासाठी चिंध्या दिलेल्या असतात ना तुम्हाला? त्या काय नुसत्या ठेवून देण्यासाठी असतात, होय रे? तुमच्या साहेबांनी ही गोष्ट शिकवली नाही वाटतं तुम्हाला?"

"असेल शिकवली, नाही तर नसेलपण. इथे कुणाच्या लक्षात राहतंय? ते आम्हाला सारखंच काहीतरी शिकवत असायचे. सगळ्या गोष्टी कोण लक्षात ठेवणार?"

त्याच्या बोलण्याकडे दुर्लक्ष करत ती बाहेर पडली. "ही पोरं म्हणजे एक वैताग आहे नुसता," ती स्वतःशीच पुटपुटली. पण हल्ली निदान ती दोघं काम तरी करत होती भरपूर. तिनं इतकी अपेक्षाच नव्हती केली त्यांच्याकडून. कदाचित श्री. मातेकोनीच त्यांच्याबरोबर फार मवाळपणानं वागत असतील. तसे ते सौम्य स्वभावाचेच

होते म्हणा! त्यामुळे उगीच कुणावर टीका करणं त्यांना जमायचं नाही. पण तिला मात्र ते जमत होतं. तिनं बोट्स्वाना सेक्रेटरियल कॉलेजमधून पदवी मिळवलेली होती. तिथले शिक्षक त्यांना नेहमी सांगत असत. "टीका करायला कधीच कचरू नका, पण टीका करताना ती चांगल्या हेतूनं करा. आणि निव्वळ दुसऱ्यांवर टीका करू नका, तर स्वत:लाही तोच नियम लावा." त्याच तत्त्वाचा मॅडम माकुत्सीनं अवलंब केला होता आणि तिच्या प्रयत्नांना चांगलं फळही मिळालं होतं. गॅरेजचा व्यवसाय उत्तम चालला होता आणि दिवसेंदिवस त्यात वाढच होत होती.

एजन्सीच्या दारातून आत प्रवेश करण्यापूर्वी, इमारतीच्या कोपऱ्यावर ती काही क्षण थांबली. तिच्या मागच्या बाजूला झाडाखाली जी गाडी उभी केलेली होती, तिच्यावर तिनं नजर टाकली. त्या आगाऊ कामगारानं 'दिमाखदार माणूस' असं वर्णन केलेल्या माणसाची गाडी खरोखरच मस्त होती. गाडीच्या मागच्या आणि पुढच्या बाजूंना रेडिओच्या एरियल्स दिसत होत्या. एका गाडीला दोन-दोन एरियल्स कशाला हव्यात, असा प्रश्न तिच्या मनात आला. एका वेळी कुणी दोन स्टेशनवरचे कार्यक्रम थोडंच ऐकू शकतं किंवा दोन फोनपण नाही करता येत गाडी चालवत असताना. ते काही असलं, तरी त्यामुळे गाडी अधिक रुबाबदार वाटत होती, यात शंकाच नव्हती. बघणाऱ्याला नक्कीच वाटलं असतं की, गाडी कुणा बड्या असामीची होती!

मॅडम माकुत्सीनं ऑफिसचं दार उघडलं. मॅडम रामोत्स्वेंच्या खुर्चीसमोरील खुर्चीवर एक माणूस बसलेला होता. पाय एकमेकांवर ठेवून तो अगदी आरामात बसला होता. त्याच्या बसण्याच्या पद्धतीवरूनदेखील लक्षात येत होतं की, या माणसाचा आत्मविश्वास दांडगा होता; त्याच्या मनावर कसलंही दडपण वगैरे नव्हतं. त्याला बघताच मॅडम माकुत्सीच्या लक्षात आलं की, ही रुबाबदार व्यक्ती दुसरीतिसरी कुणी नसून श्री. पुलानी होते. श्री. मोएमेदींच्या फॅशनजगतात ते प्रसिद्ध होते. त्यांचा चेहरा बोट्स्वानातील जवळजवळ सर्व वाचकांच्या परिचयाचा होता, कारण बोट्स्वाना दैनिक समाचारपत्रात ते 'टू शॉट्स' या टोपणनावानं नियमितपणे स्तंभलेखन करत असत. त्यांचा हसतमुख, आत्मविश्वासपूर्ण चेहरा न ओळखणारे लोक फारच थोडे असतील, हे मॅडम माकुत्सीला माहीत होतं. आपल्या गॅरेजमधल्या कामगाराला ते माहीत नसावेत, याचं तिला आश्चर्य वाटलं, पण मग तिच्या लक्षात आलं की, तो एक साधा शिकाऊ कामगार होता; तिच्यासारखा साहाय्यक गुप्तहेर थोडाच होता तो! त्याच्यासारखे तरुण वर्तमानपत्रं वाचत असतील, ही शक्यता कमीच होती. तिनंही कधी पाहिलेलं नव्हतं. त्यांना वाचायला आवडायची, ती मासिकं मोटरसायकलसंबंधी असायची. दोघांनाही तिनं ते मासिक आवडीनं वाचताना पाहिलेलं होतं. आणखी एक मासिक ते दोघं अगदी आवडीनं वाचत. त्याचं नाव

होतं 'आकर्षक ललना'. गंमत म्हणजे ती येताना दिसली की, ते दोघंही हातातलं पटकन मासिक लपवायचे. साहजिकच श्री. मोएमेदी, त्यांचं फॅशनचं साम्राज्य आणि ते करत असलेलं स्थानिक पातळीवरील सामाजिक कार्य ह्या गोष्टी त्याच्यासारख्या गॅरेजमधल्या शिकाऊ कामगाराला माहीत असणं शक्यच नव्हतं.

मॅडम माकुत्सीनं ऑफिसात प्रवेश करताच श्री. पुलानी उठून उभे राहिले आणि त्यांनी तिला सौजन्यपूर्वक अभिवादन केलं. हस्तांदोलनानंतर ती मॅडम रामोत्स्वेच्या खुर्चीवर जाऊन बसली.

"मी आधी वेळ न ठरवताच आलो, तरी तुम्ही मला भेटायला तयार झालात, याबद्दल मी तुमचे आभार मानतो, मॅडम रामोत्स्वे," असं म्हणत त्यांनी आपल्या कोटाच्या खिशातून एक चांदीची सिगारेटपेटी बाहेर काढली.

त्यांनी पुढे केलेली सिगारेट नम्रपणे नाकारत ती त्यांना म्हणाली, "मी मॅडम रामोत्स्वे नाही, साहेब. इथे मी एक साहाय्यक व्यवस्थापक म्हणून काम करते." तसं पाहिलं, तर नं. वन लेडीज डिटेक्टिव्ह एजन्सीत ती साहाय्यक व्यवस्थापक नव्हती. एक प्रकारे ती जे म्हणाली होती, ते खोटंच होतं; पण मॅडम रामोत्स्वेंच्या अनुपस्थितीत एजन्सीचा कारभार तीच पाहात होती, हेही तितकंच खरं होतं. त्या दृष्टीनं ते पद योग्यच होतं.

"अस्सं होय," श्री.पुलानी हातातली सिगारेट एका सोनेरी लायटरनं पेटवत म्हणाले. "त्याचं काय आहे, मला मॅडम रामोत्स्वेंशीच बोलायचं आहे, तेव्हा कृपा करून..."

सिगारेटचा धूर तिच्या दिशेनं आल्यामुळे मॅडम माकुत्सीनं चेहरा वाकडा केला आणि म्हटलं, "काही दिवस तरी ते शक्य नाही, हे तुम्हाला सांगायला मला वाईट वाटतंय. मॅडम सध्या परदेशातील एका फार मोठ्या कामात गुंतल्या आहेत." हे अतिशयोक्त विधान तिच्या तोंडून अगदी अनवधानानंच बाहेर पडलं. तिच्या मनात तसा काही हेतू वगैरे नव्हता, पण अनायासे त्यांच्यावर मोठा प्रभाव पडण्याची शक्यता होती. मॅडम रामोत्स्वे कामानिमित्त परदेशी गेल्या होत्या, असं म्हटल्यामुळे त्यांच्या एजन्सीला एकदम आंतर्देशीय दर्जा मिळाला होता! तरीदेखील आपण असं म्हणायला नको होतं, असं तिला वाटलं.

"ठीकच आहे तर," ते म्हणाले. "तसं असेल, तर मग मी तुमच्याशी बोलतो."

"बोला तुम्ही. मी ऐकतेय."

श्री. पुलानी आता खुर्चीत रेलून बसले. "माझं काम फार तातडीनं करायला हवं आहे. तेव्हा आजच्या आजच तुम्ही या कामात लक्ष घालू शकाल का?"

पुन्हा एकदा धुराचा लोट तिच्या दिशेनं आला, तो कसाबसा चुकवत ती म्हणाली, ‘‘आम्ही इथे अशिलांच्या मदतीसाठीच आहोत, सर. पण काम फार तातडीचं असेल, तर त्यासाठी किंमतही जास्त मोजावी लागेल. तुमच्या लक्षात येतंय ना मी काय म्हणतेय ते?’’

तिची अट क्षुल्लक होती, अशा अर्थी त्यांनी हात हलवला अन् ते बेफिकीरपणे म्हणाले, ‘‘आमच्या दृष्टीनं पैसा ही महत्त्वाची बाब नाहीये. इथे महत्त्वाचं काय आहे, तर सौंदर्यकुमारी आणि चारित्र्यकुमारी या स्पर्धेचं भवितव्य. तेच आज धोक्यात आल्यासारखं झालंय.’’ आपण केवढ्या महत्त्वाच्या विषयावर बोलत होतो, असं दाखवण्याच्या हेतूनं ते क्षणभर बोलायचे थांबले.

‘‘हं! खरोखरच फार गंभीर मामला आहे तर!’’

मान हलवत श्री. पुलानी म्हणाले, ‘‘काय सांगू, मॅडम, तुम्हाला. आमच्यासमोर केवढा गंभीर प्रसंग उभा राहिलाय. अन् तो सोडवायला केवळ तीन दिवसांचा अवधी आहे. विचार करा, फक्त तीन दिवस!’’

‘‘मला सगळं सविस्तर सांगा तुम्ही, सर. मी अगदी कान देऊन ऐकतेय.’’

‘‘या सगळ्या विषयाला एक मोठी मजेशीर पार्श्वभूमी आहे बरं का, मॅडम,’’ श्री. पुलानी बोलू लागले. ‘‘मला वाटतं ही कहाणी सुरू झाली, त्याला अनेक वर्षं होऊन गेली आहेत. पुष्कळच वर्षं असंही म्हणता येईल. मी तर असं म्हणेन, जेव्हा परमेश्वराने ॲडम आणि ईव्हना जन्माला घातलं तेव्हाच या गोष्टीची सुरुवात झाली अन् ती ईडन नावाच्या बागेत – स्वर्गातील नंदनवनात, तुम्हाला माहीतच असेल की, आपल्या सौंदर्याच्या जोरावरच ईव्हनं ॲडमला मोहात पाडलं. अगदी आजही पुरुषांना स्त्रिया तितक्याच सुंदर वाटतात, जितक्या फार पूर्वीपासून वाटत आल्या आहेत.

‘‘आता आपल्या बोट्स्वानातले पुरुषही या नियमाला अपवाद नाहीत. पुरुष मग ते वयानं मोठे असले, तरी सुंदर स्त्रीला न्याहाळत असतातच. ‘ती स्त्री सुंदर आहे’, ‘ही बाई तिच्यापेक्षा अधिक सुंदर आहे’ असे विचार ते सतत करत असतात.’’

‘‘बायकांच्या बाबतीतच नव्हे, तर गुरांच्या बाबतीतही त्यांचा हाच दृष्टिकोन असतो,’’ त्यांना थांबवत मॅडम माकुत्सी म्हणाली. ‘‘गायींबद्दलही ते असंच मत व्यक्त करतात. ती गाय चांगली आहे, ही तितकी चांगली नाही. गायी काय अन् बायका काय पुरुषांना काही फरक पडत नाही.’’

श्री. पुलानींनी तिच्याकडे तिरकस नजरेनं पाहिलं. ‘‘असेलही. तुम्ही म्हणता तसा दृष्टिकोन काही पुरुष बाळगतही असतील मनात. मी नाही म्हणणार नाही.’’ क्षणभर थांबून ते पुढे बोलू लागले, ‘‘मला इतकंच म्हणायचंय की,

पुरुषांना सुंदर स्त्रिया पाहायला आवडत असल्यामुळेच आपल्या देशात सौंदर्यस्पर्धा इतक्या लोकप्रिय झाल्या आहेत. बोट्सवानातील सुंदर मुलींना शोधून काढायचं आणि त्यांना मानाचे किताब द्यायचे, बक्षीसं द्यायची; हे आपल्या पुरुषांना नक्कीच आवडतं. म्हणून तर आपल्या इथे सौंदर्यस्पर्धा दिवसेंदिवस लोकप्रिय होताहेत. मनोरंजनाचा एक प्रकार म्हणून त्यांच्याकडे पाहिलं जातं. त्याच कारणामुळे गेली पंधराहून अधिक वर्षं मी या सौंदर्यस्पर्धांशी निगडित आहे. सतत पंधरा वर्षं बरं का. असंही म्हणता येईल की, या क्षेत्रातील मी सगळ्या महत्त्वाची व्यक्ती आहे.''

''वृत्तपत्रात मी अनेकदा तुमचे फोटो पाहिले आहेत, सर,'' मॅडम माकुत्सी त्यांना म्हणाली. ''सौदर्यतारकांना तुम्ही बक्षीसं देतानाचे तुमचे फोटो अनेक वेळा वृत्तपत्रांनी छापले आहेत.''

तिच्या म्हणण्याला दुजोरा देण्यासाठी त्यांनी मान हलवली आणि ते पुढे बोलू लागले, ''पाच वर्षांपूर्वी मी 'आकर्षक बोट्स्वाना सुंदरी' ही स्पर्धा सुरू केली अन् आज ही स्पर्धा सर्वांत महत्त्वाची मानली जाते. या स्पर्धेतील विजेत्या तरुणीला बोट्स्वाना सुंदरीस्पर्धेत प्रवेश मिळतो आणि त्यानंतर काही वेळा तिला विश्वसुंदरी स्पर्धेसाठीही पाठवलं जातं. आमच्या विजेत्या मुलींनी न्यू यॉर्क आणि पाम स्प्रिंगमधील सौंदर्यस्पर्धेत आपल्या देशाचं प्रतिनिधित्व केलेलं आहे. त्यांना उत्तम गुणांनी गौरवण्यात आलं आहे. काही लोक तर असंही म्हणतात की, आपल्या देशातून निर्यात केल्या जाणाऱ्या वस्तूंमध्ये पहिला क्रमांक हिऱ्यांचा, तर दुसरा क्रमांक आपल्या सौंदर्यतारकांचा.''

''आणि आपल्या गुरांचा,'' मॅडम माकुत्सीनं त्या यादीत स्वत:ची भर टाकली.

''अगदी बरोबर,'' श्री. पुलानी म्हणाले. ''पण त्यामुळेच होतं काय की, काही लोक आमच्यावर सतत छुपे वार करत असतात, टीकेची झोड उठवत असतात. वृत्तपत्रांना ते पत्र लिहितात अन् म्हणतात की, बायकांनी अशा प्रकारे तोकडे कपडे घालून पुरुषांसमोर चालणं हे काही ठीक दिसत नाही, पण आम्ही त्यांना तसं करायला प्रोत्साहन देत असतो. अशा स्पर्धांमुळे समाजात चुकीच्या मूल्यांना महत्त्व दिलं जातं. किती वेडेपणाचं बोलणं आहे हे, नाही का? कसली खोटी मूल्यं अन् कसलं काय? माझ्यामते, ही पत्रं लिहिणाऱ्या लोकांना आमचा मत्सर वाटतो, दुसरं काही नाही. त्यातल्या काही जणांना ह्या सौंदर्यतारकांचाही मत्सर वाटत असेल; त्यांच्यावर जळणाऱ्या तरुण मुलीच लिहीत असतील ही पत्रं, कारण त्यांना स्वत:ला ह्या स्पर्धांमध्ये स्थान मिळण्याची काही शक्यता नसते. अशाच मुली आमच्याविषयी सतत टीका करत असतात. त्यामुळेच एखाद्या सौंदर्यस्पर्धेच्या वेळी काहीतरी वेडीवाकडी घटना घडली की, ह्यांच्या

टीकेला आणखीनच धार चढते. अशा वेळी हे लोक एक गोष्ट सोयीस्करपणे विसरतात अन् ती म्हणजे, आमच्या स्पर्धांमधून आम्ही धर्मादाय कामासाठी पुष्कळ पैसा उभा करतो. गेल्या वर्षीचीच गोष्ट घ्या मॅडम, आम्ही एका हॉस्पिटलसाठी पाच हजार पुला, दुष्काळनिवारणनिधीसाठी वीस हजार पुला. थोडेथोडके नाही हं, मॅडम, वीस हजार पुला अन् आणखी आठ हजार पुला एका परिचारिका शिष्यवृत्तीनिधीसाठी दिले. ह्या काही लहानसहान रकमा तर नाहीत ना, मॅडम? आता आमच्यावर टीका झोडणाऱ्या लोकांनी किती पैसा गोळा केलाय, असा प्रश्न तुम्ही विचाराल, तर मी म्हणेन, काहीही नाही.

"अर्थात काही बाबतीत आम्हाला दक्षता घ्यावी लागते, हेही खरं आहे. त्याचं काय असतं, आम्हाला लागणारा पैसा आमच्या पुरस्कर्त्यांकडून येत असतो. त्यांनी हात आखडता घेतला की, आम्ही अडचणीत येतो. त्यामुळेच एखादे वेळी काहीतरी विपरीत घडलं की, पुढच्या वेळी हे लोक आम्हाला म्हणतात, 'माफ करा. आम्हाला काही तुम्हाला मदत करायची नाही.' त्यांना कोणत्याही प्रकारची वाईट प्रसिद्धी नको असते. 'आम्ही आमच्या नावाची चांगली प्रतिमा निर्माण व्हावी, म्हणून पैसे खर्च करतो, वाईट प्रसिद्धीसाठी नाही,' असा त्यांचा युक्तिवाद असतो अन् त्यात काहीच चूक नसते त्यांची, हे मी मान्य करतो."

"मग तसं काही घडलंय का कधी?"

आपल्या बोटांनी टेबलावर ठेका धरत श्री. पुलानी म्हणाले, "हं. काही गोष्टी फार वाईट घडल्या, असं मी म्हणेन. गेल्या वर्षी आमच्या दोन सौंदर्यसुंदरींची निवड चुकीची ठरली. एकीला पोलिसांनी वेश्याव्यवसाय करताना एका मोठ्या हॉटेलमध्ये पकडलं, तर दुसरीनं काहीतरी खोट्या निमित्ताच्या आधारे काहीतरी खरेदी केली आणि तिच्याकडचं क्रेडिट कार्ड योग्य प्रकारचं नव्हतं. झालं! वृत्तपत्रांमध्ये त्यावर पत्रं छापून आली, पुष्कळ गदारोळ उठला. लोक म्हणायला लागले, अशा मुलींनी आपल्या देशाचं प्रतिनिधित्व करणं हे कितपत योग्य आहे? तसं असेल, तर आम्ही आयोजकांनी सरळ तुरुंगात जावं, तिथल्या काही स्त्री कैद्यांना उचलून आणावं आणि त्यांना सौंदर्यतारका म्हणून घोषित करावं की! त्यांच्यामते हा सगळा प्रकार म्हणजे एक शुद्ध वेडेपणा होता, हास्यास्पद प्रकार होता. पण आमच्या दृष्टीनं मुळीच नव्हता. आम्हाला पैसा देणाऱ्या काही कंपन्यांचं लक्ष या प्रकाराकडे गेलं, तेव्हा त्यांनी आम्हाला स्पष्ट शब्दांत सुनावलं, 'पुन्हा असले प्रकार घडले, तर आम्ही मदत करणार नाही.' माझ्याकडे एक नाही, दोन नाही, चांगली चार पत्रं आली; सगळ्यांचा सूर तोच होता.

"तेव्हा मी निर्णय घेतला की यंदा आमच्या स्पर्धेचा निकष सौंदर्य आणि चारित्र्य असा ठेवायचा. मी आमच्या लोकांना सांगितलं, 'आपण अशा सौंदर्यतारका निवडायच्या, ज्या आपल्या देशाचं उत्तम प्रतिनिधित्व करतील, त्या चांगल्या नागरिक असतील आपल्या देशाच्या. कुठल्याही प्रकारे त्या आपल्याला मान खाली घालायला लावणार नाहीत. तसं केलं, तरच आपल्या आयोजकांना आपण खूश करू शकू.

"त्यामुळे पहिल्या फेरीच्या वेळी सगळ्या स्पर्धकांवर एक फॉर्म भरण्याचं बंधन घालण्यात आलं. त्याचा मसुदा मी स्वत: तयार केला होता. त्यांच्या वेगवेगळ्या दृष्टिकोनांवर प्रकाश पडेल, अशा प्रकारचे प्रश्न त्यात विचारले होते. साधारणपणे असे प्रश्न होते : तुम्हाला धर्मादाय कारणासाठी काम करायला आवडेल का? आणखी एक प्रश्न होता, बोट्स्वानाची एक आदर्श नागरिक म्हणून तुम्ही कोणत्या मूल्यांना महत्त्व दिलं पाहिजे. एक प्रश्न असाही होता : काहीतरी घेणं चांगलं की देणं चांगलं?

"सगळ्या मुलींनी फॉर्म भरले, पण केवळ ज्या मुलींना उत्तम किंवा आदर्श नागरिक या संकल्पनेचा अर्थ समजला आहे, त्यांना शेवटच्या फेरीपर्यंत आम्ही जाऊ दिलं. या मुलींमधून आम्ही पाच मुली निवडल्या. मी वृत्तपत्रांत जाहीर केलं की, त्यांना आदर्श नागरिक म्हणता येतील, ज्यांचा चांगल्या मूल्यांवर विश्वास आहे. अशा पाच तरुणी सापडल्या आहेत, त्यानंतर बोट्स्वाना दैनिक समाचारमध्ये एक लेखही प्रसिद्ध झाला, ज्याचं शीर्षक होतं : चारित्र्यवान तरुणींना सौंदर्यसम्राज्ञी होण्याची इच्छा.

"मी अतिशय खूश होतो. आमच्यावर टीका करणाऱ्यांची तोंडं बंद करण्यात मला यश आलं होतं. आता हातावर हात चोळत बसण्याशिवाय त्यांना गत्यंतरच नव्हतं, कारण या तरुणींनी सिद्ध केलेलं होतं की, त्या चांगल्या नागरिक होत्या. आम्हाला आर्थिक पाठिंबा देणाऱ्यांनीही फोन करून मला सांगितलं की, सच्च्या नागरिकत्वाला पाठिंबा देण्यात त्यांनाही अभिमानच वाटणार होता. पुढील वर्षासाठीही त्यांनी पाठिंबा द्यायचं कबूल केलं. धर्मादाय संस्थांनाही आमचं धोरण आवडलं.''

श्री. पुलानी बोलायचे थांबले. त्यांनी मॅडम माकुत्सीकडे पाहिलं. तिला उगीचच असा भास झाला की, त्यांच्या चेहऱ्यावरचा बाह्य जगात वावरताना घालायचा मुखवटा गळून पडला होता. ते एकदम हताश झाल्यासारखे वाटले तिला. ''काल मला माझ्याकडच्या एका माणसानं एक वाईट बातमी दिली. आम्ही ज्या पाच मुलींना शेवटच्या फेरीकरता निवडलं होतं, त्यातल्या एकीला पोलिसांनी एका दुकानात चोरी करताना अटक केली, असं तो म्हणाला. माझा एक मित्र पोलीस खात्यात अधीक्षक आहे. मी त्याच्याकडे चौकशी केली, तेव्हा तो म्हणाला की,

बातमी खरी आहे. गेम स्टोअरमध्ये ती काही खरेदी करत होती. तिनं एक मोठं स्वयंपाकाचं भांडं आपल्या ब्लाउजच्या आत दडवण्याचा प्रयत्न केला. त्या मूर्ख पोरीच्या हे नाही ध्यानात आलं की, त्या भांड्याचा दांडा ब्लाउजमधून बाहेर डोकावत होता. दुकानातल्या गुप्तहेरानं तिला पकडलं. आमच्या सुदैवानं ही गोष्ट अजून वृत्तपत्रांपर्यंत पोचलेली नाही. जर आमचं नशीब अजूनही बऱ्यावर असेल, तर कदाचित कोर्टात खटला दाखल होईपर्यंत बाहेर पडणारही नाही.''

मॅडम माकुत्सीच्या मनात श्री. पुलानींबद्दल सहानुभूती दाटून आली. ते फार रुबाब दाखवत असले, तरी ही गोष्टही खरी होती की, ते बऱ्याच संस्थांना मदतीचा हातभार लावायचे. आता, ज्या फॅशन क्षेत्रात ते काम करत होते, त्याचं स्वरूपच चमकदार, दिखाऊ होतं, त्याला ते तरी काय करणार? तिथे काम करणारे इतर लोक ज्या प्रकारचे होते, तसेच श्री. पुलानीही होते. निदान त्यांच्याविषयी असं निश्चितपणे म्हणता आलं असतं की, ते अनेक गरजवंतांना आपल्या परीनं पुष्कळ मदत करत होते. शिवाय सौंदर्यस्पर्धाही नाही म्हटलं तरी या समाजाचा एक भागच होत्या. कुणी कितीही आणि काहीही म्हटलं, टीका केली; तरी त्या कायमच्या पुसून तर नक्कीच टाकता येणार नव्हत्या! श्री. पुलानी त्यांची स्पर्धा शक्य होईल तितकी लोकांच्या आवडीला उतरेल, असा प्रयत्न करत होते, ह्यात काही वादच नव्हता. तेव्हा त्यांना मदत करायला हवीच, असं तिचं मत झालं.

''मला फार वाईट वाटतंय सर,'' ती त्यांना म्हणाली. ''ही बातमी म्हणजे तुमच्यासाठी घणाघातच होता, असं म्हणायला हवं.''

''नाही तर काय,'' ते हताशपणे म्हणाले. ''आणि सगळ्यात वाईट गोष्ट म्हणाल, तर आमच्या स्पर्धेची अंतिम फेरी आता केवळ तीन दिवसांवर येऊन ठेपलीय. या फेरीत आता फक्त चारच मुली भाग घेतील, पण त्यादेखील मला तोंडघशी पाडणार नाहीत, ह्याची काय खात्री मी देऊ शकतो? जिला चोरी करताना पकडलं गेलं, ती उघडपणे फॉर्म भरताना खोटं बोलली होती. आपण एक आदर्श नागरिक असल्याचा आव तिनं आणला होता, असं माझ्या लक्षात आलंय. आता या उरलेल्या चौघी जणीदेखील खोटंच कशावरून बोलत नसतील? म्हणे, आम्ही समाजकार्य करू! मला कसं काय समजणार की, ते खरं आहे की, केवळ नाटकच आहे? आणि असं खोटं बोलणाऱ्या मुलीला आम्ही सौंदर्यसम्राज्ञी म्हणून निवडलं, अन् तीदेखील एक चोर किंवा आणखी काही निघाली तर? याचा दुसरा अर्थ असा होईल की, तिची निवड झाल्यानंतर ती आम्हाला गोत्यात आणू शकते.''

त्यांचं बोलणं अगदी खरं आहे, अशा अर्थी मान हलवत मॅडम माकुत्सी त्यांना म्हणाली, ''खरंच, मोठा अवघड पेच आहे तुमच्यासमोर. या उरलेल्या चार मुलींच्या

मनातच डोकावून बघावं लागेल तुम्हाला. त्यांच्यामध्ये एखादी चांगली मुलगी...''

"अशी एखादी मुलगी असेल त्यांच्यामध्ये तर ती नक्कीच ही स्पर्धा जिंकेल,'' ते अगदी आवेशात म्हणाले. "ती सौंदर्यसम्राज्ञी म्हणून निवडली जाईलच, ह्याची मी व्यवस्था करेन.''

"पण बाकीच्या परीक्षकांचं काय,'' तिनं शंका उपस्थित केली.

"मीच प्रमुख परीक्षक असणार आहे,'' ते म्हणाले, "सौंदर्यस्पर्धेचा सरन्यायाधीश म्हणा, हवं तर. तेव्हा माझंच मत निर्णायक असेल.''

"अस्सं.''

"हो. त्याच पद्धतीनं हा कारभार चालतो, असं म्हटलं तरी चालेल.''

श्री. पुलानींनी आपली सिगारेट बुटाच्या तळव्यावर विझवली अन् ते तिला म्हणाले, "तर हे असं आहे सगळं, मॅडम. आता तुम्ही काय करायला हवंय, ते मी तुम्हाला सांगतो. मी तुम्हाला या चार मुलींची नावं आणि पत्ते देईन. या चार जणींमध्ये एखादी तरी खऱ्या अर्थानं चांगली मुलगी आहे का, याचा शोध तुम्ही घ्यायचा. ते तुम्हाला नाहीच जमलं, तर तुम्ही मला इतकं तरी सांगायचं की, त्यांच्यामधली कोणती मुलगी तुम्हाला सगळ्यात प्रामाणिक वाटली. हा माझ्या दृष्टीनं दुसऱ्या क्रमांकाचा पर्याय असणार आहे.''

त्यांच्या बोलण्यावर मॅडम माकुत्सी हसली आणि म्हणाली, "इतक्या कमी वेळामध्ये या मुलींच्या अंत:करणात डोकावून बघणं मला कसं शक्य होईल? मला अनेक लोकांशी बोलून त्यांच्याबद्दलची माहिती मिळवावी लागेल. बरेच आठवडे जातील त्यात.''

खांदे उडवत श्री. पुलानी म्हणाले, "तुम्हाला आठवडे वगैरे काही मिळणार नाहीत, मॅडम. तुमच्यापाशी फक्त तीन दिवस असणार आहेत. तुम्ही मला म्हणालात की, तुम्ही मला मदत कराल म्हणून.''

"होय, पण...''

श्री. पुलानींनी त्यांच्या खिशातून एक कागद काढला. "ही त्या मुलींची नावं आणि त्यांचे पत्ते. त्या सगळ्या जणी गॅबोरोनमध्येच राहतात.'' तिच्या दिशेनं त्यांनी तो कागद सरकवला अन् त्यानंतर दुसऱ्या खिशातून एक चपट्या आकाराचं चामड्याचं पाकीट काढलं. त्यांनी ते उघडताच मॅडम माकुत्सीच्या लक्षात आलं की, त्यात एक चेकबुक होतं. त्यांनी ते उघडून एक चेक लिहायला सुरुवात केली. "हं. मॅडम, हा दोन हजार पुलांचा चेक मी तुम्हाला देतोय. तुमच्या नं. वन लेडीज डिटेक्टिव्ह एजन्सीच्या नावानं काढलाय. तो पुढच्या तारखेचा आहे, हे तुमच्या लक्षात येईल. परवाच्या दिवशी मला हवी असलेली माहिती तुम्ही देऊ शकलात, तर त्याच्या नंतरच्या दिवशी तुम्ही हा चेक बँकेत भरू शकता.''

मॅडम माकुत्सी चेककडे बघतच राहिली. मनातल्या मनात तिच्या डोळ्यासमोर एक चित्र उभं राहिलं. मॅडम रामोत्स्वे परत आल्या की, ती त्यांना म्हणेल, ''मॅडम, तुम्ही इथे नव्हतात, तेव्हा मी आपल्या संस्थेसाठी दोन हजार पुला कमवले. पैसे मिळालेपण.'' मॅडम रामोत्स्वे पैशाला लोभी नव्हत्या, हे तिला ठाऊक होतं, पण त्यांना संस्थेच्या आर्थिक भवितव्याची चिंता वाटत होती, हेदेखील तिला माहीत होतं. इतकी मोठी रक्कम फीच्या रूपानं मिळाली, तर कंपनीचा नक्कीच फायदा होणार होता. मॅडमनी तिच्यावर टाकलेल्या विश्वासाचं ते फळ होतं, असंही म्हणता आलं असतं.

तिनं चेक आपल्या टेबलाच्या खणात ठेवला, तेव्हा श्री. पुलानींनी टाकलेला सुटकेचा नि:श्वास तिला जाणवला.

''माझी सगळी भिस्त तुमच्यावरच आहे, मॅडम,'' ते म्हणाले. ''आत्तापर्यंत तुमच्या एजन्सीबद्दल मी जे-जे काही ऐकलंय, ते-ते सगळं चांगलंच आहे. आता मलाही तसाच अनुभव येईल, अशी आशा मी करतोय.''

''मलादेखील तशीच आशा वाटतेय, सर,'' त्यांना आश्वासन देण्याच्या हेतूनं ती म्हणाली खरं, पण आपल्याला दिलेल्या यादीतली सगळ्यात प्रामाणिक मुलगी कशी शोधून काढायची, याबद्दल तिच्या मनात शंकाच होती.

त्यांना निरोप देण्यासाठी ती उठून दारापर्यंत आली, तेव्हा प्रथमच तिचं लक्ष त्यांच्या बुटांकडे गेलं. त्यांनी पांढरे बूट घातले होते. त्यांच्या शर्टाच्या बाह्यांना असलेली सोन्याची कफ-लिंक्स अन् रेशमाची चमक असलेला त्यांचा टायही तिच्या नजरेनं टिपला. 'मला अशा माणसाशी लग्न करायला नाही आवडणार,' ती स्वत:शीच म्हणाली. 'त्याची मर्जी संभाळायची म्हटली, तर अर्धं आयुष्य आरशासमोर नाहीतरी सौंदर्यप्रसाधनालयात घालवावं लागेल. अर्थात काही बायकांना तसंच आयुष्य आवडेलही,' तिच्या मनात विचार आल्यावाचून राहिला नाही.

बोट्स्वाना देश उजाड असावा, ही देवाची मर्जी

दुपारचं जेवण एक वाजता तयार होईल, असं त्या घरातल्या कामवाल्या बाईनं प्रेश्यस रामोत्स्वेला सांगितलं होतं. त्याला अजून बराच अवकाश होतो, हे तिच्या लक्षात आलं; आजूबाजूला थोडा फेरफटका मारावा अन् परिसराची माहिती करून घ्यावी, या विचारानं ती खोलीतून बाहेर आली. बहुतेक सगळ्या बोट्स्वानांसारखंच बोट्स्वानाच्या नागरिकांना 'बाट्स्वाना' असं म्हणतात. प्रेश्यसलाही शेतांवर जायला आवडायचं. त्यामुळे एक तर तिच्या बालपणीच्या आठवणी जाग्या व्हायच्या अन् दुसरं म्हणजे तिच्या देशातल्या माणसांना जात्याच शेतीविषयक प्रेम होतं. आपण माणसंच नव्हे, तर इथली गायीगुरं, इथले इतर प्राणी आणि पक्षी वगैरे सगळे जण आपल्या धरणीमातेची लेकरं आहोत, ह्याची आठवण तिला शेतात गेल्यावर अधिक प्रकर्षानं व्हायची. मोठ्या शहरात राहणाऱ्यांना ह्या गोष्टीचा विसर पडणंही स्वाभाविकच असतं कारण ते खातात ते अन्नधान्य त्यांना दुकानात विकत मिळतं, वाहातं पाणी त्यांच्या घरी नळातून येतं. पण देशातल्या बहुसंख्याकांचं जीवन अशा प्रकारचं नसतं.

कामवाल्या बाईनं प्रेश्यसला त्या घरातल्या माणसांविषयी बरीच माहिती दिली होती, ती मनाच्या एका कप्प्यात साठवत प्रेश्यस तिच्या खोलीतून बाहेर पडली आणि घराच्या पुढच्या दरवाजातून तिनं बाहेर पाऊल टाकलं. सूर्य आता डोक्यावर चांगलाच तळपत होता. सावल्या आक्रसल्यासारख्या झाल्या होत्या. पूर्व दिशेला बेताच्या उंचीच्या, उन्हामुळे निळसर भासणाऱ्या टेकड्यांच्या मागे आकाशात काळ्या ढगांनी गर्दी केली होती. आणखी थोडे ढग जमा झाले, तर पावसाची शक्यता होती. वाऱ्यामुळे ढग पुढे सरकले, तर मग किनारपट्टीच्या भागातील लोकांना पाऊस मिळेल, असा विचार तिच्या मनात आला. यंदा पाऊस बरा होईल, असं सगळ्यांना वाटत होतं; खरं सांगायचं, तर तशी प्रार्थना ते मनातल्या मनात करत होते.

पावसावर सगळ्यांची पोटं अवलंबून – माणसांची अन् गायीगुरांचीदेखील; त्याउलट, दुष्काळ पडला की, हडकलेली गुरं आणि सुकलेलं पीक, असं समीकरण असायचं. काही वर्षांपूर्वी बोट्स्वानानं फार वाईट दुष्काळाला तोंड दिलेलं होतं. सरकारनं अत्यंत नाइलाजास्तव लोकांना आपल्या गुरांना मारण्याचे आदेश दिले होते. कुणाही माणसावर याहून वाईट परिस्थिती कधी ओढवली नसेल. लोकांच्या हालअपेष्टांमध्ये त्यामुळे अधिकच भर पडली होती.

प्रेश्यसनं सभोवार नजर फिरवली. तिथून जवळच एक पाण्याचा हौद होता, त्याभोवती तहानलेली गुरं गर्दी करून पाणी पीत होती. जवळच कुरकूर आवाज करत फिरणारी एक पवनचक्की होती आणि तिच्या शेजारी पण जमिनीपासून थोडी वरच्या बाजूला एक सिमेंटची पाण्याची टाकी होती. त्या टाकीतलं पाणी तोटीच्या साहाय्यानं गुरांसाठी असलेल्या हौदात पडत होतं. प्रेश्यसला गुरांच्या जवळ जाऊन त्यांना न्याहाळण्याची तीव्र इच्छा झाली. काही झालं, तरी गुरांवर जिवापाड प्रेम करणाऱ्या ओबेद रामोत्स्वेची मुलगी होती ती. गुरांची पारख करण्यात त्यांच्याइतका हुशार माणूस अख्ख्या बोट्स्वानात क्वचितच सापडला असता, अशी आठवण अनेक जण काढत असत. प्रेश्यसलाही चांगलं जनावर ओळखता यायचं. आपल्या व्हॅनमधून जात असताना तिला असंच एखादं उत्कृष्ट जनावर दिसलं की, तिचं मन भूतकाळात जायचं, तिला तिच्या डॅडींची आठवण यायची. हे जनावर पाहिल्यावर त्यांनी काय मत व्यक्त केलं असतं, असा विचारही तिच्या मनात तरळायचा. "त्या बैलाचे खांदे पाहिलेस, कसे भक्कम आहेत,'' ते म्हणाले असते किंवा "ती गाय छान वाटतेय मला, तिच्या चालीवरूनच समजू शकतंय की, ती चांगल्या निपजीची आहे, तो बैल ना, फक्त दिसण्यातच चांगला वाटतोय मला तरी, फार काही पाडे देणार नाही तो.''

या मळ्यातल्या गुरांची संख्या बरीच मोठी – कमीतकमी पाचसहा हजार तरी असणार, असा अंदाज तिनं बांधला. बहुतेक शेतकरी स्वप्नातही इतक्या मोठ्या गोधनाची अपेक्षा बाळगत नसतील; दहावीस गायी असल्या गोठ्यात, तरी सामान्य शेतकरी स्वतःला बऱ्यापैकी श्रीमंत समजायचा. प्रेश्यसलादेखील तेवढ्यावर समाधान वाटलं असतं. तिच्या डॅडींनी अत्यंत चोखंदळपणे उत्तम गुरांची खरेदीविक्री करून आपल्या गोधनात सतत भर टाकली होती. त्यामुळे त्यांच्या आयुष्याच्या अखेरीस त्यांच्यापाशी थोडीथोडकी नाही, जवळजवळ दोन हजार गुरं होती. तिचं झेब्रा ड्राइव्हवरचं घर आणि तिची एजन्सी तिला विकत घेता आली होती, ती या मालमत्तेतूनच. अजूनही काही गुरं तिच्याकडे होतीच, पण ती विकणार नव्हती. गॅबोरोनपासून बऱ्याच अंतरावरील एका गवळीवाड्यात एक माणूस त्यांची देखभाल करायचा आणि त्याच्यावर देखरेख करण्याचं काम तिचा एक दूरचा भाऊ करायचा.

अजून तिच्या मालकीची साठ तरी गुरं असावीत, असा तिचा अंदाज होता. सगळी जनावरं चांगल्या निपजीची होती, ह्याची तिला खात्री होती, कारण तिच्या वडिलांच्या गोठ्यातले वळूही चांगल्याच निपजीचे होते. केव्हातरी आपण जायचं आपल्या गुरांवर नजर टाकायला, असा तिच्या मनातला बेत होता आणि ती तिकडे जाणार होती, तीदेखील एखाद्या बैलगाडीत बसूनच. तिच्या डॅडींशी असलेला तो एकमेव दुवा होता, तिच्या दृष्टीनं तरी. तिथे गेल्यावर आपल्याला डॅडींची अनावर आठवण येईल, त्यांच्या आठवणीनं आपले डोळे वाहू लागतील; तेव्हा गवळीवाड्यातल्या माणसांना कळणारच नाही की, आपण अनेक वर्षांपूर्वी देवाघरी गेलेल्या आपल्या वडिलांच्या आठवणीनं एवढ्या भावनाविवश का झालो ते...

अजूनही आपल्या मनात भावनेचा ओलावा होता, तिच्या मनात आलं. 'सकाळच्या वेळी धीम्या गतीनं गायी चरायला जातात, पक्षी हवेत उडत दूरवर जातात, हे साधं मन प्रसन्न करणारं दृश्य पाहिलं की, अजूनही आपले डोळे पाणावतातच...'

"कसला विचार करताय, मॅडम?"

त्या प्रश्नानं ती भानावर आली. डोक्यावर जुनीशी हॅट घातलेला एक माणूस तिला विचारत होता. त्याच्या हातात जनावरांना राखण्यासाठी वापरतात तसला चाबूक होता.

त्याला नमस्कार करत ती म्हणाली, "काही नाही, माझ्या आता या जगात नसलेल्या वडिलांचा विचार माझ्या डोक्यात आला. तुमच्या इथली जनावरं पाहून ते खूश झाले असते. तुम्ही राखण करता या गुरांची, दादा? छान आहेत तुमची गुरं."

त्याच्या कौतुकानं तो सुखावल्यासारखा झाला. "माझ्याच देखरेखीखाली वाढलीयंत ही. माझ्या मुलांसारखीच आहेत ती माझ्यासाठी. मला दोनशे मुलं आहेत, पण सगळी गायीगुरंच हं."

याच्या शब्दांनी प्रेश्यसला हसू आलं. "भरपूर काम पडत असेल ना तुम्हाला?"

त्यानं मान डोलावली. मग आपल्या खिशातून एक पुडी त्यानं बाहेर काढली अन् तिच्यासमोर धरत म्हणाला. "घ्या," त्यात गायीच्या खारवलेल्या मांसाचा तुकडा होता. तिनं आवडीनं एक तुकडा घेतल्यावर त्यानं तिला विचारलं, "इथे पाहुण्या म्हणून आलायत का? तसे पुष्कळ लोक येत असतात इथे. आमच्या मालकांचा एक मुलगा तिकडे गॅबोरोनमध्ये असतो. तो आपल्या मित्रांना घेऊन येतो काही वेळा. माझ्या डोळ्यांनी पाहिली आहेत ती माणसं मी. ते शहरातले लोक हो."

"ते खूपच कामात असतात का? तुमच्या चांगल्या माहितीचे असतील ना ते गॅबोरोनमध्ये राहाणारे इथले साहेब?"

"आहेतच ना," हातातला तुकडा चघळत त्यानं उत्तर दिलं. "जेव्हाही ते इथे

येतात, तेव्हा आम्हाला सारख्या सूचना देत असतात. इथल्या गायीगुरांची त्यांना सारखी काळजी वाटत असते बघा. सारखं आम्हाला म्हणणार, 'हिची तब्येत ठीक दिसत नाही'; 'ती लंगडतेय का?' 'ती आणखी एक गाय कुठे दिसत नाही,' नेहमी हेच चाललेलं असतं. काही दिवसांनी ते गेले परत की, पुन्हा सगळं पहिल्यासारखं होतं.''

सहानुभूती दाखवण्याच्या हेतूनं तिनं कपाळावर आठ्या आणल्या आणि म्हणाली, ''त्यांच्या अशा वागण्यामुळे त्रास होत असेल नाही त्यांच्या दुसऱ्या भावाला? तुम्हाला नाही वाटत तसं?''

त्या गुराख्यानं डोळे मोठे करत म्हटलं, ''तो बिचारा काय बोलतोय आपल्या थोरल्या भावासमोर? गरीब बिचारा, एखाद्या कुत्र्यासारखा उभा असतो इथे त्याचे दादा ओरडत असतात तेव्हा. खरं बघाल ना, तर ते धाकटे साहेब हुशार आहेत. त्यांना शेतीतलं पुष्कळ कळतं. पण त्या थोरल्या साहेबांना वाटतं की, तेच बघतात शेतीवाडी. पण आम्हाला सगळं ठाऊक आहे. त्यांच्या वडिलांची मुख्य कारभाऱ्यांशी बोलणी झाली आहेत आणि दोघांनी ठरवलंय की, बहुतेक सगळी गुरं इथल्या धाकट्यालाच मिळणार आहेत. थोरल्या दादांना रोकड मिळणार आहे म्हणे. असं काहीतरी ठरलंय, असं आपल्या कानावर आलंय.''

''मग ती वाटणी थोरल्यांना पसंत नाही का?''

''नसावी बहुतेक,'' त्यानं आपलं मत सांगितलं. ''त्यामागचं कारण काय असावं, तेदेखील माझ्या ध्यानात येतंय. पण काय आहे ना, तिकडे गॅबोरोनमध्ये त्यांचं छान चाललंय हो. आणि त्यांना त्यांचं वेगळं आयुष्य आहे की तिकडे. इथले धाकटे साहेब खरे शेतकरी आहेत. त्यांना गुरांबद्दलपण पुष्कळ समजतं.''

''आणि त्या तिसऱ्या मुलाचं काय?'' कलहारी वाळवंटाच्या दिशेकडे हात करत तिनं विचारलं, ''तिकडे कुठेतरी राहतात ना ते?''

त्यावर गुराखीदादा एकदम हसला. ''त्यांचं काय घेऊन बसलात हो, ते तर लहान बाळच आहेत. लोक म्हणतात, 'त्यांच्या डोक्यात नुसती हवाच भरलीय असं.' कुणी म्हणतात, 'त्याच्या वेळी त्याच्या आईला दिवस होते, तेव्हा तिनं काहीतरी वेडंवाकडं केलं, म्हणून हा असा जन्मला.' असं काहीतरी होतं, असं आपलं लोक म्हणतात.''

''हो का!'' प्रेश्यसनं आवाजात आश्चर्य आणून विचारलं, ''काय केलं असेल हो त्याच्या आईनं?'' तसं पाहिलं, तर तिला स्वत:लाही ऐकून माहीत होतं की, गरोदरपणी आईच्या हातून काही पाप घडलं, तर मुलामध्ये काहीतरी दोष निर्माण होतो. उदाहरणार्थ, मुलाच्या आईची दुसऱ्या माणसाबरोबर काही भानगड असेल, तर मुलगा डोक्यानं बेताचा निघतो, अशी लोकांमध्ये अंधःश्रद्धा होती. आपली

बायको गरोदर असताना नवरा दुसऱ्या बाईमागे धावला, तर बाळाच्या जिवालाच धोका असतो, वगैरे.

गुराखीदादांनी आवाजाची पट्टी एकदम खाली आणली; तेव्हा, 'गुरं आणि आसपासचे पक्षी सोडले, तर इथे कोण येतंय ऐकायला,' असा वात्रट विचार तिच्या मनात आलाच.

"तुम्हाला एक आतली गोष्ट सांगतो, बरं का? ती बाई आहे ना. या मुलांची आई, ती फार दुष्ट बाई आहे."

"दुष्ट बाई?" प्रेश्यसनं आश्चर्यानं विचारलं.

"मग काय सांगतोय काय मी तुम्हाला? तिच्याकडे बारकाईनं बघितलंत, तर तुमच्यापण लक्षात येईल. अहो, तिचे डोळेच सांगतात."

दोन वाजायला थोडाच वेळ होता, तेव्हा ती कामवाली बाई प्रेश्यसच्या खोलीत आली. "जेवण तयार आहे. या तुम्ही. घराच्या दुसऱ्या टोकाला जे पोर्च आहे, तिथेच सगळे जण जेवायला बसले आहेत."

प्रेश्यसनं तिचे औपचारिकपणे आभार मानले आणि ती तिकडे जायला निघाली. हे पोर्च ज्या बाजूला होतं, तिकडे सावली असल्यामुळे जरा जास्त गारवा होता. जाळीदार कापड लावल्यामुळे आणि बऱ्याच वेली चढवल्या असल्यामुळेही थंडावा जाणवत होता. दोन टेबलं एकमेकांना जोडून त्यावर पांढरा, कडक इस्त्रीचा रुमाल घातला होता. मोठ्या टेबलाच्या एका बाजूला सगळे खाद्यपदार्थ : उकडलेला भोपळा, मक्याच्या पिठापासून बनवलेला एक पदार्थ, इतर काही भाज्या आणि एका मोठ्या भांड्यात मटणाचा रस्सा असे मांडून ठेवले होते. त्याशिवाय एक मोठा पाव आणि लोणीही ठेवलेलं होतं. जेवणाचा एकूण थाट पैसेवाल्या, मोठ्या लोकांच्या घरी असतो त्या प्रकारचा होता.

प्रेश्यसची ज्या वृद्ध स्त्रीबरोबर सकाळी ती आल्याबरोबर ओळख झाली होती, त्यांना तिनं ओळखलं. त्या जेवणाच्या टेबलापासून थोड्या दूर, किंचित मागच्या बाजूला एका खुर्चीवर बसल्या होत्या. त्यांच्या मांडीवर एक चौकटीचा रुमाल पसरलेला होता. टेबलापाशी घरातील इतर लोकही बसलेले होते: एक अकराबारा वर्षांचा मुलगा, हिरव्या रंगाचा स्कर्ट आणि पांढरा ब्लाउज घातलेली एक तरुण स्त्री – ती बहुतेक तिच्या शेजारच्या खुर्चीवर बसलेल्या तरुणाची बायको, त्या घरातली सून असावी. तिच्या नवऱ्यानं खाकी पँट आणि अर्ध्या बाह्यांचा खाकी शर्ट घातला होता. प्रेश्यस तिथे येताच तो उठून उभा राहिला. पुढे येत त्यानं तिचं स्वागत केलं. "तुम्ही आमच्या पाहुण्या आहात. मी घरातल्यांच्या वतीनं तुमचं स्वागत करतो."

त्या वृद्धेनं मान डोलावली आणि "हा माझा मुलगा. तुम्ही आलात तेव्हा तो

तिकडे तबेल्यात होता,'' अशी त्याची ओळख करून दिली.

मुलानं आपल्या बायकोची ओळख करून दिली, तेव्हा तिनंही प्रसन्नपणे हसून तिला नमस्कार केला.

''आज फार गरम होतंय, मॅडम,'' ती प्रेश्यसला म्हणाली. ''बहुतेक पाऊस येईल, असा अंदाज आहे. तुम्ही आपल्याबरोबर येताना आमच्यासाठी पाऊस घेऊन आलात, असं मला वाटतं.''

पाहुण्यांचं किती छान शब्दांत तिनं स्वागत केलं होतं. प्रेश्यस खूश झाली तिच्या शब्दांनी. तिचे आभार मानत ती म्हणाली, ''तसं झालं, तर बरंच होईल. आपली धरणीमाय बिचारी अजून तहानलेलीच आहे.''

''ती तर बिचारी नेहमीच तहानलेली असते,'' तिचा नवरा म्हणाला. ''देवाच्याच मनात आहे की, या देशातली गुरं दुष्काळातच जगावीत, तर त्याला कोण काय करणार? देवाची मर्जी!''

ती वृद्ध स्त्री आणि तिच्या सुनेच्या मध्यभागी असलेल्या रिकाम्या खुर्चीवर प्रेश्यस बसली. सुनेनं ताटात खाद्यपदार्थ वाढायला सुरुवात केली, तर तिचा नवरा पाण्याचे पेले भरू लागला.

''मी तुम्हाला आमची गुरं पाहात असताना पाहिलं,'' म्हातारी स्त्री प्रेश्यसला म्हणाली. ''तुम्हाला गुरं आवडतात का?''

''कुठल्या मोटस्वानाला गुरं आवडत नाहीत?'' प्रेश्यसनं त्यांना प्रतिप्रश्न केला.

''का बरं? काही लोक असतील की असे, ज्यांना गुरांची फारशी आवड नसेल. अर्थात मला अशी माणसं माहीत नाहीत,'' त्या म्हणाल्या.

असं म्हणत असतानाच त्यांनी मान वळवली आणि त्या पोर्चच्या मोठ्या, उंच खिडकीतून बाहेर बघू लागल्या.

''तुम्ही मूळच्या मोचुडीच्या आहात, असं मला समजलं,'' प्रेश्यसच्या हातात जेवणाचं ताट देताना ती तरुण स्त्री म्हणाली. ''मीपण त्याच गावची आहे.''

''बऱ्याच वर्षांपूर्वी मी तिथे राहायची. आता मी गॅबोरोनमध्ये असते. बहुतेक सगळ्या लोकांसारखी, असं म्हणता येईल.''

''म्हणजे आमच्या थोरल्या भावासारख्या,'' तिचा नवरा म्हणाला. ''त्यांनीच तुम्हाला इकडे पाठवलंय, म्हणजे तुमची चांगली ओळख असणार त्यांच्याशी, होय ना?''

काही क्षण एकदम शांतता पसरली. म्हातारीनं आपल्या मुलाकडे पाहिलं, तेव्हा त्यानं आपली नजर दुसरीकडे वळवली.

''तशी खूप दाट ओळख नाही आहे आमची. एकदा केव्हातरी मी त्यांना मदत

केली होती. त्याची परतफेड म्हणून त्यांनी मला इथे येण्याचं आमंत्रण दिलं, एवढंच.''

''ते काही असलं तरी तुमचं इथे स्वागतच आहे,'' घाईघाईनं म्हातारी म्हणाली. ''इथे तुम्ही आमच्या पाहुण्या आहात.''

हे शेवटचं वाक्य त्या आपल्या मुलाला उद्देशून म्हणाल्या, पण तो ताटाकडे बघत जेवणात गर्क होता; निदान त्यानं असं भासवलं की, त्याच्या आईचे हे शब्द त्यानं ऐकलेच नव्हते. मायलेकांमधला मूक संवाद मॅडम रामोत्स्वेनं टिपला हाता, हे त्या सुनेच्या मात्र ध्यानात आलं, पण तिनंही लगेच आपली नजर दुसरीकडे वळवली.

थोडा वेळ सगळे जण फक्त जेवणाचा समाचार घेत राहिले. म्हातारीचं ताट तिनं आपल्या मांडीवरच धरलं होतं. मक्याच्या दाण्यांपासून केलेल्या रसभाजीचा घास त्यांनी चमच्यानं उचलून तोंडात टाकला आणि सावकाशपणे त्या चावू लागल्या. या वेळीही त्यांचे म्हातारपणामुळे चिकट झालेले डोळे दूरवर पसरलेल्या रानोमाळाकडे आणि वरच्या आकाशाकडे लागले होते. त्यांच्या सुनेनं स्वत:च्या ताटात फक्त शेंगांची भाजी आणि उकडलेला भोपळाच घेतला होता. प्रेश्यसनं आपली नजर स्वत:च्या ताटाकडे वळवली, तेव्हा तिच्या लक्षात आलं की, केवळ तिच्या आणि त्या तरुणाच्या ताटातच मटणाचा रस्सा वाढलेला होता. तो अकराबारा वर्षांचा जो मुलगा जेवायला होता अन् ज्याची ओळख सुनेचा मावसभाऊ अशी करून देण्यात आली होती, त्याच्या ताटात पावाचा एक जाडसर तुकडा, थोडा रस्सा आणि कसलातरी गोडसर पदार्थ एवढेच पदार्थ होते.

प्रेश्यसनं आपल्या ताटाकडे परत एकदा पाहिलं. मक्याची भाजी आणि उकडलेल्या भोपळ्याच्या मध्यभागी वाढलेल्या मटणाच्या रश्श्यात तिनं हातातला काटा घातला. हा रस्सा दाटसर होता. तिनं हातातला काटा वर उचलला, तेव्हा तिला त्या रश्श्यात एक ग्लिसरीनसारखा तेलकट तवंग जाणवला. तिनं घास तोंडात घातला, तेव्हा मटणाची चव मात्र तिला फारशी वेगळी वाटली नाही. कसलातरी वेगळा धातूसारखा स्वाद जाणवला, तेव्हा तिला डॉक्टर देतात त्या लोहाच्या गोळ्यांची आठवण झाली. लिंबाची बी चावल्यानंतर जी कडवट चव जिभेला जाणवते, तीदेखील तिला थोड्याफार प्रमाणात जाणवली.

तिनं सुनेकडे पाहिलं, तेव्हा ती किंचित हसली आणि म्हणाली, ''जेवण मी बनवलेलं नाही, बरं का. तुम्हाला जेवण आवडलं असलं, तर त्याचं श्रेय आमच्या सॅम्युअल नावाच्या आचाऱ्याला जातं. फार छान स्वयंपाक करतो तो. प्रशिक्षण घेतलेला स्वयंपाकी आहे तो.''

''तसं पाहिलं, तर जेवण बनवणं हे बाईचं काम आहे,'' तिचा नवरा म्हणाला.

“म्हणूनच मी कधी तिकडे जात नाही. पुरुषांनी इतर कामं करावीत, असं माझं मत आहे.”

त्यानं प्रेश्यसकडे पाहिलं. त्याच्या नजरेत तिला एक प्रकारचं आव्हान दिसलं. तुम्हाला काय म्हणायचंय यावर, अशा अर्थाचं.

उत्तर देण्यापूर्वी प्रेश्यस काही क्षण थांबली. “बहुतेक पुरुष असाच विचार करतात, सर. म्हणजे मला असं म्हणायचंय की, पुरुषांना असं वाटत असावं. पण बहुतेक स्त्रियांनादेखील तसंच वाटतं का, ते मी खात्रीपूर्वक सांगू नाही शकणार.”

“माझ्या बायकोला विचारा ना,” तो अगदी शांतपणे म्हणाला. “पहा, तीपण तेच सांगते की नाही ते. विचारा तिला.”

त्याची बायको तत्परतेनं म्हणाली, “हे जे म्हणताहेत, ते योग्यच आहे.”

आता म्हातारीनं आपला मोर्चा प्रेश्यसकडे वळवला अन् ती म्हणाली, “पाहिलंत? माझी सून आपल्या नवऱ्याच्याच मताची आहे. इकडे गावाकडे तुम्हाला हेच दिसून येईल. तुमच्या शहरात वेगळी पद्धत असेल, पण इथे असंच असतं, बरं का?”

जेवणानंतर प्रेश्यस आपल्या खोलीत आली अन् पलंगावर आडवी झाली. पूर्व दिशेला पावसाळी ढगांनी गर्दी केली असली, तरी उन्हाचा ताप काही कमी झाला नव्हता. पाऊस भरून आला होता, पण रात्रीपूर्वी पडण्याची शक्यता कमीच होती. आणखी काही वेळानं वारा सुटेल अन् मग पाठोपाठ येणारा मातीचा गंधही नाकाला जाणवेल, उन्हानं तापलेली माती पावसाच्या थेंबांनी जणू शहारेल, क्षण दोन क्षणच तो वास नाकपुड्यांमध्ये रेंगाळेल आणि विरूनही जाईल. त्यानंतर पुन्हा कितीतरी महिने असेच जातील, मग परत एकदा तोच वास जाणवेल. त्या वेळी तुमच्या बरोबर असलेल्या व्यक्तीला तुम्ही म्हणाल, “आला पहा, पहिल्या पावसाचा वास!”

पलंगावर पडल्या-पडल्या विचारांच्या तंद्रीत ती पांढऱ्या रंगाच्या लाकडी छताकडे बघत राहिली. कुठेही धुळीचा कणही दिसत नव्हता. ‘हे घर अगदी व्यवस्थित ठेवलेलं दिसतंय,’ ती मनाशी म्हणाली. बऱ्याच घरांच्या छतावर माशांचे डाग दिसतात. काही ठिकाणी वाळवी लागल्याच्या खुणाही दिसतात, तर काही घरांच्या छतांवरून कोळ्यांची जाळी लोंबताना दिसतात. ह्या घराच्या छताचा पांढरा रंगही पिवळट पडलेला नव्हता.

प्रेश्यस रामोत्स्वेच्या मनातला गोंधळ कमी होण्याऐवजी वाढलाच होता. या घरात काम करणाऱ्या नोकरांनी घरातल्या माणसांविषयी आपली मतं किती सहजपणे व्यक्त केली होती. त्यामध्ये तिला एक गोष्ट जाणवली होती – मंत्रिमहोदयांबद्दल कुणालाही प्रेम वाटत नव्हतं; त्यांच्याविषयी असलाच, तर नोकरांच्या मनात रागच होता. घरातल्या माणसांवर, नोकरमाणसांवर ते आपला रुबाब दाखवत होते, असं त्यांच्या बोलण्यावरून तिच्या लक्षात आलं. पण तसं पाहिलं, तर त्यात विशेष गैर

असं काहीच नव्हतं. ते या घरातला मोठा मुलगा होते. गुरांची देखभाल कशी करावी, ह्याविषयी त्यांची काही खास मतं असली, तर त्यात त्यांची काही चूक थोडीच होती? आपल्या धाकट्या भावाला ते सांगणारच की आपली मतं. बरं, घराच्या मालकिणीला वाटलं की, तिचा मधला मुलगा हुशार होता, तर त्यातही काही फार नवल नव्हतं. शहरातल्या लोकांना गुरांची विशेष आवड नसते, या तिच्या विधानातही आक्षेप घेण्यासारखं काही नव्हतं. आपल्याला या बाईबद्दल फारच थोडी माहिती मिळाली होती, असं तिला वाटलं. त्या गुराख्याच्या मते ती दुष्ट बाई होती, पण त्यानं त्यासाठी कारण काहीच सांगितलं नव्हतं. 'तिच्या डोळ्यात पाहा, तिचा दुष्टपणा दिसेल', असं तो म्हणाला म्हणून तिनं तिचे डोळे निरखले होते; पण तिला स्वत:ला तरी तसं काही आढळलं नव्हतं. जेवताना अधूनमधून म्हातारी बाहेर नजर लावून बसली होती, एवढंच तिच्या मनानं टिपलं होतं. त्याचा काय अर्थ असू शकेल?

या प्रश्नानं तिच्या विचारांना वेगळी दिशा मिळाल्यासारखी झाली. ती पलंगावर उठून बसली. 'ह्यावरच थोडा विचार करायला हवा. कदाचित काही नवी कल्पना सुचेल. एखादं माणूस दूर कुठेतरी नजर लावून बघत असेल, तर त्याचा अर्थ असा काढता येईल की, त्याला इथल्या, त्याच्या जवळपासच्या माणसांपासून मनानं तरी दूर असायला हवंय. अशी इच्छा त्याला का होत असेल? साधं उत्तर आहे. त्याला आसपासची माणसं आवडत नसावीत. हा नियम कुणालाही लागू होण्यासारखा होता, पटण्यासारखाही होता. आता या घराच्या मालकीणबाई जर अशा प्रकारे बाहेर नजर लावून बसत असतील, तर याचा अर्थ असा होता की, त्यांना इथलं कुणीतरी आवडत नसणार. ते नावडतं माणूस मी नक्कीच नाही, कारण तसं त्यांच्या वागण्यात काही दिसलं नाही अन् त्यांना माझ्याविषयी तिरस्कार वाटावा, असंकाही माझ्या हातून घडलेलंही नाही. त्या लहान मुलाबद्दलही त्यांच्या मनात राग असण्याचं काही कारण नाही. उलट, त्या त्याचे लाडच करत होत्या वाटलं होतं. जेवणाच्या वेळी त्यांनी एकदोनदा त्याला प्रेमानं थोपटल्यासारखं केलं होतं. म्हणजे दोनच व्यक्ती राहिल्या होत्या: त्यांचा धाकटा मुलगा आणि त्याची बायको.'

कुठलीही आई आपल्या मुलाचा द्वेष करत नाही. आपल्या मुलांच्या वागण्याची शरम मनात बाळगणाऱ्या आया प्रेश्यसनं पाहिलेल्या होत्या. काही स्त्रिया आपल्या मुलांचा रागरागही करायच्या, पण कुठलीही आई आपल्या मुलाचा द्वेष किंवा तिरस्कार कधीच नाही करत. मुलगा अगदी कसाही वागला, तरी आई शेवटी त्याला क्षमाच करते. म्हणजेच असा निष्कर्ष काढायला हरकत नव्हती की, ही बाई आपल्या सुनेचा द्वेष करत होती अन् तोही इतका की, तिला सुनेचं अगदी तोंडही पाहावंसं वाटत नसल्यामुळेच ती घराबाहेर नजर लावून बसणं पसंत करत होती.

ह्या विचारानं प्रेश्यसच्या मनातील कोडं काहीसं उकललं, त्यामुळे ती परत

एकदा पलंगावर आडवी झाली. तिच्या मनातले अस्वस्थ करणारे विचार काहीसे शांत झाले. आता तिला हे सिद्ध करायला हवं होतं की, ह्या बाईंना आपल्या सुनेचा एवढा राग का येत होता. त्यांच्या थोरल्या मुलानं त्यांचे कान भरले होते, म्हणून तर त्या आपल्या सुनेचा राग करत नव्हत्या ना? ह्याहूनही महत्त्वाचा प्रश्न असा होता की, त्यांच्या सुनेला त्यांच्या मनातल्या रागाची कल्पना होती का? त्यामुळे तर तिनं काहीतरी योजना आखली नसेल ना? समजा, हा तर्क ग्राह्य मानला की, ती विषप्रयोग करण्याचा डाव आखत होती; तर कदाचित असं असू शकेल की, तिच्या मनात आपल्या सासूलाच विष देऊन मारायचं असेल, नवऱ्याला नाही.

विचार करता-करता प्रेश्यसच्या डोळ्यांवर झापड आल्यासारखी झाली. एक तर, काल रात्री तिला स्वस्थ झोप लागली नव्हती. शिवाय सकाळी लवकर उठून ती प्रवास करून इथे आली होती. त्यातच उकाडा आणि दुपारचं जड जेवण ह्यांची भर पडली होती. तिला आठवलं, मटणाचा रस्सा जरा जास्तच तेलकट अन् त्यामुळे पचायला कठीण वाटला होता. त्यामध्ये एक प्रकारचा विचित्र चिकटपणा तिला जाणवला होता. तिनं झोपण्याच्या हेतूनं डोळे बंद केले, पण तिला अंधार जाणवला नाही. तिच्या बंद डोळ्यांसमोर एक तऱ्हेचा पांढरा प्रकाश उमटला. आपला पलंग हलत होता, असा भास तिला झाला. जणूकाही दुरून येणाऱ्या पावसाळी वाऱ्यामुळे पलंगाची हालचाल सुरू झाली होती. तिच्या नाकाला मातीचा वास जाणवला आणि पाठोपाठ पावसाच्या मोठ्या थेंबांनी जमिनीला धोपटायला सुरुवात केली.

प्रेश्यसला झोप लागली, पण तिचा श्वास जोरजोरात होत राहिला. तिला जी स्वप्नं पडली, तीही अस्वस्थ करणारी होती. पोटात कळ आल्यामुळे तिला जाग आली, त्या वेळी पाच वाजले होते. वादळाचा जोर कमी झाला होता, तरी पाऊस पडतच होता. घरावरच्या पत्र्याच्या छपरावर पावसाच्या सरी कोसळतानाचा ताडताड आवाज ऐकू येत होता. ती उठून बसली, पण मळमळल्यासारखं वाटल्यामुळे परत आडवी झाली. कुशीवर वळून तिनं पाय खाली जमिनीवर ठेवले. मग उठून उभी राहत, काहीशी भेलकांडत ती दारापाशी पोहोचली आणि तेथून बाहेरच्या व्हरांड्याच्या टोकाला असलेल्या बाथरूमकडे धावली. जेमतेम तिथे पोहोचायचाच अवकाश, तिला उलटी झाली आणि मग हलकं वाटलं. खोलीत परत येईपर्यंत बरीचशी मळमळ कमी झाली, तेव्हा तिच्या डोक्यात थोडाथोडा प्रकाश पडायला सुरुवात झाली. ज्या घरात विषप्रयोगाचं कटकारस्थान घडत होतं, अशा ठिकाणी ती आली होती अन् तिच्यावरच तो प्रयोग झाला होता. तसं पाहिलं, तर तिला त्यात आश्चर्य वाटण्यासारखं काहीच नव्हतं. हे असंच घडणार, हे कळायला फार मोठ्या बुद्धिमत्तेची गरज नव्हती.

आयुष्यात काय मिळवायचंय तुम्हाला?

मॅडम माकुत्सीपाशी श्री. पुलानींचं काम करण्यासाठी फक्त तीन दिवसांचा अवधी होता. एवढ्या कमी वेळात आपल्याला अंतिम फेरीत पोहोचलेल्या चारही स्पर्धकांविषयी पुरेशी माहिती मिळवून श्री. पुलानींना काही सल्ला देता येईल का, ह्याची तिला शंकाच वाटत होती. व्यवस्थित टाइप केलेली मुलींच्या नावांची आणि त्यांच्या पत्त्यांची यादी तिच्यासमोर होती. मॅडम माकुत्सीनं त्यावरून नजर फिरवली, पण नावांवरून किंवा पत्त्यांवरून तिला काहीही बोध झाला नाही. नुसत्या नावावरून एखाद्याचा स्वभाव आम्हाला ओळखता येतो, अशी फुशारकी मारणारे लोक तिला माहीत होते. उदाहरणार्थ, मेरी नाव असलेल्या मुली नेहमी प्रामाणिक असतात, त्यांना आपल्या घराविषयी फार प्रेम वाटतं किंवा सायफो नावाच्या पुरुषावर कधीही विश्वास ठेवू नये, वगैरे. तिच्यामते हा निव्वळ भंपकपणा होता. ह्याच्याइतकाच मूर्खासारखा विचार आणखी कुणीतरी मांडला होता. काय तर म्हणे, एखाद्याच्या डोक्याच्या आकारावरून ती व्यक्ती गुन्हेगार आहे की नाही, याचा अंदाज बांधता येतो. मॅडम रामोत्स्वेंनीच तिला याविषयी आलेला एक लेख वाचायला दिला होता आणि दोघी त्यानंतर पोट धरून हसल्या होत्या. ही कल्पना तिच्यासारख्या आधुनिक विचाराच्या बाईला सर्वस्वी पटण्यासारखी नसली, तरी काही काळ तिनं मॅडम माकुत्सीच्या मनाचा निश्चितपणे ताबा घेतला होता आणि त्यामुळेच तिनं आपल्या परीनं थोडंफार संशोधन केलंच होतं. ब्रिटिश कौन्सिलमधल्या मदतीस नेहमीच तत्पर असलेल्या ग्रंथपालबाईंनी एका मिनिटात एक पुस्तक काढून तिच्या हातात ठेवलं होतं. गुन्ह्यामागच्या विचारपद्धती (Theories of Crime) असं नाव असलेल्या या पुस्तकातील माहिती मॅडम रामोत्स्वेंच्या आवडत्या, क्लोव्हिस अँडरसन लिखित खासगी गुप्तहेरगिरीमागील तत्त्वं (The Principles of Private Detection) या पुस्तकापेक्षा खूपच अभ्यासपूर्ण होती. क्लोव्हिस अँडरसन ह्यांच्या पुस्तकात

अशिलाशी कसं वागावं, याविषयी उपयुक्त टिपा होत्या; पण विषयाच्या तात्त्विक चर्चेच्या बाबतीत ते परिपूर्ण नव्हतं. मॅडम माकुत्सीच्या हेही लक्षात आलं होतं की, क्लोव्हिस अँडरसननी कधी 'गुन्हेगारी जगत' (The Journal of Criminology) या मासिकाचे अंक वाचले नसावेत. त्याउलट, असं म्हणता आलं असतं 'गुन्ह्यामागच्या विचारपद्धतीच्या' लेखकाला गुन्हे का घडतात, ह्याची कारणामीमांसा करणाऱ्या विविध चर्चांची माहिती असावी. या लेखकाच्या मते काही गुन्ह्यांसाठी समाजच जबाबदार असतो. याच लेखकानं पुढे असाही इशारा दिला होता की, बकाल वस्तीत राहाणारे तरुण किंवा ज्यांचा भविष्यकाळ अंधारमय आहे, अशी मुलं गुन्हेगारीकडे वळतात. आपण हेदेखील लक्षात ठेवायला हवं की, ज्यांना वाईट वागणूक मिळते, अशी मुलं सुडाच्या भावनेतून गुन्हेगारीकडे वळतात,असंही त्यांनी म्हटलं होतं.

हा धोक्याचा इशारा वाचताना मॅडम माकुत्सीचं मन आश्चर्यचकित झालं होतं. ते विधान शंभर टक्के खरं होतं, यात शंकाच नव्हती, पण तिनं त्यासंबंधी अगदी त्याच प्रकारे विचार केला नव्हता. ज्या लोकांवर अन्याय होतो, ते लोक पुढे तशाच प्रकारची वागणूक इतरांना देतात, ह्या विधानाचा अनुभव तिला स्वत:ला तिच्या लहानपणी आला होता. त्या वेळी ती बोबोनाँगमध्ये तिसऱ्या इयत्तेत शिकत होती. तिच्या वर्गातला एक मुलगा त्याच्याहून वयानं लहान असलेल्या मुलांवर दादागिरी करायचा, त्यांना घाबरवून सोडायचा अन् त्यातच त्याला आनंद वाटायचा. त्या काळी त्याच्या वागण्याचा अर्थ तिला समजायचा नाही. तिला वाटायचं, त्याचा स्वभावच दुष्ट असावा, पण एकदा ती संध्याकाळच्या वेळी त्याच्या घरावरून जात असताना तिनं पाहिलं की, त्याचा दारुड्या बाप दारूच्या नशेत त्याला बडवून काढत होता. मार चुकवण्यासाठी तो मुलगा ओरडत होता, किंचाळत होता, शरीराला वेडेवाकडे हिसके देत होता; पण फटके चुकवणं त्याला शक्य होत नव्हतं. दुसऱ्या दिवशी त्याच मुलाला तिनं एका त्याच्याहून लहान मुलाला मारताना अन् नंतर काटेरी झुडपात ढकलताना पाहिलं. त्या लहान वयात तिला या दोन घटनांचा एकमेकांशी संबंध लावता आला नव्हता, पण हे पुस्तक वाचताना तिला तो प्रसंग आठवला आणि लेखकाच्या विधानातील तथ्य पटलं.

एजन्सीच्या ऑफिसमध्ये बराच वेळ ती ते पुस्तक वाचत बसली, तेव्हा कुठे तिला जे मुद्दे हवे होते, ते सापडले. शारीरिक गुणधर्म आणि गुन्हेगारी प्रवृत्ती यांतील संबंध यावर लेखकानं त्या मानानं कमी पानं खर्चली होती, कारण लेखकाला स्वत:लाच त्यामध्ये फारसा अर्थ दिसत नसावा.

याच लेखकानं एके ठिकाणी म्हटलं होतं, "एकोणिसाच्या शतकातील एका इटालियन गुन्हेगारीविषयक तज्ज्ञानं, सेझॅरे लोंब्रोसोनं कैद्यांमधील सुधार या विषयावर जे विचार मांडले आहेत, त्यामागे त्याचा उदार दृष्टिकोन दिसून येतो. त्याच्या मते,

माणसाच्या डोक्याचा आकार आणि त्याच्यातील गुन्हेगारी प्रवृत्ती यांमध्ये निश्चितपणे काहीतरी संबंध आहे. म्हणूनच गुन्हेगारांच्या चेहऱ्याचे आणि डोक्याचे आकार यांवरील चर्चेखातर त्यानं बरीच पानं खर्चली आहेत, पण त्याचा हा तर्कवाद प्रस्तुत लेखकाला तरी चुकीच्या दिशेनं केलेला प्रयत्न वाटतो. आपल्या तर्काला पुष्टी देण्यासाठी लोंब्रोसोनं काही सचित्र उदाहरणं दिली आहेत, ती पाहातानादेखील असं वाटतं की, तो उगीचच भरकटत गेला आहे. हीच बौद्धिक शक्ती त्यानं अधिक चांगल्या प्रकारे वापरली असती, तर त्याला काहीतरी भरीव संशोधन करता आलं असतं.''

लोंब्रोसोच्या पुस्तकातील काही चित्रं लेखकानं आपल्या पुस्तकात दाखवली होती. एका चित्रातला दुष्टसा दिसणारा माणूस रागीट नजरेनं वाचकाकडे पाहात होता. त्याचं कपाळ अरुंद होतं. त्या चित्राखाली 'सर्वसाधारण गुन्हेगार (सिसिलीतील)' असे शब्द छापलेले होते. दुसऱ्या एका चित्रात बारीक डोळ्यांचा, कोरीव मिशा असलेला एक माणूस दाखवला होता. त्याखाली 'बहुतांशी आढळणारा चोर (फ्रान्समधील).' असं छापलं होतं, आणखी अशीच काही चित्रं होती. सगळे गुन्हेगार वाचकांकडे खुनशी नजरेनं पाहात होते आणि सगळेच्या सगळे नि:संशयपणे दुष्ट स्वभावाचे वाटत होते. ते चेहरे पाहूनच मॅडम माकुत्सीच्या अंगावर भीतीचा शहारा आला. हे सगळेच पुरुष दिसायला वाईट होते, कुणीही त्यांच्यावर विश्वास ठेवणार नाही, अशा प्रकारचे होते. तसं असेल, तर मग लोंब्रोसोचा तर्कवाद चुकीचा आहे, असं कसं म्हणता येईल, अशी शंका मॅडम माकुत्सीच्या मनात आली. तसा निष्कर्ष काढणं हे तिच्या मते उद्धटपणाचंच नव्हे, तर चुकीचंही होतं. लोंब्रोसोचा निष्कर्ष बरोबरच होता. एखाद्या माणसाकडे पाहिल्यावरच आपल्याला कळतं की, तो चांगल्या की वाईट प्रवृत्तीचा माणूस आहे ते. (तसं पाहिलं, तर ही कला स्त्रियांना फार पूर्वीपासूनच अवगत आहे. पुरुषाच्या नजरेला नजर देताच त्यांना त्याची लायकी समजते, पण त्यासाठी तो पुरुष इटालियनच असायला पाहिजे असं नाही : इथे बोट्स्वानातही तोच नियम लागू पडेल!) मॅडम माकुत्सी गोंधळात पडली. तिला वाटलं, जर ही विचारसरणी इतकी उघडपणे बरोबर असेल, तर गुन्हेगारीविषयक लिखाण करणाऱ्या लेखकानं ती का नाकारावी? या मुद्द्यावर तिनं आणखी थोडा विचार केला, तेव्हा एक सुपीक विचार तिच्या डोक्यात आला : हे लेखकमहाशय लोंब्रोसोचा मत्सर करत असले पाहिजेत! कारण त्यांच्या डोक्यातून ही कल्पना उगवण्याआधीच लोंब्रोसोनं ती मांडली होती. आता आमच्या लेखकमहाशयांना गुन्ह्याविषयी आपली अशी एक स्वतंत्र विचारसरणी मांडायची होती. तसा त्यांचा हेतू असेल, तर त्यांच्या पुस्तकाला तिनं खास महत्त्व द्यायचं काही कारण नव्हतं. गुन्हेगारी प्रवृत्तीबद्दल आता तिला पुरेशी माहिती मिळाली होती आणि तिचा वापर

करून तिला आपलं काम करता येणार होतं. लोंब्रोसोची विचारपद्धती वापरून ती या चार मुलींचं निरीक्षण करणार होती आणि त्यावरून कोणती मुलगी विश्वासार्ह होती, ते अनुमान काढणार होती. लोंब्रोसोच्या उदाहरणांनी जणू तिच्या अंत:प्रेरणेला पुष्टी दिली होती. प्रत्येक मुलीचं तिच्या नकळत निरीक्षण करायचं, तिच्या डोक्याचा आकार लक्षात घ्यायचा. तेवढ्यावरून तिला तिच्या प्रश्नाचं उत्तर मिळणार होतं. 'श्री. पुलानींनीही त्यावर समाधान मानायला हवं,' ती स्वत:शीच म्हणाली. इतक्या कमी वेळात ती याहून जास्त काय माहिती मिळवू शकणार? शिवाय, काही झालं तरी, मॅडम रामोत्स्वे परत यायच्या आधी तिला ही केस निकालात काढायची होती.

मोत्लामेदी मात्लुली, लॅडिस त्लहापी, मकिता फेन्योनिनी आणि पॅट्रिशिया क्वॉत्लेनेनी ही चार नावं श्री. पुलांनींनी दिलेल्या यादीत होती. मॅडम माकुत्सीनं ती पुन:पुन्हा वाचली, पण तिला त्या मुलींविषयी काहीही अंदाज बांधता आला नाही. नावांखाली प्रत्येकीचं वय आणि पत्ता दिलेला होता. यांच्यातली मोत्लामेदी सगळ्यात लहान, एकोणीस वर्षांची होती आणि तिला गाठणं सगळ्यात सोपं काम होतं, कारण ती एका विद्यापीठात शिकत होती. चोवीस वर्षांची पॅट्रिशिया सर्वांमध्ये मोठी होती. तिचा पत्ता अतिशय त्रोटक – त्लॉक्वेंग (प्लॉट नं. २४५६) असा होता. त्यामुळे तिला शोधून काढणं जिकिरीचं ठरणार होतं. सगळ्यात आधी मोत्लामेदीला भेटावं, असं मॅडम माकुत्सीनं ठरवलं. कारण विद्यापीठातल्या एखाद्या वर्गात तिला शोधणं म्हणजे अगदीच सहज शक्य होतं. तिची मुलाखत घेणं कितपत सोपं असेल, याविषयी तिला शंकाच होती. विद्यापीठात शिकणाऱ्या मुलींची नाकं जरा वरच असतात, कारण शिक्षण संपताच त्यांना नोकरी मिळणार, हे त्यांनी गृहीत धरलेलं असतं. बोट्स्वाना सेक्रेटरियल कॉलेजमधून शिकून बाहेर पडलेल्या मुलींना तर या मुली अगदी कस्पटासमान लेखत असत. तिला स्वत:ला चांगले ९७ टक्के गुण मिळाले होते. त्यासाठी तिनं किती कष्ट घेतले होते, हे तिचं तिलाच ठाऊक होतं, पण या मुलींना त्याची किंमत कळणार नव्हती. मोत्लामेदीसारख्या मुली त्याची टिंगलच करणार. ते काहीही असलं, तरी मॅडम माकुत्सी तिच्याशी बोलणार होती आणि मोत्लामेदीनं तिची अवहेलना केली, तरी ती मात्र सभ्यपणेच वागणार होती. तिला लाजिरवाणं वाटण्याचं काही कारणच नव्हतं. ती एका गॅरेजची तात्पुरती का होईना, पण व्यवस्थापक होती आणि शिवाय साहाय्यक गुप्तहेरदेखील! या सुंदर मुलींपाशी थोडीच अशी काही पदवी होती? ह्या मोत्लामेदीनं सौंदर्यस्पर्धेत भाग घेतलेला असला, तरी अजूनपर्यंत तिच्याजवळ सौंदर्यसम्राज्ञी आणि चारित्र्यसुंदरी असा कोणताही किताबही नव्हता.

आपण तिला भेटायचं, असं मॅडम माकुत्सीनं ठरवलं, पण आपण तिच्याशी

काय बोलायचं, हे मात्र तिनं अजून मनाशी निश्चित केलं नव्हतं. 'माफ कर हं मला, पण मी तुझ्या डोक्याचा आकार पाहायला आले आहे', असं थोडंच ती मोत्लामेदीला म्हणू शकणार होती? ती तसं काही म्हणाली तर त्या भावी सौंदर्य तारकेची प्रतिक्रिया रागाचीच असेल, याची मॅडम माकुत्सीला खात्री होती. त्या क्षणी तिला एक छान कल्पना सुचली. 'आपण काहीतरी माहिती गोळा करणार आहोत आणि त्यासाठी मुलींनी काही प्रश्नांची उत्तरं लिहायची आहेत,' असं आपण त्यांना सांगू. त्या उत्तरं लिहीत असताना आपल्याला त्यांच्या डोक्याचं आणि चेहऱ्याचं निरीक्षण करता येईल आणि त्यांच्या स्वभावातल्या खोटेपणाची लक्षणंही दिसताहेत का, ते पाहता येतील. ही कल्पना तिला खरोखरच आवडली. तिनं आणखी थोडा विचार केला, तेव्हा तिच्या लक्षात आलं की, या सर्वेक्षणातले प्रश्न बाजाराच्या सर्वेक्षणातील प्रश्नांसारखे नसावेत, तर त्यांच्या नैतिक दृष्टिकोनाबद्दल असावेत. असे हुशारीचे प्रश्न आपण विचारायचे की, त्या मुलींचा दृष्टिकोन त्यांच्या उत्तरांमधून स्पष्ट व्हावा. त्यांची शब्दयोजना अशी ठेवायची की, हा एक प्रकारचा सापळा रचला होता, याचा संशय त्यांना येणार नाही. त्याच वेळी मुलींच्या नैतिक मूल्यांवर प्रखर प्रकाश पडेल, असे प्रश्न विचारावेत. उदाहरणार्थ, 'तुम्हाला आयुष्यात काय मिळवायचंय?' 'इतरांना मदत करण्याऐवजी आपलीच धनदौलत वाढवावी, असं तुम्हाला वाटतं का?'

कशा पद्धतीनं काम करायचं, याची रूपरेषा तिच्या मनात पक्की झाल्यानंतर मॅडम माकुत्सीला एक प्रकारचं समाधान वाटलं. तिच्या चेहऱ्यावर हसूही उमटलं. 'बोट्स्वाना दैनिक समाचार' ह्या वृत्तपत्राची वार्ताहर म्हणून मला सौंदर्यस्पर्धेवर एक लेख लिहायचा आहे, असं कारण सांगून ती स्पर्धकांना भेटणार होती. त्यासाठी तिला थोडं खोटं बोलावं लागणार होतं खरं, पण इतपत फसवाफसवी चालते, अशी तिनं स्वत:च्या मनाची समजूत घातली. कारण क्लोव्हिस अँडरसननीच म्हटलेलं आहे की, विशिष्ट ध्येय साध्य करण्यासाठी तत्त्वाशी थोडीफार तडजोड केली तरी चालते आणि सध्याच्या परिस्थितीत तिला जे ध्येय गाठायचं होतं, ते फारच महत्त्वाचं होतं. कारण नाही म्हटलं तरी बोट्स्वाना देशाच्या प्रतिमेचा प्रश्न होता. सौंदर्य आणि चारित्र्यकुमारी स्पर्धेतील विजेती बोट्स्वाना सौंदर्यसम्राज्ञीच्या स्पर्धेत भाग घेणार होती हे पद तिच्या मते देशाच्या परदेशातील राजनैतिक प्रतिनिधिपदाइतकंच महत्वाचं होतं. खरोखरच, एखाद्या देशाची सौंदर्यसम्राज्ञी जेव्हा जागतिक सौंदर्यस्पर्धेत भाग घेते, तेव्हा ती आपल्या देशाचंच प्रतिनिधित्व करत असते. ती कशी बोलते, चालते, वागते यांवरून लोक तिच्या देशाची पारख करतात, असं म्हटलं; तर ती अतिशयोक्ती ठरू नये. कुठल्याही चुकीच्या किंवा अयोग्य मुलीला हे पद मिळू नये, याची खबरदारी घेण्याची जबाबदारी मॅडम

माकुत्सीवर सोपवली गेली होती. असत्याचा आधार घेणं एवढी किंमत तिला चुकवावीच लागणार होती हे ध्येय साध्य करण्यासाठी! क्लोव्हिस अँडरसननी तर तिला पाठिंबा दिलाच असता, पण नैतिकतेचा टेंभा मिरवणाऱ्या 'गुन्ह्यामागील विचारपद्धती'च्या लेखकानंसुद्धा तिच्या वागण्याला फारसा आक्षेप घेतला नसता.

मनातल्या शंकाकुशंकांवर मात केल्यानंतर मॅडम माकुत्सी पेन सरसावून प्रश्नमालिका तयार करायला सिद्ध झाली. तिचे प्रश्न साधेच, परंतु मनाचा खोल मागोवा घेणारे असे होते :

१. सर्व जगाला अभिमानानं सांगता येतील, अशी आफ्रिकेतील प्रमुख नैतिक मूल्यं कोणती?

हा प्रश्न विचारण्यामागचा तिचा हेतू हा होता की, नैतिकता म्हणजे काय, हे तरी या मुलींना माहीत आहे की नाही, ते जाणून घ्यायचं. जिला हे माहीत असेल, ती मुलगी साधारणपणे असं उत्तर देईल : एक माणूस असणं म्हणजे काय, हे आफ्रिका जगाला दाखवू शकते, कारण जगभरातील लोकांमधील माणुसकी आफ्रिका जाणते.

ह्या प्रश्नाचं योग्य उत्तर या मुलींना देता आलं, तर त्यानंतरचा प्रश्न काहीसा वैयक्तिक स्वरूपाचा होता:

२.तुम्हाला आयुष्यात काय साध्य करायची इच्छा आहे?

ह्या प्रश्नाद्वारे मॅडम माकुत्सी मुलींना बरोबर पेचात पकडू शकणार होती. एखादी लबाड, धूर्त मुलगी तिच्या जाळ्यात सापडण्याची शक्यता दाट होती. सर्वसाधारणपणे या प्रश्नाचं उत्तर अशा प्रकारे दिलं जातं : मला समाजोपयोगी काम करायला मनापासून आवडेल, खास करून लहान मुलांसाठी. या जगाचा निरोप घेण्यापूर्वी काहीतरी असं काम मला करायला आवडेल, ज्यामुळे हे जग अधिक सुंदर होईल.

व्वा! फारच छान उत्तर! पण हे साचेबंद उत्तर त्यांनी कुठल्यातरी पुस्तकात वाचलं असण्याची दाट शक्यता होती. एखाद्या क्लोव्हिस अँडरसननी लिहिलेल्या पुस्तकात, ज्याचं नाव असेल 'सौंदर्यसम्राज्ञींनी कसं वागावं?' किंवा 'जागतिक सौंदर्यस्पर्धा कशा जिंकाव्यात?'

मॅडम माकुत्सी स्वत:शीच म्हणाली, 'एखादी प्रामाणिक मुलगी अशा प्रकारचं उत्तर देईल : मला समाजोपयोगी काम करायला आवडेल, खास करून मुलांसाठी. पण ते शक्य नसेल, तर मला वृद्धांसाठीसुद्धा काम करण्यात आनंद वाटेल. अर्थात, मोठ्या पगाराची नोकरी मिळवण्याचा प्रयत्नही मी करेनच.'

३. सुंदर असणं आणि चारित्र्यवान असणं यांतील कोणता पर्याय तुम्ही स्वीकाराल?

या प्रश्नाचं अपेक्षित उत्तर उघडपणे असं होतं की, स्पर्धक मुलींनी सौंदर्यापेक्षा चारित्र्याला अधिक महत्त्व द्यावं. बहुतेक मुलींना इतपत शहाणपण असणारच की, त्यांनी चारित्र्याला अधिक महत्त्व द्यावं, अशी त्यांच्याकडून अपेक्षा होती, म्हणून त्या नक्कीच दुसरा पर्याय स्वीकारतील; पण अशीही शक्यता होती की, एखादी खऱ्या अर्थानं प्रामाणिक मुलगी असं म्हणेल की, सुंदर असण्याचे काही फायदे निश्चितच होते. हा अनुभव मॅडम माकुत्सीला पूर्वीच आला होता. सेक्रेटरीची नोकरी शोधत असताना तिच्या असं लक्षात आलं होतं की, बहुतेक सगळ्या नोकऱ्या सुंदर मुलींनी पटकावल्या होत्या अन् तिच्यासारख्या चांगले ९७ टक्के गुण मिळवलेल्या तरुणीसाठी फारच कमी पर्याय उरले होते. ह्या अन्यायाची बोच तिनं बराच काळ अनुभवली होती. शेवटी तिच्या प्रामाणिक कष्टांना योग्य फळ मिळालं होतं, ती गोष्ट वेगळी! तिच्यापेक्षा चांगली रंगकांती असणाऱ्या तिच्या किती वर्गमैत्रिणींना हंगामी व्यवस्थापकाचं पद मिळालेलं होतं? एकीलाही नाही. बहुतेक सुंदर मुलींनी पैसेवाल्या पुरुषांबरोबर लग्नं केली होती आणि त्या ऐषारामात आयुष्य घालवत होत्या, पण एकीनंही उत्तम व्यावसायिक कारकिर्द साध्य करण्यात यश मिळवलं नव्हतं – हं, भारी कपडे घालून मेजवान्या झोडणं, हेच त्यांचं ध्येय असलं, तर वेगळी गोष्ट होती!

मॅडम माकुत्सीनं प्रश्नावली टाइप केली. प्रती काढण्याचं यंत्र त्यांच्या ऑफिसमध्ये नव्हतं, पण टाइप करण्यापूर्वी तिनं कार्बन पेपर वापरला होता, त्यामुळे तिच्याजवळ चार प्रती होत्या. न विसरता तिनं वरच्या बाजूला 'बोट्स्वाना दैनिक समाचार –विशेष पुरवणी विभाग,' हे शब्द टाइप केले होते. तिनं घड्याळात वेळ बघितली. दुपार झाली होती. उकाडा चांगलाच जाणवत होता. काही दिवसांपूर्वी पावसाच्या सरी येऊन गेल्या होत्या, पण तहानलेल्या धरणीची तृष्णा तेवढ्यानं थोडीच भागणार होती? आणखी थोडा पाऊस झाला, तर लोकांचं जीवन सुसह्य होणार होतं. हवेतला उष्मा वाढला की, माणसांची डोकीपण फार लवकर गरम होतात, हे तिला माहीत होतं. बारीकसारीक कारणांवरून लोक वादावादी करतात. उलट, पावसाच्या सरी मनालापण थंडावा आणतात.

ऑफिसचं दार बंद करून ती बाहेर आली. एका वृद्ध स्त्रीची व्हॅन दुरुस्त करण्यात दोघंही कामगार गर्क होते. ही बाई लोबात्सेहून भाजी आणून गॅबोरोनमधील मोठ्या दुकानांना विकायची. तिच्या मैत्रिणीनं तिला या गॅरेजविषयी सांगितलं होतं. बायकांनी नि:शंकपणे या ठिकाणी आपली गाडी दुरुस्तीला द्यावी, असं कौतुक तिनं केलं होतं. ती म्हणाली होती, ''मला वाटतं, काही बायकाच हे गॅरेज चालवताहेत. बायकांची मनं त्या चांगली जाणतात, म्हणून बायकांसाठी हे सगळ्यात छान गॅरेज आहे, असं मी तरी म्हणेन.''

ह्या प्रकारचा नावलौकिक श्री. मातेकोनींच्या गॅरेजनं अलीकडे संपादन केला असल्यामुळे दोघा कामगारांना हल्ली भरपूर काम असायचं. मॅडम माकुत्सीच्या हाताखाली काम करत असताना त्यांनी हे आव्हान यशस्वीपणे स्वीकारलं होतं. ते उशिरापर्यंत तर थांबायचेच, पण कामही पहिल्यापेक्षा अधिक काळजीपूर्वक करायचे. अधूनमधून ती देखरेख करत असायची आणि ते नक्की काय काम करायचे, हे त्यांना विचारतदेखील असायची. विशेष म्हणजे त्यांनाही ते आवडत होतं, कारण त्यामुळे ते अधिक मन लावून करायचे. गाडीच्या इंजिनात नक्की काय बिघाड होता, ते शोधून काढण्याचं त्यांचं कसब बरंच वाढलं होतं. आणखी एक चांगली सुधारणा झाली होती : पोरींबद्दल चकाट्या मारण्याचं प्रमाणही पुष्कळच कमी झालं होतं.

"बाईच्या हाताखाली काम करायला छान वाटतं आम्हाला," दोघांपैकी मोठा कामगार तिला एक दिवस म्हणाला होता. "एक स्त्री सतत तुमच्यावर नजर ठेवून आहे, ही गोष्ट चांगली वाटते."

"मलाही छान वाटतंय तुमचं कौतुक ऐकून," मॅडम माकुत्सी आनंदानं म्हणाली. "तुमच्या कामात दिवसेंदिवस चांगली सुधारणा दिसतेय अलीकडे मला. एक दिवस तुम्हीही श्री. मातेकोनींसारखे उत्तम मेकॅनिक व्हाल, अशी मला खात्री आहे. जरूर तुम्हाला हे शक्य होईल."

तो प्रसंग आठवतच ती त्यांच्याजवळ जाऊन पोहोचली. दोघं जण एक ऑइल फिल्टर दुरुस्त करत होते. "तुमचं हे काम संपलं की, तुमच्यापैकी एक जण मला माझ्याबरोबर विद्यापीठात यायला हवाय."

"आमच्यापाशी वेळ कुठाय मॅडम?" त्यांच्यातल्या वयानं लहान असलेल्यानं तक्रारीच्या सुरात म्हटलं. "अजून दोन गाड्या दुरुस्त करायच्या आहेत आम्हाला आज. सारखंसारखं इकडेतिकडे जायला वेळ कुठे आहे आमच्यापाशी? आणि आम्ही काही टॅक्सी ड्रायव्हर नाही आहोत."

एक सुस्कारा टाकत मॅडम माकुत्सी म्हणाली, "ठीकच आहे मग. मलाही टॅक्सीनं जाण्याशिवाय गत्यंतर नाही तर. सौंदर्यस्पर्धेसंबंधी एक महत्त्वाचं काम आलंय माझ्याकडे. त्यानिमित्तानं काही मुलींशी बोलायचं आहे मला."

"मी घेऊन जाईन ना तुम्हाला मॅडम," वयानं मोठा असलेला कामगार घाईघाईनं म्हणाला. "मी तयारच आहे. बाकीचं काम हा संपवू शकेल."

"छान," मॅडम माकुत्सी म्हणाली. "मला खात्री होतीच की, तू मदत करशील. तुझ्या स्वभावाची मला चांगली पारख आहे."

विद्यापीठाच्या आवारात शिरल्यानंतर त्यानं एका झाडाच्या सावलीत गाडी उभी केली. ज्या इमारतीत तिला जायचं होतं, ती तिथून फार दूर नव्हती. त्या तीन मजली

इमारतीच्या प्रवेशदारासमोर एक छत असलेली मोकळी जागा होती, तिथे काही विद्यार्थिनी गप्पा मारत उभ्या होत्या. आपल्याबरोबर आणलेल्या कामगाराला तिनं गाडीतच थांबायला सांगितलं अन् ती खाली उतरून त्या मुलींपाशी गेली.

आपली ओळख करून दिल्यानंतर तिनं त्यांना विचारलं, ''मोत्लामेदी मात्लुली इथेच राहते, असं मला समजलंय. मला तिला भेटायचं होतं.''

त्या मुलींपैकी एक जण खिदळली अन् म्हणाली, ''ती राहते इथेच, पण तिला वाटतं मात्र असं की, आपण याहून एखाद्या मस्त जागी राहावं.''

''सन हॉटेलसारख्या ठिकाणी,'' दुसरीनं पुस्ती जोडली अन् त्यावर सगळ्या मुली परत एकदा खिदळल्या.

मॅडम माकुत्सीनं हसून आपली प्रतिक्रिया दाखवली आणि विचारलं, ''खूप महत्त्वाची मुलगी आहे वाटतं ही?''

परत एकदा मुली खिंकाळल्या. ''असं तिला वाटतं,'' एक मुलगी म्हणाली. ''काय आहे ना, सारखी सगळी तरुण पोरं तिच्या पुढे गोंडा घोळत असतात, त्यामुळे बाईसाहेबांना वाटतं, त्या अख्ख्या गॅबोरोनच्या सम्राज्ञी आहेत, दुसरं काय. बघायलाच पाहिजे तुम्ही तिला एकदा!''

''मला भेटायला आवडेल तिला,'' सरळपणे मॅडम माकुत्सी म्हणाली. ''खरंतर त्यासाठीच मी इथे आले आहे.''

''तुम्हाला ती तिच्या खोलीतल्या आरशासमोर सापडेल. पहिल्या मजल्यावरच्या ११४ नंबरच्या खोलीत राहते ती,'' आणखी एकीनं माहिती पुरवली.

मुलींचे आभार मानून ती निघाली व जिना चढून पहिल्या मजल्यावर आली. जिन्याच्या भिंतीवर कुणीतरी काहीतरी गलिच्छ शेरा कुठल्यातरी मुलीबद्दल लिहिला होता. एखाद्या विद्यार्थ्याला त्या मुलीनं झिडकारलं असेल, त्याचा राग त्यानं अशा प्रकारे व्यक्त केला होता. मॅडम माकुत्सीला या प्रकारच्या वागण्याचा संताप आला. ही वरच्या वर्गातली श्रीमंतांची मुलं. सरकारी खर्चानं चालवल्या जाणाऱ्या महाविद्यालयात शिक्षण घेत होती. बोट्स्वानातील सर्वसामान्यांना अशा प्रकारचं शिक्षण मिळणं अशक्यच, अशी परिस्थिती असूनही ही पोरं किती उद्दामपणे, बेजबाबदारपणे वागत होती! कॉलेजच्या इमारती घाण करण्यात त्यांना कसलीही शरम वाटत नव्हती. अन् ही मोत्लामेदी तरी काय करत होती? अभ्यास करण्याऐवजी ती नटण्या-मुरडण्यात आणि सौंदर्यस्पर्धांमध्ये भाग घेण्यात आपला अमूल्य वेळ वाया घालवत होती. ती स्वत: जर या विद्यापीठात मोठ्या पदावर असती, तर तिनं अशा विद्यार्थ्यांना खणखणीतपणे चार शब्द सुनावले असते. 'तुम्हाला कुठलीतरी एक गोष्ट साध्य करता येईल. मनाची मशागत करा, नाहीतर केसांचे लाड करा. तुम्हाला दोन्ही करता येणार नाहीत.'

११४ नंबरची खोली दिसताच मॅडम माकुत्सीनं दारावर जोरात टकटक केलं. आतल्या बाजूनं रेडिओचा आवाज येत होता, म्हणून तिनं आणखी जोरानं दरवाजा खटखटवला.

''ठीक आहे, ठीक आहे, येतेय मी,'' आतल्या बाजूनं कुणीतरी ओरडून बोलल्याचा आवाज आला.

मोत्लामेदीनंच दार उघडलं. मॅडम माकुत्सीनं एक वार तिच्याकडे पाहिलं अन् तिच्या मनात मोत्लामेदीचे टपोरे डोळे भरले. त्या भावपूर्ण डोळ्यांमुळे तिच्या चेहऱ्याला एक निष्पाप अन् भोळेपणाचं सौंदर्य लाभलं होतं. आफ्रिकेच्या गवताळ प्रदेशात रात्रीच्या वेळी दिसणाऱ्या, 'बुश बेबी' या नावानं ओळखल्या जाणाऱ्या चिमुकल्या प्राण्याची तिला आठवण झाली.

मोत्लामेदीनं मॅडम माकुत्सीला काही क्षण आपादमस्तक न्याहाळलं आणि मग विचारलं, ''काय काम आहे?''

मॅडम माकुत्सीला तिच्या प्रश्नाचा राग आला. किती उर्मटपणे तिनं विचारलं होतं, 'म्हणे, काही काम आहे का?'

तिच्या मनात आलं, 'या पोरीला वागण्याबोलण्याचे काही शिष्टाचार माहीतच नाहीत, असं दिसतंय. कुणाशी कसं वागावं, हे तिला माहीत असतं, तर तिनं आपल्याला आधी 'खोलीत या' असं म्हटलं असतं. खाली उभ्या असलेल्या मुलींनी हिच्याबद्दल जे सांगितलं, ते बरोबरच होतं म्हणायचं. आरशासमोर उभं राहून नटण्यामुरडण्याशिवाय हिला दुसरं काही सुचतच नसावं.' तिच्या खोलीतल्या टेबलावर एक मोठा आरसा ठेवलेला होता आणि आजूबाजूला अनेक प्रकारची सौंदर्यप्रसाधनं पडलेली दिसली.

''मी एक पत्रकार आहे,'' स्वत:ची ओळख करून देत मॅडम माकुत्सी म्हणाली. ''सौंदर्य आणि चारित्र्यकुमारी या स्पर्धेतील अंतिम फेरीत पोहोचलेल्या मुलींवर मी एक लेख लिहिणार आहे. त्यासंदर्भात तुम्हाला काही प्रश्न विचारायचे होते.''

तिचे शब्द ऐकताच मोत्लामेदीच्या चेहऱ्यावरील भाव इतक्या झर्रकन् बदलले की, मॅडम माकुत्सीला आश्चर्य वाटल्यावाचून राहिलं नाही. घाईघाईनं अन् उत्साहानं भरलेल्या आवाजात तिनं मॅडम माकुत्सीला आत बोलावलं आणि खुर्चीवरचे कपडे बाजूला करून तिला बसायला सांगितलं.

''आज माझ्या खोलीत थोडा पसारा पडलाय, नेहमी व्यवस्थित ठेवते हं, मी माझी खोली,'' खोलीभर पडलेल्या कपड्यांकडे निर्देश करत ती हसून म्हणाली. ''खरं म्हणजे मी ते आवरूनच ठेवण्याच्या उद्योगात होते. सारखेसारखे कपडे बदलावे लागतात ना, तुम्हाला माहीतच असेल,'' ती म्हणाली.

मॅडम माकुत्सीनं समजल्यासारखं दाखवत मान डोलावली अन् आपल्या जवळच्या बॅगमधून एक प्रश्नावली काढली आणि मोत्लामेदीच्या हातात ठेवली. त्यांच्यावर एकवार नजर टाकत ती हसली अन् म्हणाली, ''खूपच सोपे आहेत हे प्रश्न. यांसारखे प्रश्न मी पाहिले आहेत पूर्वी अनेक वेळा.''

''उत्तरं लिहून झाली तुमची की, मग मी तुमच्याशी थोडं बोलेन आणि लगेच जाईन. फार वेळ घेणार नाही मी तुमचा. अभ्यास असेल ना तुम्हाला?''

हे शेवटचं वाक्य बोलत असताना तिनं मोत्लामेदीच्या खोलीवरून नजर फिरवली. तिला तरी त्या खोलीत एकही पुस्तक दिसलं नाही.

प्रश्नावलीवरून नजर टाकतच तिनं उत्तर दिलं, ''हो ना. आम्हा विद्यार्थ्यांना किती अभ्यास असतो, म्हणून सांगू?''

ती प्रश्नांची उत्तरं लिहीत असताना तिच्या नकळत मॅडम माकुत्सीनं तिच्या डोक्याचा आकार न्याहाळला, पण तिला काही मत ठरवता आलं नाही; कारण मोत्लामेदीनं आपल्या केसांची अशी काही रचना केली होती की, तिच्या डोक्याचा आकार काय आहे, ते कळतच नव्हतं. 'लोंब्रोसोमहाशयांनादेखील ह्या मुलीकडे पाहून काही समजलं नसतं, हिचा स्वभाव कसा आहे ते,' मॅडम माकुत्सी स्वतःशीच म्हणाली. पण त्यामुळे काही विशेष फरक पडणार नव्हता. दार उघडल्यानंतरचं तिचं उर्मटपणाचं वागणं, तिच्या चेहऱ्यावरचा तुच्छतेचा भाव, (अन् 'मी पत्रकार आहे', असं मॅडम माकुत्सीनं सांगताच त्यात झालेला तत्काळ बदल) ह्यावरूनच मॅडम माकुत्सीनं निष्कर्ष काढला की, ही तरुणी चारित्र्यवान सुंदरी या पदासाठी मुळीच योग्य नव्हती. अर्थात, चोरीसारखे गुन्हे ती नव्हती करणार, पण तिच्या असभ्य वागण्यामुळे ती श्री. पुलांनींच्या स्पर्धेला नामुष्की आणू शकली असती, ह्यात मॅडम माकुत्सीला मुळीच शंका नव्हती. हिच्या बाबतीत आणखी एक शक्यता होती – 'ही एखाद्या विवाहित माणसाच्या प्रेमात पडेल, अन् त्या लफड्यामुळे ती बदनाम होईल. हिच्यासारख्या मुली विवाहसंस्थेबद्दल मनात मुळीच आदर बाळगत नसल्यामुळे आपल्या स्वार्थासाठी, नाव कमवण्यासाठी, एखाद्याच्या संसाराला, वैवाहिक सुखाला आग लावण्यात ह्यांना काडीचंही दुःख वाटणार नाही. हिच्यासारख्या मुली बोट्स्वानातल्या तरुण पिढीपुढे कसला आदर्श ठेवणार,' असा प्रश्न मॅडम माकुत्सीच्या मनात उमटला. त्या विचारानंदेखील तिला मोत्लालेलीचा इतका राग आला की, तिनं तिच्या नकळतच नापसंतीदर्शक मान हलवली.

प्रश्नावली भरत असताना मोत्लालेलीनं मान वर करून तिच्याकडे पाहिलं.

''मान का हलवलीत अशी, मॅडम?'' तिनं मॅडम माकुत्सीला विचारलं. ''मी काही चुकीची माहिती लिहितेय का?''

''छे: छे:, तसं काही नाही,'' तिनं घाईघाईनं म्हटलं, ''तुम्ही खरं काय तेच

लिहायला हवं. मला सत्य जाणून घेण्यातच रस आहे.''

मोत्लामेदी प्रसन्नपणे हसून म्हणाली, ''मी नेहमी खरं काय तेच बोलते. अगदी माझ्या लहानपणापासूनची सवय आहे. खोटं बोलणाऱ्या माणसांची मला चीडच येते.''

''खरंच?''

प्रश्नावली भरून झाल्यानंतर तिनं ती मॅडम माकुत्सीच्या हातात ठेवली.

''मी उगीच जास्त काही लिहिलेलं नाही, अशी मला आशा आहे,'' ती म्हणाली. ''तुम्ही पत्रकार खूप कामात असता, ह्याची मला कल्पना आहे.'' मॅडम माकुत्सीनं तिच्याकडून प्रश्नावली घेतली आणि तिच्या उत्तरांवरून एक नजर फिरवली.

१. आफ्रिकेला फार प्राचीन आणि थोर इतिहास आहे, पण फार थोडे लोक त्याची दखल घेतात. इतरांची कशी काळजी घ्यावी, हे जगाला आफ्रिकेकडून शिकता येईल जगाला तिच्या जवळच्या आणखी अनेक गोष्टी आफ्रिका शिकवू शकते.

२. इतर लोकांच्या भल्यासाठी काम करायचं, ही माझी सर्वात मोठी महत्त्वाकांक्षा आहे. मी शक्य तितक्या जास्त लोकांना मदत करायचा प्रयत्न करेन; त्या दिवसाची मी प्रतीक्षा करते आहे. ही स्पर्धा जिंकण्यामागे माझ्या मनात जी अनेक कारणं आहेत, त्यातलं हे एक प्रमुख कारण आहे. लोकांना मदत करण्यात मला फार आनंद आणि समाधान मिळतं. माझा स्वभाव मुळीच स्वार्थी नाही.

३. माझ्या दृष्टीनं सौंदर्यापेक्षा चारित्र्य ही अधिक मौल्यवान गोष्ट आहे. चारित्र्यसंपन्न मुलगी मोठ्या मनाची असते, हे एक निरंतर सत्य आहे. ज्या मुली इतरांच्या भल्याचा विचार करतात, त्या मुली केवळ सुंदर असणाऱ्या मुलींपेक्षा अधिक सुखी व समाधानी असतात. मी या पहिल्या गटातील मुलगी असल्यामुळे मला हे निश्चितपणे माहीत आहे.

मॅडम माकुत्सीचं वाचन चालू असताना मोत्लामेदी तिच्याकडे टक लावून पाहत होती.

''मग, मॅडम, मी जी उत्तरं लिहिली आहेत, त्याबद्दल तुम्हाला आणखी काही प्रश्न विचारायचे आहेत का मला?''

मॅडम माकुत्सीनं कागदाची घडी घालून तो आपल्या बॅगमध्ये ठेवला. ''नाही मॅडम, तुमच्या सहकार्याबद्दल मी तुमची आभारी आहे. मला हवी असलेली सगळी माहिती यात तुम्ही दिलीय. आणखी काही प्रश्न विचारायची आवश्यकता उरलीच नाही त्यामुळे.'' मोत्लामेदीच्या चेहऱ्यावर चिंतेचं सावट आलं.

''तुम्हाला माझा फोटो वगैरे हवाय का? तुमच्या वृत्तपत्रानं फोटोग्राफर पाठवला,

तर मी त्याला माझे फोटो काढू देईन. आजची दुपार मी तशी रिकामीच आहे.''

मॅडम माकुत्सी दरवाज्याच्या दिशेनं पावलं टाकताना म्हणाली, ''एखादे वेळी गरज भासली तरच. पण आत्ता या क्षणीतरी मी काही सांगू शकत नाही. पण तुम्ही मला दिलेली माहिती फारच उपयुक्त अशी आहे. माझ्या लेखात मी ती वापरेनच. आता मला तुमची चांगली ओळख पटलीय, असं मला वाटतंय तरी.''

मॅडम माकुत्सीचा निरोप घेताना मोत्लामेदीला वाटलं, 'आत्ता खरी हिच्याशी सौजन्यानं वागण्याची गरज आहे.' ''आपली ओळख झाली, ह्याचा मला आनंद वाटतोय. पुन्हा एकदा आपण नक्की भेटू या. स्पर्धेच्या वेळी कदाचित तुम्ही...''

''कदाचित,'' एवढंच म्हणून मॅडम माकुत्सी बाहेर पडली.

वसतिगृहातून मॅडम माकुत्सी बाहेर पडली आणि गाडीपाशी आली, तेव्हा तिच्याबरोबर आलेला गॅरेजमधला कामगार दोन तरुणींबरोबर गप्पा मारत होता. तो त्यांना गाडीविषयी काहीतरी समजावून सांगत होता आणि त्या दोघी अगदी एकचित्तानं त्याचं बोलणं ऐकत होत्या. मॅडम माकुत्सीला त्यांच्यातलं पूर्ण संभाषण ऐकता आलं नाही, तरी त्यातलं शेवटचं वाक्य तिनं ऐकलं...''ही गाडी कमीतकमी ऐंशी मैल वेगानं जाऊ शकते. आणि हिच्या इंजिनाचा आवाज म्हणाल, तर जवळजवळ नाहीच. म्हणजे असं बघा, एखादा तरुण मागच्या सीटवर त्याच्या मैत्रिणीला घेऊन बसला असेल, तर तिचं चुंबन घेताना त्यानं खबरदारी घ्यायला हवी, कारण ते पुढच्या सीटवरच्या माणसाला सहज ऐकू जाईल.''

त्याच्या बोलण्यावर त्या विद्यार्थिनी खळखळून हसल्या. ''त्याचं काही ऐकू नका गं,'' मॅडम माकुत्सी त्यांना म्हणाली. ''या तरुण माणसाला मुलींना भेटायची परवानगी नाहीये. ह्याचं लग्न झालंय, घरी बायको आहे, तीन मुलं आहेत आणि हा मुलींबरोबर गप्पा मारतो, अशी नुसती कुणकुणही लागली, तरी ह्याची बायको संतापानं लाल होते. तिचा राग तुम्हाला माहीत नाही.'' ते ऐकताच त्या मुली मागे सरकल्या. दोघींपैकी एकीनं त्याच्याकडे रागीट नजरेनं पाहिलं.

''पण हे खरं नाहीये,'' त्यानं तक्रारीच्या सुरात म्हटलं. ''माझं काही लग्नबिग्न झालेलं नाही.''

''असं तुम्ही सगळेच पुरुष म्हणता,'' चिडून एक मुलगी म्हणाली. ''तुम्ही इथे येऊन आमच्यासारख्या मुलींशी गुलुगुलू बोलत असता, पण त्या वेळीही तुमच्या मनात तुमच्या बायकोबद्दलचेच विचार असतात. ह्या वागण्याला काय म्हणायचं?''

''फारच वाईट,'' मॅडम माकुत्सीनं तिच्या मनातला विचार बोलून दाखवला आणि गाडीचं दार उघडून आत बसताना ती मुलींना म्हणाली, ''आमची निघायची वेळ झाली. हे महाशय आता मला दुसरीकडे घेऊन जाणार आहेत.

“मॅडम, तुम्हीपण सावध राहा बरं का ह्याच्यापासून. आम्हाला असे तरुण माहीत आहेत म्हणून इशारा देतोय, इतकंच.”

त्यानं गाडी सुरू केली, पण त्याचं तोंड फुरगटलेलंच राहिलं.

“तुम्ही असं बोलायला नको होतंत मॅडम. त्यांच्यासमोर माझी अगदी लाजच काढलीत तुम्ही.”

“हं,” नाक उडवून मॅडम माकुत्सी म्हणाली. “मूर्खासारखा बरळून तूच स्वत:ची लाज घालवत होतास. जेव्हा बघावं, तेव्हा मुलींसमोर गोंडा घोळत असतोस तू. काय गरज असते रे, मुलींवर सतत छाप मारण्याची?”

“गरज असते म्हणजे काय? मला आवडतं म्हणून करतो मी तसं,” आपल्या वागण्याचं समर्थन देत तो म्हणाला. “मला आवडतं मुलींशी बोलायला. आपल्या देशात इतक्या सुंदर मुली आहेत, पण त्यांच्याबरोबर बोलायला कुणाला वेळच नसतो. मी केवढं मोठं काम करतोय आपल्या देशाचं.”

मॅडम माकुत्सीनं तिटकाऱ्यानं त्याच्याकडे पाहिलं. ही दोन पोरं अलीकडे पुष्कळ मन लावून काम करत होती, तिच्या सूचनांचं पालनही करत होती, हे खरं असलं; तरी त्यांच्या स्वभावातच काहीतरी खोट होती. सतत बायकांचा विचार करण्यापलीकडे त्यांना दुसरं काही सुचतच नाही, असं तिला त्यांच्याकडे पाहून वाटायचं. यावर काही उपाय शोधता येईल का, तिच्या मनात विचार आला. “कठीणच आहे,” ती पुटपुटली. मग तिला वाटलं, बदलतील. जसजसा वेळ जाईल, तसतसं ह्यांचं हे वेडही कमी होत जाईल अन् दोघंही थोडं गंभीरपणे वागायला लागतील. पण कुणी सांगावं, काही फरक पडणारही नाही त्यांच्यात. ‘माणसं फार काही बदलत नाहीत’, असं मॅडम रामोत्स्वे तिला एकदा म्हणाल्या होत्या, ते तिला आठवलं आणि ते त्यांचं म्हणणं तिला पटलंही होतं. पण मग तिच्या मनात असा विचार आला, लोक बदलत नाहीत, हे खरं असलं, तरी त्याचा अर्थ असा नाही होत की, ते कायम तसेच राहतील. आपणच जर त्यांच्या स्वभावाची उज्ज्वल बाजू ध्यानात घेतली अन् तिला बाहेर आणायचा प्रयत्न केला तर? तर असं म्हणता येईल की, लोक बदललेले आहेत; (वस्तुत: ते बदललेले नसतात), पण निदान ते आता आपल्याला अधिक चांगले वाटू लागतात... मॅडम रामोत्स्वे असंच काहीतरी म्हणाल्या होत्या ना?

ते जे काही असेल ते असो, बोटस्वानातील त्या एक अशा व्यक्ती होत्या, ज्यांचं बोलणं तुम्ही काळजीपूर्वक ऐकायलाच हवं...

स्वयंपाक्याची रसभरित कहाणी

प्रेश्यस रामोत्स्वे पुन्हा एकदा आपल्या पलंगावर आडवी झाली आणि तिनं पांढऱ्या लाकडी छतावर आपली नजर लावली. तिच्या पोटातलं ढवळणं आता बरंच कमी झालं होतं. थोड्या वेळापूर्वी जी चक्कर आल्याची भावना तिला सतावत होती, तीही आता ओसरली होती. पण डोळे मिटल्यानंतर पुन्हा उघडले की, तोच पांढरा प्रकाश तिला प्रत्येक वस्तूभोवती क्षण दोन क्षण जाणवत होता अन् मग हळूहळू विरून जात होता. एरवी तिला या सगळ्या प्रकाशमान परिसराचं नवल किंवा कौतुकही वाटलं असतं, पण या घरात कुणीतरी विषप्रयोग करणारी व्यक्ती होती, ह्याची तिलाही काहीशी खात्री वाटत होती. तिचं मन आधीच धास्तावलं असल्यामुळे हा नवा अनुभवही तिला अस्वस्थच करत होता. कोणत्या पदार्थामुळे असा परिणाम झाला असेल? विषामुळे दृष्टीवर परिणाम होऊ शकतो, हे तिला माहीत होतं. लहान मुलांना आसपास वाढणाऱ्या वनस्पतींबद्दल जी माहिती दिली जायची, त्यामध्ये विषारी झाडाझुडपांची माहिती हमखास असायची. काही झुडपांच्या पानांमुळे झोप यायची. काही वर्षांनी तिला हेही समजलं होतं की, नकोसा असलेला गर्भ पाडून टाकण्यासाठी एका विशिष्ट झाडाच्या सालीचा उपयोग केला जायचा. काही झाडांची मुळं अंगाची खाज कमी करायची. त्याचप्रमाणे काही वनस्पतींचा उपयोग मंत्रतंत्र नाहीतर चेटूक करणारे मांत्रिकही करायचे. काही वनस्पती नजरेला अगदी निरुपद्रवी वाटल्या तरी त्यांच्या नुसत्या स्पर्शानंही मृत्यू ओढवतो, हे सगळं प्रेश्यसला ऐकून माहीत होतं. असल्याच कुठल्यातरी वनस्पतीचा वापर तिच्या जेवणात या घरच्या तरुण यजमानीणबाईंनी केला होता. कदाचित जेवणातल्या एखाद्या पदार्थात त्यांनी तो मिसळला असेल आणि जेवायच्या वेळी फक्त स्वतःच्या ताटात वाढला नसेल. प्रत्यक्ष आपल्या नवऱ्यावर विषप्रयोग करणारी बाई दुसऱ्या कुणा माणसावर तोच प्रयोग कशावरून करणार नाही?

प्रेश्यसनं हातातल्या घड्याळाकडे नजर टाकली. सात वाजून गेले होते. खिडक्यांबाहेर काळोख दिसत होता. सबंध संध्याकाळ तिनं झोपेत घालवली होती, असा त्याचा अर्थ होता. रात्रीच्या जेवणाची वेळ झाली होती, पण तिला भूक लागलेलीच नव्हती. आपण इतका वेळ कुठे होतो, असा विचार त्यांच्या मनात आला असेल; पण बरं वाटत नसल्यामुळे रात्रीचं जेवण नको, असं सांगायचं, असा विचार तिनं केला.

परत एकदा ती उठून बसली अन् तिनं डोळ्यांची उघडझाप केली. पुन्हा तिला तोच पांढरा प्रकाश डोळ्यांसमोर नाचत असल्यासारखा भास झाला, मात्र आता तो पहिल्याइतका प्रखर वाटला नाही. पलंगाच्या कडेवरून तिनं पाय खाली सोडले आणि हळूहळू बुटांच्या आत बोटं सरकवली. आत एखादा विंचू दडून बसला असल्यास अशा सावधपणानं बोटं सरकवल्यास पायाला लगेच समजतं, हा पाठ ती फार लहानपणीच शिकली होती. एक दिवस सकाळी शाळेत जाण्यापूर्वी तिनं घाईघाईनं बुटात पाय सरकवला अन् आत दडून बसलेल्या एका मोठ्या तपकिरी रंगाच्या विंचवानं तिच्या पायाला आपल्या नांगीचा फटकारा दिला होता. तिचा पूर्ण पाय इतका टम्म फुगला होता की, तिला टेकडीच्या पायथ्याशी असलेल्या डच रिफॉर्म्ड हॉस्पिटलमध्ये उचलून न्यावं लागलं होतं. तिथल्या परिचारिकेनं तिच्या पायावर मलमपट्टी केली होती आणि वेदनाशामक औषधही दिलं होतं. तिनंच प्रेश्यसला धोक्याचा इशारा दिला होता, ''रोज सकाळी बूट घालण्याआधी बुटाच्या आत काही किडामुंगी, विंचू वगैरे नाही ना, ह्याची खबरदारी घ्यायची.'' त्यानंतर तिनं जे काही तिला सांगितलं होतं, ते तर प्रेश्यस कधीच विसरली नव्हती. आपल्या छातीपाशी हात धरून ती म्हणाली होती, ''आपण ह्या इथे राहतो, ते तिथे आपल्या पायाच्या जवळ जमिनीवर राहतात, ही गोष्ट कधी विसरायची नाही, कळलं ना?''

पुढे मोठी झाल्यावर प्रेश्यसनं त्या शब्दांचा एक वेगळाच अर्थही जाणला होता. केवळ सापविंचूच जमिनीच्या पातळीवर राहत नाहीत, ते कायमच त्या पातळीवर असतात, तर आपल्यासारखे मनुष्यप्राणीदेखील काही वेळा तितक्याच खालच्या पातळीवर वास्तव्य करत असतात. सर्वसामान्यांचं जे जग असतं, तिथे कायदेकानू पाळणारे लोक राहतात; त्याहून नीच पातळीवर राहतात ते लोक स्वार्थी, लबाड लोक असतात. इतरांना लुटणं, फसवणं असे उद्योग करूनच ते जगत असतात. तात्पर्य, आपल्या पायाखाली काही वळवळत नाही ना, याची खबरदारी आपण प्रत्येकानं घ्यायला हवी.

तो विचार मनात येताच तिनं बुटांमधून पाय बाहेर काढले. खाली वाकून उजवा बूट हातात घेतला, झटकला, मग डावा बूट उचलून तोही झटकला, तेव्हा एक छोटासा चमकदार प्राणी बाहेर पडला. त्याला सतावल्याबद्दलचा राग त्यानं अंगाला

झटके देऊन व्यक्त केला आणि मग खोलीच्या अंधाऱ्या कोपऱ्याच्या दिशेनं त्यानं प्रयाण केलं.

खोलीतून बाहेर पडल्यावर प्रेश्यस व्हरांड्यातून चालत बैठकीच्या खोलीत आली. तेवढ्यात दारातून आत येत असलेली कामवाली बाई तिला दिसली. "मी येतच होते तुम्हाला बोलवायला आत्ता. जेवण जवळजवळ तयारच आहे."

"मला चांगलीच झोप लागली असावी. जरा बरं वाटत नव्हतं काही वेळापूर्वी, पण आता मी ठीक आहे. मात्र मला जेवावंसं नाही वाटत. मी फक्त चहा घेईन थोडासा. खूप तहान लागल्यासारखी वाटतेय."

कामवालीनं एकदम दोन्ही हात तोंडावर ठेवले अन् काळजीच्या सुरात ती उद्गारली, "अरे देवा! हे असं काय झालं आज, कळत नाही. घरातली सगळी माणसंपण आजारी झालीयत आज. थोरल्या बाईंनापण उलट्यांनी बेजार केलंय. सगळा वेळ त्यांना त्रास होतोय. साहेबांना आणि त्यांच्या बायकोलापण बरं वाटत नाहीये. दोघं जण पोट आवळून विव्हळतायत. त्या बारक्या पोरालापण बरं नाही, तरी बाकींच्यापेक्षा बरा आहे तो. मटण खराब होतं की काय, कुणास ठाऊक?"

प्रेश्यसनं तिच्याकडे नजर रोखून पाहिलं आणि प्रश्न केला, "सगळ्यांनाच बरं वाटत नाहीये?"

"तर हो. साहेब तर जाम चिडले होते. म्हणत होते, 'आत्ता जातो अन् त्या खाटकाचा गळा आवळतो.' भयंकर संतापले होते बघा, साहेब."

"आणि त्यांची बायको? त्या काय करत होत्या?"

तिनं मान खाली घातली. कसं सांगावं, ते तिला समजेना. माणसाच्या शरीरधर्माविषयी खुलेपणानं बोलायचा तिला संकोच वाटला. "काय सांगू तुम्हाला, मॅडम, त्यांच्या पोटात तर काही ठरत नाहीये. त्यांनी पाणी प्यायचा प्रयत्न केल. मीच नेऊन दिलं त्यांना तर तेपण उलटून पडलं. पोट पार खाली झालंय त्यांचं, पण आता जरा बरं वाटतंय त्यांना. सगळी दुपार माझी त्यातच गेली बघा. तुम्हाला काही होत नाही ना ते बघण्यासाठी तुमच्या खोलीतपण मी डोकावून गेले, पण तुम्हाला गाढ झोप लागलेली दिसली. म्हटलं, तुम्हाला काही त्रास झालेला दिसत नाही. तुम्हालादेखील उलटी झाली, ते मला ठाऊकच नव्हतं, मॅडम."

काही न बोलता प्रेश्यस स्तब्ध उभी राहिली. कामवालीनं सांगितलेल्या हकिकतीमुळे सगळ्याच परिस्थितीचा परत वेगळा विचार करणं प्राप्त झालं होतं. जिच्याभोवती संशयाचं दाट धुकं होतं त्या बाईला – या घरातल्या सुनेलाच –विषबाधा झाली होती. दुसरी संशयास्पद व्यक्ती म्हणजे घरातली वृद्ध मालकीण – तिच्यावरही विषप्रयोग झाला होता. याचा एक अर्थ असा होऊ शकत होता की, विष खाऊ

घालण्याच्या बाबतीत काहीतरी गडबड झाली होती किंवा आणखीही वेगळा अर्थ लावायची आवश्यकता होती! ह्या दोघीही स्त्रिया असला कट रचणाऱ्यातल्या नसतील? प्रेश्यसला ह्या दृष्टीनं परत विचार करण्याची आवश्यकता वाटली. तिला स्वत:ला दुपारी जेवणानंतर उलटी झाली, तेव्हा तिला वाटलं होतं की, मुद्दामच तिला विष चारण्यात आलं होतं. सत्य परिस्थिती अशीच होती का? उलटी होऊन गेल्यानंतर, काहीसा शांत डोक्यानं तिनं विचार केला होता, तेव्हा ती स्वत:शीच म्हणाली होती; पाहुण्या बाईंवर अगदी पहिल्याच दिवशी विषप्रयोग करण्याचं धाडस, इतका मूर्खपणा कुणी करेल, असा विचार मनात आणणं हेच वेडगळपणाचं होईल. विषप्रयोग करणारी माणसं साधारणपणे खूप हुशार असतात. अतिशय चलाखीनं ते कटकारस्थान रचत असतात, असं तिनं वाचलेलं होतं. म्हणूनच इतक्या उघडपणे, सहज लक्षात येईल अशा पद्धतीनं ते आपली खेळी नक्कीच खेळणार नाहीत.

कामवालीनं प्रेश्यसकडे अपेक्षेच्या नजरेनं पाहिलं. या अवघड परिस्थितीत, मोठ्या शहरगावातून आलेल्या, थोरल्या साहेबांच्या ओळखीच्या या शिकल्या-सवरलेल्या बाई घरची सूत्रं आपल्या हातात घेतील, असं तिला वाटलं असावं.

"कुणाला डॉक्टरची आवश्यकता नाही ना, तुम्हाला काय वाटतं?" प्रेश्यसनं तिला विचारलं.

"तेवढी काही गरज वाटत नाही. आता सगळ्यांच्याच तब्येतीत सुधारणा वाटतेय. पण मला काही सुधरत नाहीये बाई. सगळे जण सारखे माझ्यावर ओरडत राहतात. मग माझा गोंधळ उडतो."

"खरंच आहे तुमचं," प्रेश्यसनं तिला सहानुभूती दाखवत म्हटलं. "तुम्हाला सगळं अवघडच जाणार मग."

तिनं बाईकडे निरखून पाहिलं. 'सगळे जण माझ्यावर ओरडतात.' हिचा तर संशय येत नसेल ना त्यांना? पण तिला हा विचार अगदी वेडगळपणाचा, हास्यास्पद वाटला. ही बाई प्रामाणिक वाटत होती. तिच्या चेहऱ्यावर निर्व्याजपणा स्पष्ट दिसत होता. बोलताना ती निर्मळपणे हसतही होती. ज्याच्या मनात काळंबेरं असतं, त्याच्या चेहऱ्यावर मनातल्या दुष्ट विचारांचं सावट जरूर दिसतं; ते लपून राहत नाही.

"ठीक आहे मग. माझ्यासाठी एक कप चहा बनवू शकाल ना तुम्ही? त्यानंतर मला वाटतं, तुम्ही तुमच्या खोलीत जाऊन आराम करावा. वाटेल त्यांना बरं. सकाळपर्यंत त्यांचा ओरडाआरडापण कमी होईल, बघा."

प्रेश्यसच्या शब्दांनी तिला धीर आल्यासारखा वाटला. तिच्या चेहऱ्यावर निश्चिंतपणामुळे एक मंदसं स्मित अवतरलं. "आत्ता आणते चहा तुमच्यासाठी.

तुमच्या खोलीतच घेऊन येते. चहा पिऊन झोपून जा तुम्हीपण.''

कामवालीनं म्हटल्याप्रमाणे प्रेश्यस चहा पिऊन झोपली खरी, पण तिला स्वस्थ अशी झोप लागलीच नाही. अधूनमधून जेव्हा तिला जाग आली, तेव्हा तिच्या कानावर घरातल्या माणसांचे आवाज आले. एकदा कुणीतरी दार जोरात बंद केलं, मग खिडकी उघडल्याचा आवाज आला. जुन्या घरात जसे करकरल्यासारखे आवाज येतात, तसल्या आवाजांनी तिची झोपमोड होतच राहिली. पहाट झाली, तेव्हा आता झोपण्यात काही अर्थ नाही, असा विचार करून ती पलंगावरून उठली, अंगावर गाउन चढवला अन् हलकेच दार उघडून ती घराबाहेर पडली. तिची चाहूल लागताच पेंगुळल्या अवस्थेतला एक कुत्रा दचकून उभा राहिला, झोपेतच त्यानं तिला हुंगल्यासारखं केलं. छपरावर बसलेला एक मोठासा पक्षी प्रयत्न करून आकाशात झेपावला.

प्रेश्यसनं आजूबाजूला नजर टाकली. सूर्योदयाला अजून अर्धा तास तरी असावा, पण अंधुकशा प्रकाशात नजरेला दिसत होतं आणि उजेडाचं प्रमाणही वाढतच होतं. 'झाडं अजून गडद काळसर दिसत होती, थोड्या वेळानं फांद्या, पानंही दिसू लागतील...' तिला दिवसाचा हा वेळ नेहमीच आवडत असे अन् या वस्तीपासून, रहदारीच्या रस्त्यापासून दूर असलेल्या शांत जागी निसर्गाचं सौंदर्य अधिकच निखळ वाटत होतं; 'सूर्य उगवल्यानंतर हे सौंदर्य पाऱ्यासारखं उडून जाईल.' या क्षणी मात्र आकाश, रानोमाळ आणि पृथ्वीसुद्धा न्हाऊन निघाल्यासारखी स्वच्छ अन् प्रसन्न भासत होती.

प्रेश्यसनं एक दीर्घ श्वास घेतला. रानाचा, गवताचा, मातीचा वास, सगळ्या वासांनी तिच्या मनावर जणू गारूड केलं. त्या वासामध्ये आता पेटवलेल्या लाकडाचा वासही मिसळला. चुलीवर न्याहारीचे पदार्थ शिजत असतानाचा मस्त, काहीसा धुरकट वास सकाळच्या शांत वेळी मनावर मोहिनी घालतो. चुलीतल्या पेटलेल्या जाळाभोवती हात धरून लोक थंडीवर मात करत असतात. तिनं मान मागे वळवली. पाणी गरम करण्यासाठी बंब पेटवला होता. कदाचित रात्रीच्या गस्तकऱ्यानं काट्याकुटक्या पेटवून स्वत:ची सोय केली असेल.

पांढऱ्या रंगानं रंगवलेल्या दगडांच्या पायवाटेवरून चालत ती घराच्या मागील बाजूकडे आली. अशा प्रकारची रचना पूर्वी ब्रिटिश वसाहतीतल्या अधिकाऱ्यांच्या घरात नेहमी आढळायची. ही पांढरा रंग वापरायची पद्धत त्यांना फार आवडत असावी. त्यांनी लावलेल्या झाडांचे बुंधेदेखील अशाच प्रकारे रंगवलेले असायचे. रस्त्याकडेला असलेल्या सर्व झाडांचे बुंधे का रंगवलेले होते, हे तिला अजूनही समजलेलं नव्हतं.

घराच्या कोपऱ्यावरून वळून ती मागील बाजूला आली. तिथे तिला एक माणूस विटांनी बांधलेल्या चुलाण्यापाशी बसलेला दिसला. जुन्या पद्धतीच्या घरांमध्ये अशा प्रकारची पाणी तापवण्याची सोय असायची. या घरांमध्ये विजेचा वापर नसायचा; जर थोडासा वापर असलाच, तर तो जनित्रामुळे शक्य व्हायचा. डिझेलवर चालणाऱ्या जनित्रापेक्षा लाकडाचा वापर निश्चितच स्वस्त पडायचा. हा माणूसही घरातल्या माणसांच्या सकाळच्या आंघोळींसाठी पाणी गरम करत होता.

प्रेश्यस रामोत्स्वेला येताना पाहिल्यावर तो उठून उभा राहिला आणि अंगावरच्या खाकी पँटलाच त्यानं आपले हात पुसले. पारंपरिक पद्धतीनं तिनं त्याची विचारपूस केली, तेव्हा त्यानंही आदरपूर्वक तिच्या प्रश्नांना उत्तरं दिली. चाळिशी ओलांडलेला तो माणूस शरीरानं दणकट होता, पण त्याचा चेहरा छान रेखीव होता.

"छान विस्तव केलायंत तुम्ही दादा," बंबाखालून येणाऱ्या ज्वालांकडे बोट दाखवत प्रेश्यस म्हणाली.

"इथली झाडं चांगलं लाकूड देतात. सरपण म्हणून त्याचा छान उपयोग होतो. पुष्कळ झाडं आहेत, त्यामुळे सरपणाचा कधी तुटवडा पडत नाही."

'अस्सं', या अर्थी मान हलवत तिनं विचारलं, "हेच काम करता का तुम्ही इथे?"

कपाळाला किंचित आठ्या घालत तो म्हणाला, "हे आणि अशीच आणखी काही."

ज्या पद्धतीनं त्यानं उत्तर दिलं, त्यामुळे ती काहीशी गोंधळली. त्याचे 'अशीच आणखी काही' हे शब्द त्याच्या मनातली नाराजी व्यक्त करणारे वाटले तिला.

"आणखी काय काम करता तुम्ही, दादा?"

"मी इथला स्वयंपाकी आहे. जेवणाची सगळी व्यवस्था माझ्याकडेच असते, असं म्हणा हवं तर," ह्या त्याच्या उत्तरातही तिला एक प्रकारचा उर्मटपणा जाणवला. 'आणखी काय विचारायचंय तुम्हाला,' अशी गुर्मीही जाणवली तिला.

"चांगली गोष्ट आहे ही," त्याला बरं वाटावं, म्हणून तिनं म्हटलं. "स्वयंपाककला येणं ही काही साधी बाब नाही. तिकडे गॅबोरोनमध्ये काही फार कुशल बल्लवाचार्य आहेत बरं का? त्यांना 'शेफ' या नावानं ओळखलं जातं. एका विशिष्ट प्रकारच्या पांढऱ्या टोप्या वापरतात ते नेहमी."

मान हलवत तो म्हणाला, "माहीत आहे मला. एके काळी मीसुद्धा गॅबोरोनमधल्या हॉटेलमध्ये काम करायचो. मीही स्वयंपाकीच होतो तिथे. म्हणजे प्रमुख स्वयंपाकी नव्हतो मी. त्याच्या हाताखाली काम करायचो. काही वर्षं झाली त्या गोष्टीला."

"मग इकडे का बरं आलात तुम्ही?" प्रेश्यसनं विचारलं. तिच्या दृष्टीनं तरी ही आश्चर्य करण्यासारखीच बाब होती. इथल्यासारख्या शेतमळ्यावरील घरातल्या

स्वयंपाक्याला शहरातील हॉटेलमधल्या स्वयंपाक्याइतका पगार थोडाच मिळणार होता?

त्यानं पाय लांब करून चुलाण्यातलं जरा दूर पडलेलं लाकूड पुन्हा आत ढकललं. "मला हे काम कधीच आवडायचं नाही. तिकडे हॉटेलातही नाही अन् इथेही नाही."

"मग का करता हे काम, दादा, तुम्ही?"

त्यानं एक मोठा सुस्कारा सोडला. "काय सांगणार मॅडम, मी तुम्हाला? चार वाक्यांत सांगण्यासारखी नाही माझी कहाणी. अन् माझ्यापाशी तेवढा वेळपण नाही. दिवस उगवला नाही, तोच मला कामाला लागावं लागतं. पण तुमची इच्छा असेल, तर जरूर सांगेन मी. त्यापेक्षा असं करा मॅडम, तुम्ही तिथे त्या ओंडक्यावर बसा. तुम्ही विचारलंच आहे, तर सांगून टाकतो."

"त्या तिथे ती टेकडी दिसतेय ना, तिकडे माझं गाव आहे. म्हणजे टेकडीच्या पलीकडे दहा मैलांवर असेल. मी एका लहानशा खेडेगावातला माणूस, मॅडम. कुणी त्याचं नावपण ऐकलं नसेल इतकं लहान. तिथे काही घडतपण नाही. गावातले लोक अगदी गरीब आहेत, मॅडम, पण गरिबांकडे लक्ष द्यायला कुणाला फुरसत असते? कसला आवाज नाही की, कधी दंगा नाही होत आमच्या गावात. काही घडतच नाही मॅडम तिथे.

"आमच्या गावी एक शाळा होती. तिथले मास्तर फार चांगले होते स्वभावानं. त्यांच्या हाताखाली आणखी दोन मास्तरपण होते त्यांना मदत करायला, पण ते हेडमास्तर असल्यामुळे गावचे लोक नेहमी त्यांचा शब्द मानायचे. एकदा हे मास्तर मला म्हणाले, 'सायमन, तुला देवानं चांगलं डोकं दिलंय. तुला गायीगुरांचीच नावं पाठ नसतात, तर त्यांच्या आईबापांची नावंदेखील तू सांगू शकतोस. तुझ्यासारखा हुशार मुलगा मी यापूर्वी कधीच पाहिला नाही. तू गॅबोरोनला जा आणि तिथे कामधंदा बघ.'

"मास्तरांचं म्हणणं बरोबरच होतं, मला सगळ्या गुरांची नावं तोंडपाठ असायची, पण त्यात नवल काही नव्हतं. मला गुरांबद्दल मनापासून प्रेम वाटायचं, त्यामुळेच त्यांची नावं माझ्या ध्यानात राहायची. मोठा झाल्यावर आपण गुराखी व्हायचं, असं मी ठरवलंच होतं, पण आमच्या गावात तरी मला गुराख्याचं काम मिळणं कठीणच होतं. मला दुसरा काहीतरी उद्योग शोधणं गरजेचंच होतं. मास्तर म्हणाले, गॅबोरोनला जा, तरी मला स्वतःची खात्री वाटत नव्हती. मी सोळा वर्षांचा झालो, तेव्हा सरकारनं त्यांना जे पैसे दिले होते, त्यातली काही रक्कम त्यांनी मला दिली. त्या पैशातून मी गॅबोरोनच्या बसचं तिकिट काढलं. माझ्या वडिलांकडे मला द्यायला काही पैसे नव्हते, पण त्यांनी मला त्यांच्याजवळ असलेलं एक घड्याळ दिलं.

एकदा एका डांबरी रस्त्याच्या कडेला त्यांना ते सापडलं होतं. त्यांच्याकडची ती एकमेव किमती गोष्ट होती, पण ती त्यांनी मला दिली आणि म्हणाले, 'हे वीक आणि त्याचे जे पैसे मिळतील, त्यातून तू आपलं पोट भर गॅबोरोनमध्ये.'

''मला त्यांचं घड्याळ विकायचं नव्हतं, पण पोटातल्या आगीपुढे माझं काही चाललं नाही. शेवटी मला ते विकावंच लागलं. ते घड्याळ खूप भारी असावं, कारण मला त्याचे शंभर पुला मिळाले. त्यावर काही दिवस माझी गुजराण झाली.

''सुरुवातीला बरेच दिवस मला काही कामधंदा मिळाला नाही. हातातले सगळे पैसे संपले. शेवटी मला एका हॉटेलात काम मिळालं. पाहुण्यांसाठी दरवाजा उघडायचा आणि त्यांचं सामान उचलायचं काम मी करू लागलो. काही वेळा हे पाहुणे दूर गावाहून यायचे आणि गब्बर श्रीमंत असायचे. त्यांच्या खिशात पैसे खुळखुळत असायचे. काही वेळा ते मला कामाची बक्षिसी द्यायचे. मी ते सगळे पैसे पोस्टऑफिसात शिल्लक टाकले. असं वाटतं, माझ्याकडे अजून असायला हवे होते ते पैसे.

''काही दिवसांनी त्यांनी माझी रवानगी हॉटेलच्या भटारखान्यात केली. तिथे मी मुख्य आचाऱ्यांना मदत करू लागलो. मला चांगलं जेवण बनवता येतं, हे त्यांच्या लक्षात आलं, तेव्हा त्यांनी मला गणवेश दिला. मला तिथे काम करायला मुळीच आवडायचं नाही. तिथली गरमी आणि अन्नपदार्थांचे तऱ्हेतऱ्हेचे वास ह्यांनी माझं डोकं भणभणायचं, पण काय करणार? तेच माझं काम असल्यामुळे मला करावंच लागायचं. तिथे मी नोकरीवर असतानाच माझी इथल्या साहेबांच्या भावाशी गाठ पडली. ते तिकडे गॅबोरोनमध्येच असतात. मी कुणाबद्दल बोलतोय, ते तुमच्या ध्यानात आलंच असेल कदाचित. मोठी असामी आहे ती. ते मला म्हणाले, 'मी तुला माझ्या मळ्यावर साहाय्यक व्यवस्थापकाची नोकरी देतो. आमच्या गावी चल माझ्याबरोबर.' मी खूश झालो. मी त्यांना म्हटलं, 'मला गुरांचीपण पुष्कळ माहिती आहे. मी दोन्ही कामं करेन – गुरांची देखभाल करेन आणि मळ्याचीपण मशागत करेन.'

''माझ्या बायकोला घेऊन मी इथे आलो. ती याच भागातली असल्यामुळे तीपण एकदम खूश झाली. त्यांनी आम्हाला राहण्यासाठी छान जागा दिलीय. ती अतिशय सुखात आहे आता. तुम्हाला माहीतच असेल ना मॅडम, नवराबायकोंना आपला साथीदार सुखात असला की, किती बरं वाटतं ते. दोघांपैकी एक दुःखी असला, तर घरात शांती कशी राहाणार? शक्यच नाही. माझी सासूपण काही दिवसांनी इथे राहायला आली. ती आमच्या घराच्या मागे राहते. आपली मुलगी, जावई, नातवंडं जवळ आहेत; म्हणून म्हातारी इतकी खुशीत असते की, दिवसभर ती गाथा गात असते बघा.

"इथे आल्यावर गुरांची देखभाल करता येईल, म्हणून मी अगदी आनंदात होतो, पण कसचं काय? माझी इथल्या साहेबांशी गाठ पडली, तेव्हा त्यांनी माझी चौकशी केली, मी काय काम करत होतो गॅबोरोनमध्ये, ते मला विचारलं. मी सांगितलं त्यांना की, मी तिथे स्वयंपाकी म्हणून काम करायचो. ते ऐकल्यावर साहेब खूश झाले अन् मला म्हणाले, 'मग फारच छान, इथेपण आपण तुला त्याच कामावर नेमू.' त्यांच्या घरी नेहमी मोठी माणसं, बड्या असामी येत-जात असतात. घरी एक चांगला स्वयंपाकी नोकरीला आहे, असं त्यांना कळलं, तर त्यांच्यावर छान छाप पडेल, असा त्यांचा विचार असावा. मला हे काम करायची आवड नाही, असं मी त्यांना सांगितलं, पण त्यांनी माझं म्हणणं ऐकून न घेता माझ्यावर या कामाची जबरदस्ती केली. साहेब माझ्या बायकोबरोबर बोलले, तर तिनंपण त्यांचीच बाजू घेतली. 'एवढे मोठे लोक आहेत हे. त्यांचा हुकूम ऐकायचा नाही म्हणजे काय? याहून जास्त मूर्खपणा असेल का दुसरा?' असंही ती मला म्हणाली. आता माझी सासूपण रडायला लागली. 'आता माझ्या म्हातारपणी मला इथून हलवू नका. अशानं माझं मरणच ओढवेल,' असं काय-काय बरळायला लागली. ते ऐकून माझ्या बायकोला तर जणू चेवच चढला. 'माझ्या आईच्या जिवावर का उठताय तुम्ही? तिचा जीव घ्यायचाय का तुम्हाला?'

"मग मी काय करणार? माझा पुरता नाइलाज झाला. मला स्वयंपाकी म्हणूनच काम करावं लागलं अन् अजूनही लागतंय. अन्नाच्या वासानं माझं डोकं उठतं. मला खरंतर गुरं संभाळायची होती. म्हणूनच मी सुखात नाही, मॅडम, पण माझं घरदार मात्र मजेत आहे. किती विचित्र गोष्ट आहे ना मॅडम, माझ्या आयुष्याची?"

आपली कर्मकहाणी सांगून झाल्यावर त्यानं मॅडम रामोत्स्वेकडे दुःखी चेहऱ्यानं पाहिलं. तिनंही त्याच्या नजरेस नजर दिली अन् मग लगेच नजर वळवली. तिच्या मनात काहीतरी विचार येत होते. हळूहळू वेगवेगळ्या कल्पनांनी, तर्कांनी तिच्या डोक्यात इतका गलका केला की, काही वेळ तिला काही सुचेनासं झालं. तिनं मग सावकाशपणे एकेक शक्यता तपासून पाहायला सुरुवात केली, तेव्हा तिला एका अंदाजापर्यंत पोहोचणं शक्य झालं.

पुन्हा एकदा तिनं त्याच्याकडे पाहिलं. तो आता उठून उभा राहिला होता. त्यानं बंबाचं दार बंद केलं. एका जुन्या पेट्रोलच्या पिपाचा बंब म्हणून वापर केला होता, हे तिच्या लक्षात आलं. आतल्या पाण्याला आधण येत होतं, हे पाण्याच्या आवाजावरून तिला कळलं. विचारावं की नाही, अशा संभ्रमात ती काही वेळ उभी राहिली. आपण प्रश्न विचारला आणि तो चुकीचा ठरला, तर तो त्याला जोरदार विरोध करेल; पण आपण जर आत्ताचा हा क्षण, ही संधी घालवली तर आपल्याला त्याला पेचात पकडता येणार नाही, हे समजण्याइतकी ती हुशार निश्चितच होती.

तिनं ह्या क्षणाचा फायदा घ्यायचा, असं ठरवलं.

"तुम्हाला काहीतरी विचारायचं माझ्या मनात होतं, दादा,'' तिनं सूतोवाच केलं.

"मला?'' त्यानं क्षणभर वरती बघितलं आणि मग सरपणाची लाकडं पुन्हा रचू लागला.

"काल मी तुम्हाला जेवणात काहीतरी घालताना पाहिलं. तुमचं माझ्याकडे लक्ष नव्हतं, पण मी बघितलं हे नक्की. असं का केलंत तुम्ही?''

तिचे शब्द ऐकताच तो एकदम गळाठल्यासारखा झाला. त्या क्षणी खरं म्हणजे तो एक मोठा ओंडका उचलण्यासाठी पुढे वाकला होता. त्याचे हात पण ओंडका पकडण्याच्या हेतूनं पुढे झाले होते. अगदी सावकाशपणे त्यानं हातांची पकड सैलावली अन् तो सरळ उभा राहिला.

"तुम्ही मला पाहिलंत!'' अस्फुट आवाजात तो उद्गारला. त्याचा आवाज तिला आत ओढल्यासारखा वाटला.

प्रेश्यसनंही आवंढा गिळल्यासारखं केलं आणि ती म्हणाली, "हो, मी पाहिलं तुम्हाला. तुम्ही अन्नात काहीतरी घातलंत. काहीतरी अपायकारक पदार्थ होता तो.''

त्यानं परत एकदा तिच्याकडे पाहिलं. त्याच्या डोळ्यांवर कसलंतरी सावट आल्यासारखं वाटलं तिला. त्याच्या आवाजातला, चेहऱ्यावरचा उत्साहही मावळल्यासारखा वाटला.

"त्यांचा जीव घ्यायचा तर विचार नाही ना तुमचा?''

उत्तर देण्यासाठी त्यानं तोंड उघडलं, पण त्याचा घसाच जणूकाही आवळल्यासारखा झाला होता. त्याला एक शब्दही बोलणं शक्य झालं नाही.

आपला अंदाज खरा ठरला होता, या विचारानं प्रेश्यसचा धीर वाढल्यासारखा झाला. त्याला जाब विचारण्याचा तिचा निर्णय योग्यच होता तर! आता हा प्रश्न पूर्णपणे धसास लावणं आवश्यक होतं.

"माझ्या मनात काय विचार येतोय तो बोलून दाखवू? तुम्हाला त्यांनी या कामावरून काढून दुसरीकडे लावावं, एवढीच तुमची माफक इच्छा आहे. खरं ना? तुमचा स्वयंपाक बेचव असतो, असं त्यांना वाटलं, तर ते तुम्हाला दुसऱ्या एखाद्या कामावर नेमतील. कदाचित तुम्हाला हवं असलेलं काम ते तुम्हाला देतील, असाही विचार तुमच्या मनात आला असेल. होय ना?''

त्यानं नुसतीच मान हलवली.

"किती मूर्खासारखं वागलात तुम्ही, दादा!'' ती म्हणाली. "एखाद्याचा जीव गेला असता म्हणजे?''

"शक्यच नाही,'' त्यानं जोरात म्हटलं. "मी असा काही अपायकारक पदार्थ

वापरलाच नव्हता. अगदी साधा पदार्थ होता तो.''

ठामपणे मान हलवत प्रेश्यस म्हणाली, ''असं कधीच नसतं.''

स्वयंपाक्यानं आपल्या हातांकडे नजर वळवली. ''कुणाचा जीव घ्यायचा हेतू नव्हता माझा. मी खुनी माणूस नाही.''

तुच्छतादर्शक आवाज काढत प्रेश्यस म्हणाली, ''तुमचं नशीब चांगलं होतं, असं समजा, दादा. मी फक्त तर्क लढवला आणि तुम्हाला बरोबर पकडलं. मी काही तुम्हाला अन्नात वाईट पदार्थ मिसळताना वगैरे पाहिलं नाही. अर्थात तुम्ही जी आपली कहाणी सांगितलीत, त्यावरूनच मी हा तर्क लढवला.''

''पण आता?'' त्यानं धास्तावल्या सुरात विचारलं. ''तुम्ही त्यांना हे सगळं सांगितलंत, तर नक्कीच ते लोक पोलिसांना बोलावतील. मला अटक होईल. मॅडम, मी तुमच्या पाया पडतो. मी एक बायकोमुलं असलेला संसारी माणूस आहे. माझी इथली नोकरी गेली, तर या वयात मी आता कुठे जाऊ? माझंपण वय झालंय आता. मी नाही...''

प्रेश्यसनं हात वर केला आणि त्याचं बोलणं थांबवलं. ''मी त्या प्रकारची बाई नाही. मी त्यांना एवढंच म्हणेन की, तुम्ही वापरलेले पदार्थ खराब होते, पण तुम्हाला त्या गोष्टीची कल्पना नव्हती. मी इथल्या साहेबांनापण सांगेन की, त्यांनी तुम्हाला दुसरं एखादं काम द्यावं.''

''ते काही शक्य नाही मॅडम. मी याआधीच सांगून पाहिलंय.''

''पण माझी गोष्ट वेगळी आहे.'' ती किंचित हसून म्हणाली. ''मी एक बाई आहे. पुरुषांकडून कामं कशी करून घ्यायची, ते मला ठाऊक आहे.''

तिच्या या बोलण्यावर तोही हसला. ''फार दयाळू आहात, मॅडम तुम्ही,'' भारावल्या मनानं तो म्हणाला.

''हं, जरा जास्तच दयाळू आहे, असं नाही का वाटत,'' घरात प्रवेश करताना ती म्हणाली.

सूर्य आता वर चढू लागला होता. सगळा आसमंत पिवळ्या रंगात न्हाऊन निघाला होता, असं तिला वाटलं. हा सगळा परिसर किती छान होता, असं तिला वाटलं. आणखी काही दिवस राहता आलं असतं, तर तिला बरंच वाटलं असतं, पण आता राहण्याचं काही कारणही उरलं नव्हतं. मंत्रिमहोदयांना काय सांगायचं ते तिला माहीत झालं होतं. मग उगीच वेळ कशाला दवडा?

सर्वोत्तम मुलगी

सौंदर्य आणि चारित्र्यकुमारी या महत्त्वपूर्ण सन्मानासाठी मोत्लामेदीची निवड योग्य होणार नाही, हे ओळखायला मॅडम माकुत्सीला फारशी अक्कल खर्चावी लागली नाही. पहिल्याच झटक्यात तिनं मोत्लामेदीच्या नावावर फुली मारली. आता तीन मुलींची पारख करायची बाकी राहिली होती. त्यांचे स्वभाव जाणण्यासाठी त्यांना भेटणं, त्यांच्याशी बोलणं जरुरीचं होतं. या तिघींची मनं कदाचित मोत्लामेदीइतक्या सहजपणे तिला समजणारही नव्हती. मॅडम माकुत्सीला हा अनुभव काहीसा नवीनच होता. आत्तापर्यंत असं कधीच घडलेलं नव्हतं की, तिनं पहिल्याच भेटीत एखाद्या माणसाला अंतर्बाह्य जाणलं होतं. मोत्लामेदीच्या बाबतीत मात्र ती छातीठोकपणे सांगू शकली असती की, ही एक वाईट मुलगी होती. तिचं वर्णनही तिच्या मते अगदी योग्यच होतं. अर्थात 'वाईट' हे विशेषणतिनं काही तरुण स्त्रिया किंवा मोठ्या बायकांचं वर्णन करताना वापरतात, त्या अर्थानं वापरला नव्हता. तरुण बाईच्या बाबतीत 'वाईट' या शब्दाचा संदर्भ तिच्या चालचलणुकीशी असतो, तर मोठ्या वयाच्या बायकांच्या वर्णनाच्या वेळी आपल्याला त्यांचा स्वार्थीपणा अध्याहृत असतो – अशा स्त्रिया, ज्या केवळ स्वार्थापोटी वयस्क पुरुषाशी लग्न करतात किंवा अशा स्त्रिया, ज्या दुसऱ्याच्या भानगडीत कारण नसताना नाक खुपसतात. मोत्लामेदीला तिनं 'वाईट' हे विशेषण लावलं तेव्हा तिच्या मनात एक अशी कोवळी (तिशीच्या आतली) तरुणी होती, जिला आयुष्यात फक्त मौजमजा करायची आहे, जिचं एकमेव ध्येय स्वच्छंदी आयुष्य जगायचं, हेच आहे. अशा तरुणींचीपण तिनं दोन गटात वर्गवारी केली असती. पहिल्या गटांत मोत्लामेदी होती, तर दुसऱ्या गटातल्या मुली सर्वसाधारणपणे दारूच्या बारमध्ये आढळतात. चमकदार, भारी कपडे घातलेल्या पुरुषांबरोबर चार घटका मौज करायची, तीही स्वत:च्या खिशाला चाट न लावता; हा त्यांचा उद्देश असतो. बारमध्ये येणाऱ्या पुरुषांनादेखील अशाच चटकचांदण्या

हव्या असतात, कारण तेही त्याच लायकीचे असतात. काहीही करण्याचा, कसंही वागण्याचा आपल्याला परवाना मिळालाय, अशा समजुतीत ते वावरत असतात. मॅडम माकुत्सीला ह्या पुरुषांचं वागणंही तितकंच वाईट किंवा चुकीचं वाटत असे.

या मुलींच्या अगदी विरुद्ध स्वभावाच्या ज्या मुली असतात, त्यांना चांगल्या मुली असं म्हणता आलं असतं. या गुणी मुली कष्टाळू असतात, त्यांच्या घरच्यांना त्यांच्या योग्यतेची जाणीव असते. आपल्या कुटुंबातल्या, नात्यातल्या वडीलधाऱ्यांना भेटणं, त्यांची अगत्यानं चौकशी करणं, लहान मुलांची काळजी घेणं, मुलं बाहेर खेळत असली की, झाडाखाली बसून त्यांच्यावर लक्ष ठेवणं वगैरे जबाबदाऱ्या त्या मनापासून पार पाडत असतात. मोठ्या झाल्या की, त्या परिचारिका तरी होतात, नाही तर मॅडम माकुत्सीप्रमाणे बोट्स्वाना सेक्रेटरियल कॉलेजमधून शिक्षण घेऊन पैसे कमवायला लागतात. या खऱ्या अर्थानं चांगल्या असलेल्या मुली जवळजवळ निम्म्या जगाची जबाबदारी आपल्या खांद्यांवर पेलत असतात, असं म्हणता आलं असतं, पण त्यांच्या आयुष्यात त्यांना मजा भोगता येत नाही. ते सुख त्यांच्या नशिबात लिहिलेलं नसतं, हेच खरं!

मोत्लामेदी अशा अर्थानं चांगली मुलगी नव्हती, यात मॅडम माकुत्सीला तीळमात्र शंका नव्हती. बाकीच्या तिघी तरी चांगल्या होत्या का, असा प्रश्न तिच्या मनात आला. एकंदरीतच, चांगल्या मुली असल्या प्रकारच्या सौंदर्यस्पर्धेत भाग घेण्याची शक्यता कमीच, असंच तिला वाटलं. त्यांच्या मनात तसा विचारच सहसा येत नसावा. अन् जर तिच्या मनातला हा निराशाजनक विचार खरोखरच तिला अनुभवायला मिळाला, तर श्री. पुलानी भेटायला येतील, तेव्हा त्यांना काय सांगायचं, हाही प्रश्न तिला पडणारच होता. तुम्ही दिलेल्या यादीतली एकही मुलगी चांगली नाही, सौंदर्य आणि चरित्र्य यांच्या कसोटीला उतरण्यासारखी नाही, हे सांगून काही भागणार नाही. त्यामुळे ना त्यांचा काही फायदा होणार होता, ना तिचा. असली नकारात्मक माहिती दिली, तर त्यांच्याकडून कामाचे पैसे कसे मागायचे?

यादीतल्या पुढच्या मुलीकडे जाण्यासाठी ती गाडीत बसली खरी, पण तिच्या मनावर निराशेचं सावट पसरल्यासारखं झालं. हातातल्या यादीकडे ती काहीशा सुन्न मनानं बघत राहिली.

''आता कुठे जायचंय?'' चिडखोर आवाजात कामगारानं विचारलं. त्याला तिचा राग आला होता, कारण तिनं काही कारण नसताना त्याची विद्यापीठातल्या मुलींसमोर बदनामी केली होती. पण तो फार रागावला नाही. त्याला मनोमन या गोष्टीची जाणीव होती की, मॅडम माकुत्सी एक कर्तबगार बाई होती. तिनं गॅरेजचं व्यवस्थापन आपल्या हातात घेतल्यापासून त्या दोघांच्याही वागणुकीत चांगला फरक पडला होता. दोघांच्याही मनात तिच्याबद्दल आदराची भावना होती.

एक दीर्घ श्वास घेत ती म्हणाली, ''अजून तीन मुलींची मुलाखत घ्यायचीय मला, पण कुणाकडे पहिल्यांदा जावं, याचा निर्णय घेणंच मला जमत नाहीये.''

''त्यात काय एवढं अवघड आहे?'' तो हसून म्हणाला. ''मला मुलींची चिक्कार माहिती आहे. मी करू का मदत तुम्हाला?''

मॅडम माकुत्सीनं त्याच्याकडे तिरस्कारभरल्या नजरेनं पाहिलं. ''तू आणि तुला माहीत असलेल्या मुली! एवढा एकच विचार असतो ना तुझ्या डोक्यात? तू आणि तुझा तो आळशी मित्र. सारखं आपलं एकच. मुली, मुली, मुली...''

अचानक ती बोलायची थांबली. तो म्हणत होता, ते खरंच होतं. त्याला मुलींची खरंच खूप माहिती होती. आणि तसं पाहिलं, तर गॅबोरोन काही एवढं मोठं शहर नव्हतं. त्याला या यादीतल्या मुलींची माहिती असण्याची शक्यता अजिबातच नव्हती, असं म्हणणं बरोबर ठरलं नसतं. या मुली जर खरोखरच चांगल्या मुली नसतील, केवळ मौजमजा करणाऱ्यांपैकी असतील, तर त्यांची माहिती याला असण्याचीच दाट शक्यता होती. 'हादेखील बारमध्ये जाणाऱ्या तरुणांपैकीच होता, त्यामुळे या मुली त्याला कधीतरी भेटल्या असतील, त्यांची नावंही त्याला माहीत असतील. पाहू या तर विचारून,' असा विचार तिच्या डोक्यात आला आणि लगेच तिनं त्याला गाडी बाजूला उभी करण्याचा इशारा केला.

''गाडी थांबव इथे. मी ती यादी तुला दाखवतेच.''

गाडी बाजूला घेतल्यानंतर त्यानं यादी तिच्या हातातून घेतली. त्यातली नावं वाचताच त्याच्या चेहऱ्यावर हसू उमटलं.

''मस्तच आहे ही यादी,'' तो उत्साहानं म्हणाला. ''आपल्या गावातल्या प्रसिद्ध मुली आहेत ह्या. निदान तिघींना तरी मी ओळखतो. मोठ्या मुली, असं मी म्हणेन. मोठ्या मुली म्हणजे एकदम धम्माल मुली. आम्हाला असल्याच मुली आवडतात. आमच्यासाठी या मुली खऱ्याच छान असतात. त्यांच्या नुसती नावं घेतली, तरी आमची हृदयं धडधडतात...''

मॅडम माकुत्सीनं त्याच्या हातातून यादी काढून घेतली. आपल्याच हृदयाचा ठोका चुकत होता, असा भास तिला झाला. तिचा अंदाज योग्यच ठरला होता तर! त्याच्यापाशी तिच्या प्रश्नाचं उत्तर होतं. आता त्याला गोडीगुलाबीनं विचारायचं की, आपलं काम झालंच.

''मग मला सांग, यातल्या कोणत्या मुली तुला ठाऊक आहेत? कोणत्या तिघींना तू ओळखतोस?''

तो एकदम मोठ्यानं हसला. ''ह्या मुलीला ओळखतो मी. ही मकिता नावाची मुलगी. एकदम मस्त आहे. काय हसत असते ती, म्हणून सांगू तुम्हाला. तिला गुदगुल्या केल्या म्हणजे तर तिचं हसणं थांबतच नाही काही केल्या. आणि ही

लॅडिस, बाप रे! आणि ही तिसरीपण! अन् ह्या मोत्लामेदीलापण ओळखतो की मी. म्हणजे माझा भाऊ तिला ओळखतो. तो म्हणतो, फार हुशार आहे ही पोरगी. विद्यापीठात शिकतेय म्हणे, पण सगळा वेळ बाहेरच घालवते. पुस्तकांना हातसुद्धा लावत नसणार ती! जबरदस्त डोकं आहे आणि अंगलटपण हं. तिला अभ्यासापेक्षा सुंदर दिसण्यातच जास्त रस आहे.''

'खरं आहे तुझं म्हणणं,' या अर्थी मॅडम माकुत्सीनं मान हलवली. ''आत्ता थोड्या वेळापूर्वी मी तिच्याशीच बोलून आले. तुझा भाऊ तिच्याबद्दल जे सांगतो, ते बरोबरच आहे. पण ह्या मुलीविषयी तू काही बोलला नाहीस. ही पॅट्रिशिया. ही त्लॉक्वेंगमध्ये राहते. ही आहे की नाही तुझ्या माहितीची?''

त्यानं नकारार्थी मान हलवली. ''नाही बाबा. हिला नाही आपण ओळखत. पण हीदेखील छानच असणार. काही सांगता येणार नाही, पण...''

मॅडम माकुत्सीनं यादी त्याच्या हातातून काढून घेतली अन् आपल्या ड्रेसच्या खिशात ठेवली. ''चल, आपण आता त्लॉक्वेंगलाच जायचंय. या पॅट्रिशियाला भेटलंच पाहिजे मला.''

या वेळी दोघेही शांत बसले होते. त्या कामगाराच्या मनात काही विचार घोळत असावेत – बहुतेक मॅडम माकुत्सीकडच्या यादीतील मुलींविषयी तो विचार करत असावा, तर ती त्याच्याविषयीच विचार करत होती. हा केवढा अन्याय आहे. तो सर्वसाधारणपणे स्त्री आणि पुरुषांमधील नात्यात हा सगळ्याच पातळ्यांवर दिसून येतो. ज्या पद्धतीनं एका मुलीचं वर्णन छचोर-मौजमजा करणारी मुलगी, असं केलं जातं, ते विशेषण या कामगारासारख्या मुलाला कधीच लावलं जात नाही. हा काय किंवा ह्याचा मित्र काय, दोघेही विचार केला, तर छचोरच होते की! कदाचित छचोर मुलींपेक्षाही ते वाईट वागत असतील, पण त्यांना कधीच कुणी दूषणं देत नाहीत. आणखी खोलात जाऊन विचार केला, तर असंही लक्षात येतं की, बारा वर्षांवरील मुलाला किंवा पुरुषाला कुणी कधी वाईट चालीचा मुलगा किंवा पुरुष असं म्हणत नाहीत. यातून एकच निष्कर्ष निघू शकतो – स्त्रियांनी नेहमीच सद्वर्तनी असलं पाहिजे, अशी समाजाची अपेक्षा असते. ज्या वर्तनाबद्दल पुरुषाला कधीच शिक्षा केली जात नाही, त्याच वर्तनाबद्दल स्त्रियांवर मात्र टीकेची झोड उठवली जाते. असं का? हा अन्याय पूर्वी होत होता, अजून होतोय आणि पुढेही होतच राहील. कितीही कायदे केले, नियम केले, तरी त्यातून पुरुष स्वत:ची सुटका करून घेतात; त्यांच्यासाठी अनेक पळवाटा समाजानंच करून ठेवलेल्या असतात. पुरुष न्यायाधीशदेखील राज्यघटनेचा पुरुषांच्या सोयीनुसार अर्थ लावतात. कामाच्या ठिकाणी पुरुषांना आणि स्त्रियांना समान वागणूक मिळायला हवी, असं संविधान सांगतं, पण प्रत्यक्षात त्याचा काय अर्थ लावला जातो? 'स्त्रियांना काही कामधंदे मिळू शकतात,

पण त्यांना काही विशिष्ट कामं करता येणार नाहीत, (हे आम्ही त्यांच्या भल्यासाठीच सांगतोय, बरं का!) कारण ती कामं पुरुष नेहमीच अधिक चांगल्या प्रकारे करू शकतात.'

पुरुषांच्या अशा वागण्यामागे काय कारण असेल, हे मॅडम माकुत्सीला पडलेलं एक कोडंच होतं – न उलगडलेलं कोडं. अलीकडे मात्र तिला त्यामागचं कारण समजू लागलं होतं. पुरुषांच्या या प्रकारच्या अरेरावीला, स्त्रीवर अन्याय करण्याच्या वृत्तीला त्याची आईच बहुतांशी जबाबदार असते, असं तिच्या ध्यानात येऊ लागलं होतं. आपला मुलगा म्हणजे कुणीतरी खास आहे, असं जवळजवळ प्रत्येक आईला वाटत असतं. त्याचा स्वत:च्या श्रेष्ठत्वाचा गंड त्याच्या मनात त्याच्या आईनंच फार लहान वयातच निर्माण केलेला असतो. आपली आई किंवा दुसरी कुठलीही स्त्री आपल्या सेवेसाठीच आहे, असं त्याच्या मनावर बालपणापासून बिंबवलं गेल्यामुळे मोठेपणीदेखील तो तशीच अपेक्षा ठेवतो, बहुतेक पुरुष ठेवतात. मॅडम माकुत्सीनं अशी कित्येक उदाहरणं पाहिली होती. तिला कधीकधी नवल वाटायचं की, कुणालाच कसं हे वागणं खटकत नाही. श्री. मातेकोनींच्या गॅरेजमध्ये काम करणाऱ्या कामगाराची तऱ्हाही काही वेगळी नव्हती. एकदा त्याच्या आईला तिनं गॅरेजमध्ये आलेलं पाहिलं होतं. ही बाई एक मोठं कलिंगड घेऊन आली, तिनं ते त्याच्यासाठी स्वत: कापलं; एवढंच नव्हे, तर ती त्याला ज्या पद्धतीनं फोडी देत होती, त्यावरून मॅडम माकुत्सीला वाटलं होतं की, जणूकाही ती आपल्या हातानं आपल्या लहान बाळालाच भरवत होती! त्याचे एवढे लाड करायची काय गरज होती? 'तुझं तू कलिंगड आण, काप आणि खा', असं त्याला सांगता येत नव्हतं तिला? या असल्या फाजील लाडांमुळेच तो बायकांशी उद्धटपणे वागत होता. बायका म्हणजे खेळणी, कलिंगड कापणारं यंत्र – या ना त्या रूपातली त्याची आईच!

ते दोघं प्लॉट नं. २४५६ या ठिकाणी आले. त्यावर एक छोटंसं, तपकिरी रंगाचं घर होतं. सर्वसाधारणपणे अशा घराच्या मागच्या बाजूला एक कोंबड्याचं खुराडं असतं, तसंच इथेही होतं आणि दाराच्या दोन्ही बाजूला धान्याचे डबे ठेवलेले होते. त्यामध्ये कोंबड्यांना घालतात ते धान्य असावं, असा तर्क तिनं केला. सकाळी अंगण झाडल्यावर हे दाणे टाकले जायचे अन् मग भुकेलेल्या कोंबड्यांना खुराड्याच्या बाहेर काढलं जायचं. या घरात कुणीतरी मध्यमवयीन स्त्री राहत असली पाहिजे, असा विचार तिच्या डोक्यात आला. अशा बायकाच घरासमोरचं अंगण झाडूनपुसून इतकं स्वच्छ ठेवतात. ही बाई पॅट्रिशियाची आजी असेल बहुतेक. आफ्रिकेतल्या वयस्क बायका त्यांच्या वयाची ऐंशी वर्षं उलटली, तरी कष्ट करतच राहतात. ह्याच

स्त्रिया खऱ्या अर्थानं त्यांच्या घराचा आधारस्तंभ असतात.

कामगारानं गाडी थांबवताच मॅडम माकुत्सी खाली उतरली आणि घरासमोरच्या पायवाटेनं घरापर्यंत पोहोचली. नेहमीच्या प्रथेप्रमाणे तिनं बाहेरून साद घातली. लगेच प्रतिसाद मिळाला नाही; तेव्हा आपला आवाज ऐकलेला दिसत नाही, या विचारानं ती पुन्हा हाक मारणार, इतक्यात एक स्त्री अंगावरल्या कपड्यांना हात पुसत बाहेर आली अन् तिनं प्रेमानं मॅडम माकुत्सीचं स्वागत केलं.

आपल्या येण्याचा हेतू तिनं त्या बाईला सांगितला, पण मोत्लामेदीला ज्याप्रमाणे आपण एक पत्रकार आहोत, असं सांगितलं होतं, ते मात्र तिनं या बाईला सांगितलं नाही. आपण पॅट्रिशियाची आई आहोत, असं त्या स्त्रीनं मॅडम माकुत्सीला सांगितलं असल्यामुळे, या परंपरागत घरात तसं सांगणं योग्य ठरलं नसतं, असं तिला वाटलं.

''सौंदर्यस्पर्धेत भाग घेतलेल्या मुलींविषयी मला आणखी काही माहिती हवीय. माझ्यावर ही जबाबदारी सोपवण्यात आली आहे.''

''हरकत नाही,'' पॅट्रिशियाची आई म्हणाली. ''या, इथे दारात बसून बोलू हवं तर. इथे जरा सावली असल्यामुळे थोडं थंड वाटतं. मी पॅट्रिशियालाही हाक मारते. ती खोली तिची,'' असं म्हणून तिनं बोटानं दाखवलं. पॅट्रिशियाची खोली घराच्या एका टोकाला होती. खोलीला लावलेला हिरवा रंग बराच जुना असल्यामुळे ठिकठिकाणी त्याचे टवके उडालेले दिसत होते. दाराच्या बिजागऱ्यासुद्धा गंजल्यासारख्या दिसत होत्या. घरासमोरचं अंगण स्वच्छ दिसत असलं, तरी घराला आलेली अवकळा त्यामुळे लपून राहत नव्हती. 'इथे राहणाऱ्यांची आर्थिक परिस्थिती बेतास बातच दिसतेय,' मॅडम माकुत्सी स्वतःशीच म्हणाली. अशा कुटुंबातल्या मुलीला जर सौंदर्यसम्राज्ञीचं रोख (तशी ती रक्कम फार मोठी असणार नव्हती!) पारितोषिक मिळालं, तर त्याची किंमत खूपच मोठी ठरेल, असंही तिला वाटलं. चार हजार पुलांचं हे पारितोषिक तिला कपडे खरेदी करण्यासाठी एका दुकानातर्फे देण्यात येणार होतं. तिच्या आईच्या अंगावरचा जुनाट, काहीसा विरलेला ड्रेस पाहता ही मुलगी ते पैसे अतिशय योग्य प्रकारेच वापरेल; यात मॅडम माकुत्सीला काही शंका नव्हती.

मॅडम माकुत्सी खाली बसली. पॅट्रिशियाच्या आईनं दिलेला पाण्याचा पेला तिनं घेतला.

''आज फारच उकडतंय,'' ती म्हणाली. ''पण लवकरच पाऊस येईल, अशी खात्री आहे मला.''

''यायलाच हवा आहे पाऊस,'' मॅडम माकुत्सीनं तिच्या सुरात सूर मिळवला.

''अगदी खरं बोललात बघा,'' ती म्हणाली. ''आपल्या देशात पुरेसा पाऊस

कधी होतच नाही. नेहमीच पावसाची वाट पाहतो आपण.''

''खरंच आहे. पाऊस हवाच आहे.''

पावसाचा विचार करत दोघी जणी काही वेळ शांत बसून राहिल्या. पाऊस येत नाही, तोवर सगळे जण त्याच्या वाटेकडे डोळे लावून बसलेले असतात. आणि पावसानं दर्शन दिलं की, त्यांच्या मनात विचार येतो, हा राहील ना काही दिवस तरी या देशावर आपली कृपा धरून. देव अश्रू ढाळतो जणू या देशासाठी. या देशासाठी पावसाच्या रूपानं त्याचे डोळे जणूकाही पाणी पाझरत असतात. 'पाऊस म्हणजे त्या परमेश्वराचे अश्रूच असतात,' असं बोबोनाँगमधल्या तिच्या एका शिक्षकांनी तिला ती लहान असताना सांगितलं होतं. ते शब्द ती कधीच विसरली नव्हती.

''ही आलीच माझी मुलगी,'' त्या बाईंनी पॅट्रिशियाला पाहताच म्हटलं. ती येऊन शांतपणे आईपाशी उभी राहिली. मॅडम माकुत्सी तिच्याकडे पाहून हसली, तेव्हा तिनं नजर झुकून आदर दर्शवला. 'मी काही तेवढी मोठी नाही वयानं तुझ्यापेक्षा,' मनातल्या मनात मॅडम माकुत्सी पॅट्रिशियाला म्हणाली, पण तिला या मुलीच्या वागण्याचं कौतुक वाटल्यावाचून राहिलं नाही.

''खाली बसलीस तरी चालेल,'' तिची आई तिला म्हणाली. ''ह्या बाई तुझ्याशी सौंदर्यस्पर्धेविषयी बोलायला आल्या आहेत.''

पॅट्रिशियानं मान हलवली आणि म्हटलं, ''माझ्या मनात फार उत्कंठा आहे ह्या स्पर्धेविषयी. मी जिंकणार नाही, हे मला ठाऊक असलं, तरी माझं मन अधीर झालंय, हे नक्की.''

'मी जिंकणारच नाही, असं छातीठोकपणे म्हणू नाही शकत तू, स्वत:शीच' मॅडम माकुत्सी म्हणाली, पण उघडपणे ती काहीच बोलली नाही.

''तिच्या मावशीनं तिच्यासाठी एक छान ड्रेस शिवलाय या स्पर्धेकरिता. पुष्कळ भारी किमतीचं कापड घेतलंय अन् शिवलायपण छान.''

''पण इतर मुली नक्कीच माझ्यापेक्षा जास्त सुंदर असतील,'' पॅट्रिशिया म्हणाली. ''त्या सर्व जणी अतिशय तरतरीत आणि हुशार आहेत. सगळ्या जणी गॅबोरोनमध्ये राहणाऱ्या आहेत. एक मुलगी तर विद्यापीठात शिकते. ती सर्वांत हुशार आहे.''

'आणि सर्वात वाईट,' मॅडम माकुत्सी मनाशीच म्हणाली.

''मी जिंकणार नाही, असं तू म्हणता कामा नयेस,'' तिची आई मध्येच म्हणाली. ''कुठल्याही स्पर्धेत भाग घेतल्यानंतर असा विचार मनात आणता उपयोगी नाही. मी हरणारच, असा विचार मनात आणलास, तर तू कधीच जिंकणार नाहीस. सर सेरेत्से खामांनी असं म्हटलं असतं, 'आम्हाला काही प्रगती करता येणार नाही,' तर? आज बोट्स्वाना देश कुठे असता? आपण लोक कुठे असतो?''

त्यांच्याशी सहमत होत मॅडम माकुत्सीनं मान हलवली. ''असा विचार मनात

ठेवून कधीच पुढे जाणं शक्य नसतं,'' ती पॅट्रिशियाला म्हणाली. ''मी जिंकू शकेन, असाच विचार तू मनात आणला पाहिजेस. मगच तू जिंकण्याची शक्यता असू शकते. आत्ता काहीच सांगता येणार नाही.''

पॅट्रिशिया हसली. ''तुम्ही म्हणताय ते अगदी योग्यच आहे. यापुढे मी अधिक खंबीर असण्याचा प्रयत्न करेन. कुठलीही कसर बाकी ठेवणार नाही.''

''शाब्बास''! मॅडम माकुत्सी म्हणाली. ''आता मला सांग, तुला आयुष्यात काय मिळवायचं आहे? तुझी काही महत्त्वाकांक्षा आहे का?''

थोडा वेळ ती काहीच बोलली नाही. मॅडम माकुत्सीनं आणि पॅट्रिशियाच्या आईनं तिच्याकडे उत्तराच्या अपेक्षेनं पाहिलं.

''बोट्स्वाना सेक्रेटरियल कॉलेजमध्ये शिकण्याची माझी इच्छा आहे,'' तिनं उत्तर दिलं.

मॅडम माकुत्सीनं तिच्या डोळ्यात निरखून पाहिलं. 'ही मुलगी खरोखरच प्रामाणिक वाटतेय. आत एक अन् बाहेर एक, अशा वृत्तीची वाटत नाही. बोट्स्वानातील एक आदर्श मुलगी असं म्हणायला हरकत नाही.'

''फारच छान कॉलेज आहे ते,'' मॅडम माकुत्सी म्हणाली. ''मी स्वतः त्याच कॉलेजमधून पदवी घेतलीय.'' पुढे बोलावं की नाही, या विचारानं ती क्षणभर थांबली अन् मग तिनं पॅट्रिशियाला सांगितलं, ''खरं सांगायचं, तर मला ९७ टक्के गुण मिळाले.''

पॅट्रिशियाला आपल्या मनातलं आश्चर्य लपवणं कठीण गेलं. ''ओह! फारच कौतुकास्पद म्हटलं पाहिजे. तुम्ही खूपच हुशार असल्या पाहिजेत.''

तिचं बोलणं उडवल्यासारखं करत मॅडम माकुत्सी म्हणाली, ''छे! तसं काही नाही. मी खूप झटून अभ्यास मात्र केला.''

''ते काही असलं, तरी एवढे गुण मिळवणं म्हणजे काही साधी गोष्ट नाही. बुद्धी आणि रूप – दोन्हींची देणगी लाभलीय तुम्हाला. खरंच, भाग्यवान आहात तुम्ही.''

मॅडम माकुत्सी अवाक झाली. तिच्या तोंडून काही शब्द फुटेनासा झाला. आजपर्यंत तिला कुणीच सुंदर म्हटलं नव्हतं, निदान अनोळखी माणसानं तरी नाही. तिच्या मावश्या तिला नेहमी म्हणत असत, ''देवानं जे रूप दिलंय, त्याची काळजी घे.'' तिची आईपण एक-दोन वेळा असंच काहीतरी म्हणाली होती, पण आत्तापर्यंतच्या तिच्या आयुष्यात कुणीच तिच्या रूपाची तारीफ केली नव्हती. ह्या तरुण मुलीनं, जी स्वतःच इतकी सुंदर होती, मात्र तिला सुंदर म्हटलं होतं!

''तू फार गोड स्वभावाची मुलगी आहेस,'' मॅडम माकुत्सी भारावल्या मनानं म्हणाली.

"खरंच, फार चांगल्या स्वभावाची मुलगी आहे ती,'' तिच्या आईलाही राहावलं नाही. "अगदी लहानपणापासून ती अशीच सगळ्यांशी प्रेमानं वागत आलीय.''

मॅडम माकुत्सीच्या चेहऱ्यावर समाधानाचं हसू उमटलं. "छान वाटलं तुला भेटून.'' मग तिच्या आईकडे बघत ती म्हणाली, "खरं सांगू, तुमची मुलगी ही स्पर्धा जिंकेलही. निदान मला तरी नक्की वाटतं. तसं नव्हे, मी तर म्हणेन, हीच जिंकेल स्पर्धा. मला खात्री वाटतेय.''

पहिलं पाऊल

स्वयंपाक्याबरोबर बोलणं झाल्यानंतर थोड्याच वेळानं प्रेश्यस मंत्रिमहोदयांच्या शेतमळ्यावरील घरून परत जायला निघाली. त्या दरम्यान घरातील माणसांबरोबर ती सविस्तरपणे बोलली. घरातील नव्या सुनेबरोबर तर ती सगळ्यात जास्त मोकळेपणानं बोलली. मॅडम रामोत्स्वेचं बोलणं ऐकताना तिचा चेहरा गंभीर झाला. काही वेळानं तिनं मान खाली घातली. त्यानंतर प्रेश्यसनं घरच्या मालकिणीलाही आपल्या येण्यामागचं प्रयोजन सांगितलं. सुरुवातीला त्यांच्या वागण्यात तिला ताठरपणा जाणवला, स्वत:चा मोठेपणा मिरवण्याचाही त्यांनी प्रयत्न केला, पण हळूहळू त्यांच्या वागण्यात बदल झाला. प्रेश्यसच्या बोलण्यातलं तथ्य त्यांना उमगलं अन् तिचं बोलणं पटलंदेखील. त्यानंतर प्रेश्यसनं मंत्रिमहोदयांच्या भावालाही आपल्या येण्यामागचं कारण सांगितलं. ते ऐकून त्यानं आश्चर्यानं इतका मोठा आ वासला की, त्याचं तोंड बंदच होईना. जेव्हा त्याच्या आईनं संभाषणात भाग घेतला, तेव्हा कुठे त्याच्या डोक्यात थोडाथोडा प्रकाश पडला. तिनंच त्याला ठामपणे त्याचं कर्तव्य काय, ते समजावून सांगितलं. या सगळ्या प्रकरणाची अखेर मनासारखी झाली, मंत्र्यांच्या घरावरचं संकट टळलं खरं, पण प्रेश्यसला मनानं थकल्यासारखंही वाटलं. तिनं मोठाच धोका पत्करला होता, पण तिच्या अंत:प्रेरणेनं तिला हात दिला होता अन् तिनं टाकलेले फासे बरोबर पडले होते. अजून एका व्यक्तीबरोबर बोलणं बाकी होतं, ते तिला गॅबोरोनमध्ये गेल्यानंतर करायचं होतं. ह्या वजनदार असामीला आपलं म्हणणं तितक्या सहजपणे पटणार नाही, अशी भीती तिला वाटत होती.

तिचा परतीचा प्रवास छान झाला. आदल्या दिवशी झालेल्या पावसामुळे हवेतला रखरखाट पुष्कळच कमी झाला होता. तांबड्या मातीत कुठे कुठे हिरवा रंग आपली झलक दाखवत होता. एकदोन ठिकाणी पावसाच्या पाण्यामुळे डबकी तयार झाली होती, त्यामध्ये निळ्या आकाशाचं प्रतिबिंब पडलेलं दिसत होतं. सगळ्यात

सुखकारक गोष्ट म्हणजे हवेतला धुरळा खाली बसला होता. उन्हाळ्याच्या दिवसांमध्ये कलहारी वाळवंटातून येणारी बारीक रेती शरीराला तर त्रासदायक वाटायचीच, पण घामेजलेल्या कपड्यांना ती अधिकच कडक बनवत असल्यामुळे जीव नकोसा व्हायचा.

वाटेत कुठेही न थांबता प्रेश्यस सरळ आपल्या झेब्रा ड्राइव्हवरच्या घरीच गेली. तिला अचानकपणे सांगितल्या वेळेच्या आधीच आलेली पाहून मुलांनी तिचं आनंदानं स्वागत केलं. आनंदानं चित्कारत पूसोनं तिच्या गाडीभोवती गिरक्या मारल्या, तर मोथोलेली तिच्या स्वागतासाठी चाकांच्या खुर्चीत बसून फाटकाच्या आतील पायवाटेपर्यंत आली. स्वयंपाकघराच्या खिडकीतून तिची कामवाली बाई रोझ हे दृश्य आनंदानं पाहत होती. प्रेश्यसच्या गैरहजेरीत तिनंच दोन्ही मुलांची काळजी घेतली होती.

रोझ प्रेश्यसकरता चहा बनवत होती, तेवढ्या वेळात दोघांनी शाळेत कायकाय घडलं होतं, त्याची बित्तंबातमी तिला दिली. शाळेत कसली तरी स्पर्धा होती. त्यामध्ये पहिलं बक्षीस पुस्तकं विकत घेण्यासाठीचं पन्नास पुलांचं टोकन होतं, ते मोथोलेलीच्या वर्गातल्या मुलीला मिळालं होतं. एका शिक्षकांचा हात मोडला होता, त्यामुळे हात गळ्यात बांधून ते शाळेत आले होते. एका खालच्या वर्गातल्या मुलीनं अख्खी टूथपेस्टच खाल्ली होती अन् मग आजारी पडली होती, हे सांगून झाल्यावर पूसो म्हणाला होता, ''मग आणखी काय होणार, नाही का?''

पण या सगळ्यांहून एक वेगळीच बातमी होती. मॅडम माकुत्सीनं ऑफिसातून फोन केला होता आणि सांगितलं होतं की, मॅडम रामोत्स्वेंनी घरी येताच तिला फोन करावा. त्या बहुतेक नंतरच्या दिवशी येतील, असा तिचा अंदाज होता.

''त्यांच्या आवाजात खूपच उत्साह जाणवला मला,'' रोझ म्हणाली. ''त्यांना तुमच्याशी काहीतरी महत्त्वाच्या विषयावर बोलायचं आहे, असं म्हणाल्या त्या.''

समोर तिच्या आवडत्या बुश चहाचा कप होता, तरी प्रेश्यसनं लगेच त्लॉक्वेंग रोड स्पीडी मोटर्सचा नंबर फिरवला. एकच नंबर दोन्ही ऑफिसात वापरला जायचा. काही वेळा घंटा वाजल्यावर मॅडम माकुत्सीचा आवाज ऐकू आला. ''नं. वन त्लॉक्वेंग...,'' तिनं म्हटलं. ''नाही नाही, नं. वन स्पीडी लेडीज...''

''मी प्रेश्यस बोलतेय अन् माझ्या लक्षात येतंय, तुला काय म्हणायचंय ते,'' ती हसून म्हणाली.

''माझा नेहमीच असा गोंधळ होतो,'' हसतच मॅडम माकुत्सीनं उत्तर दिलं. ''दोन-दोन व्यवसाय एकाच वेळी संभाळायचे म्हटल्यावर कधीतरी असा गोंधळ होणारच ना?''

''काही बिघडत नाही. तू दोन्हीकडे छान लक्ष देते आहेस, ह्याची मला खात्री आहे.''

''हो, तसं म्हणायला हरकत नाही,'' ती उत्साहानं म्हणाली. ''खरं म्हणजे तुम्हाला फोन करायचं कारण म्हणजे, मला तुम्हाला सांगायचं होतं की, आत्ताच मला फी म्हणून एक मोठी रक्कम मिळाली. एका केससाठी दोन हजार पुला मिळाले, मॅडम. आणि त्या गृहस्थांचं समाधानही झालं, असं मला वाटतं.''

''फारच छान,'' प्रेश्यसनं तिचं कौतुक करण्यासाठी म्हटलं. ''मी येतेच आहे थोड्या वेळात तिथे. मग आपण त्यावर बोलू या. पण त्याआधी एक काम कर. त्या मंत्रिमहोदयांना फोन करून त्यांची माझ्याबरोबर भेट ठरव. त्यांना फोनवर सांग, म्हणावं, आज दुपारी चार वाजता काही झालं तरी मॅडमना भेटा.''

''पण ते कामात असले तर?''

''त्यांना सांग, खूप तातडीचं काम आहे, तेव्हा बाकीची कामं बाजूला ठेवा आणि मॅडमची भेट घ्या.''

चहा पिऊन झाल्यानंतर तिनं रोझनं बनवलेला मोठा सँडविच खाल्ला. रोज स्वयंपाक करायची आता तिला सवयच राहिली नव्हती. फक्त सुट्टीच्या दिवशी ती पूर्ण जेवण बनवायची. कामाच्या दिवशी एखादा सँडविच किंवा कपभर दुधावर तिचं भागायचं. अर्थात, त्यानंतर काहीतरी गोड हवंच, म्हणून ती केकचा लहानसा तुकडा नाहीतर डोनट खायची. 'नाही तरी आपण आडव्या बांध्याच्या आहोत, मग थोडं वजन वाढलं काय किंवा कमी झालं काय, काय फरक पडतो,' असाच विचार ती करायची. रोज आरशासमोर उभं राहून वजनाची काळजी करणाऱ्या येडचाप बायकांची तिला कीवच यायची. 'आणि लठ्ठ लठ्ठ म्हणजे तरी काय? कुणी करायची लठ्ठपणाची व्याख्या? मी किती लठ्ठ किंवा बारीक असावं, हे इतरांनी काय म्हणून ठरवायचं? त्यांना कुणी दिला हा अधिकार,' असं ती स्वत:शीच म्हणायची. ही एक प्रकारची हुकूमशाहीच वाटायची तिला – बारीक लोकांनी चालवलेली. प्रेश्यस अशा लोकांना मुळीच भीक घालायची नाही. उगीच जास्त आगाऊपणा केला या लोकांनी, तर सरळ जाड्या माणसांनी त्यांच्या मांडीवर स्थानापन्न व्हावं! छान धडा मिळेल त्यांना, असा विचार एकदा तिच्या मनात आला अन् डोळ्यासमोर ते चित्र उभं राहिल्यावर तिला असंकाही बरं वाटलं की, ज्याचं नाव ते!

तीनच्या सुमारास प्रेश्यस तिच्या ऑफिसमध्ये आली, तेव्हा गॅरेजमधले दोघे कामगार एक गाडी दुरुस्त करण्यात मग्न होते, तरीही त्यांनी तिचं प्रेमानं स्वागत केलं. तिला थोडं आश्चर्यच वाटलं; कारण यापूर्वी त्यांच्या वागण्यातून तिला एक प्रकारचा चिडखोरपणा, तिरस्कार जाणवायचा.

''आज खूप कामात दिसताय तुम्ही,'' ती त्यांना म्हणाली. ''तुम्ही दुरुस्त करताय ती गाडी एकदम मस्त दिसतेय.''

शर्टाच्या बाहीला तोंड पुसत मोठा कामगार म्हणाला, ''फारच छान गाडी आहे

ही. एका बाईंची आहे. तुम्हाला माहीत आहे का, हल्ली सगळ्या स्त्रिया त्यांच्या गाड्या आपल्याच गॅरेजमध्ये आणतात दुरुस्तीसाठी. आम्हाला दोघांना त्यामुळे इतकं काम पडतं आजकाल की, आमच्याच हाताखाली कुणीतरी असायला पाहिजे, असं वाटतं. मग काय धम्माल होईल ना? आमचं दोघांचं ऑफिस असेल, आम्ही टेबलापाशी बसून काम करू आणि आम्ही सांगू ते काम आमच्या हाताखालची मुलं करतील.''

''मोठा गमत्या मुलगा आहेस तू,'' हसत प्रेश्यस त्याला म्हणाली. ''पण उगीच फार मोठी स्वप्नं पाहू नकोस. तू एक शिकाऊ कामगार आहेस आणि त्या चश्मा लावणाऱ्या बाई आहेत ना तिथे ऑफिसात, त्या इथल्या व्यवस्थापक आहेत, हे विसरू नकोस.''

त्यावर तो हसला. ''खरंच खूप छान साहेब आहेत हं आमच्या त्या. आम्हाला दोघांनाही आवडतात.'' मग काहीतरी आठवल्यामुळे तो बोलायचा थांबला. त्यानंतर त्यानं विचारलं, ''पण मातेकोनी साहेबांचं काय? त्यांची तब्येत सुधारतेय ना?''

''इतक्यातच काही सांगता नाही येणार,'' प्रेश्यस म्हणाली. ''डॉ. मोफ्फॅटनी काही गोळ्या घ्यायला सांगितल्या आहेत, त्यांचा परिणाम दिसायला दोन आठवडे तरी जावे लागतील. अजून थोडे दिवस आपल्याला वाट पाहावी लागेल.''

''पण त्यांची नीट काळजी घेतली जातेय ना?''

प्रेश्यसनं होकारार्थी मान हलवली. तिला मनातून खूप बरं वाटलं. आज या कामगारानं श्री. मातेकोनींच्या प्रकृतीची चौकशी केली होती, हे एक खरोखरच चांगलं लक्षण होतं. इतरांच्या भल्याचा विचार आता त्याच्या डोक्यात आला, हा विचारही तिच्या मनाला सुखवणारा होता. त्यांच्यात परिपक्वता येऊ लागली होती, असं म्हणायला हरकत नव्हती. कदाचित हा मॅडम माकुत्सीचा त्यांच्यावर झालेला योग्य परिणाम असेल. कष्टाळूपणाबरोबरच तिनं त्यांच्यावर इतरही काही चांगले संस्कार केले असावेत.

ती ऑफिसात शिरली, तेव्हा मॅडम माकुत्सी फोनवर कुणाशीतरी बोलत होती. प्रेश्यसला पाहताच तिनं घाईघाईनं आपलं बोलणं आवरतं घेतलं आणि उठून उभी राहत तिच्या मॅडमचं स्वागत केलं.

''हे घ्या,'' असं म्हणत तिनं प्रेश्यसच्या हातात एक कागद ठेवला.

प्रेश्यसनं चेकवरची अक्षरं वाचली. दोन हजार पुला नं. वन लेडीज डिटेक्टिव्ह एजन्सीच्या स्टॅंडर्ड बँकेच्या खात्यात जमा होणार होते! चेकवर ज्यांची सही होती, ते नाव वाचल्यावर तर तिचा श्वासच रोखल्यासारखा झाला.

''सौंदर्यस्पर्धा घेणारे...?''

''हो, मॅडम, तेच श्री. पुलानी. ते आले होते आपल्याकडे काम घेऊन.''

प्रेश्यसनं चेकची घडी घातली आणि आपल्या ब्लाउजच्या आत सुरक्षित ठेवला. 'हल्लीच्या आधुनिक सुरक्षाव्यवस्था वाईट नसतील, पण आपली जुनीच पद्धत सगळ्यात बरी,' ती स्वत:शीच पुटपुटली.

"फारच झटपट काम केलेलं दिसतंयंस तू," ती मॅडम माकुत्सीला म्हणाली. "काय काम होतं त्यांचं? बायकोच्या संदर्भात काही काम?"

"नाही मॅडम, त्यांच्या सौंदर्यस्पर्धेसंबंधात आले होते. स्पर्धेत शेवटच्या फेरीपर्यंत पोचलेल्या सुंदर मुलींमधली सगळ्यात लायक मुलगी कोण, ते शोधून काढायचं होतं. ते काम त्यांनी आपल्यावर सोपवलं होतं."

"खरंच की काय? गुंतागुंतीचा मामला दिसतोय एकूण. आणि तुला ती निवड करता आली, असं दिसतंय."

"हो मॅडम, त्यांची स्पर्धा जिंकण्यासाठी योग्य अशी मुलगी मी निवडू शकले."

प्रेश्यसला फारसा काही बोध झाला नाही तिच्या बोलण्यातून, पण त्या वेळी तरी तिच्यापाशी जास्त वेळ नव्हता. चार वाजता मंत्रिमहोदय तिला भेटायला येणार होते, त्यासाठी तिला काही तयारी करायची होती. दरम्यानच्या तासाभरात दोघींनी काही पावत्या फायलींमध्ये लावून ठेवल्या, गेल्या दोन दिवसांत आलेल्या पत्रांची तिनं दखल घेतली आणि तरतरी येण्यासाठी कपभर चहाही घेतला. तिचा चहा पिऊन होतोय न होतोय, इतक्यात मंत्र्यांची भलीमोठी गाडी फाटकाशी येऊन उभी राहिली. चालकानं दार उघडल्यावर मंत्रिमहोदय बाहेर पडले, तोपर्यंत मॅडम माकुत्सीनं ऑफिसातली प्रत्येक वस्तू जागच्याजागी ठेवली होती. ते आत शिरले, तेव्हा ती टाइपरायटरवर पत्र टाइप करत असल्याचं नाटक करत होती.

"मग?" खुर्चीत रेलून बसत, दोन्ही हातांची घडी पोटावर घालत मंत्रिमहोदयांनी प्रश्न केला. "फारच लवकर परत आलात तुम्ही? आमच्या घरचा पाहुणचार इतक्या लवकरच आटोपता घेतला? विषप्रयोग करणारा गुन्हेगार सापडला असणार तुम्हाला, असं आम्ही समजायला हरकत नाही ना? नक्कीच सापडला असणार तुम्हाला तो बदमाश!"

"जेवढा वेळ तिथे थांबणं आवश्यक होतं, तेवढाच वेळ मी तिथे थांबले, साहेब," ती शांतपणे म्हणाली. "मग बाकीची चर्चा तुमच्याबरोबर करायची असल्यानं इथे निघून आले."

छद्मी हसल्याप्रमाणे त्यांचे ओठ विलग झाले. "मला तुमच्याकडून ठोस उत्तराची अपेक्षा आहे, मॅडम. इथे तुमच्याबरोबर गप्पा मारायला मी आलेलो नाही."

मागच्या बाजूला टाइपरायटरचा आवाज किंचितसा वाढल्यासारखा झाला.

"तसं असेल, तर तुम्ही उठावं आणि आल्या पावली परत जावं, असं मी

म्हणेन. एक तर तुम्हाला माझं संपूर्ण म्हणणं काय आहे, ते ऐकून घ्यावं लागेल, नाही तर मुळीच नाही,'' प्रेश्यस खणखणीतपणे म्हणाली.

मंत्रिमहोदय न बोलता बसून राहिले. काही वेळानं आवाजाची पट्टी खाली आणत ते म्हणाले, ''तुम्ही एक फार उर्मट स्त्री आहात. पुरुषमाणसांशी कशा प्रकारे आदरानं बोलावं, ते तुमच्या पतिराजांनी तुम्हाला शिकवलेलं दिसत नाहीये, असं वाटतं.''

टाइपरायटरची खटखट जरा जास्तच वाढल्यासारखी झाली.

''आणि तुम्हालाही एका अशा बायकोची गरज आहे, जी तुम्हाला स्त्रियांशी सभ्य माणसासारखं आदरानं बोलायला शिकवेल,'' प्रेश्यसच्या तोंडातून बंदुकीच्या गोळीसारखे शब्द बाहेर पडले. ''पण आता मी तुम्हाला थांबवून ठेवणार नाही. त्या तिथे जो दरवाजा आहे, त्यातून तुम्ही बाहेर पडा. उठा.''

मंत्रिमहोदय तसेच बसून राहिले.

''मी काय म्हटलं ते ऐकलंत ना तुम्ही, साहेब? की तुम्हाला मी हाकलून देण्याची वाट पाहाताय तुम्ही? माझ्या इथे खाली गॅरेजमध्ये काम करणारे दोन तरुण कामगार आहेत. सतत मोठ्या इंजिनांवर काम केल्यामुळे चांगल्या दणकट बांध्याचे आहेत ते. शिवाय ही माझी सेक्रेटरी आहे, मॅडम माकुत्सी, जिला आत आल्यावर नमस्कार करण्याचं साधं सौजन्यही तुम्ही दाखवलं नाहीत. शिवाय मीही आहेच. विचार करा, आम्ही चौघं आहोत आणि तुम्ही एकटे. तुमचा गाडीचालक पडला एक म्हातारा माणूस. तुमचं काही चालणार नाही, एवढंच लक्षात ठेवा.''

तरीदेखील मंत्रिमहोदय जागचे हलले नाहीत. त्यांची नजर मात्र जमिनीवर खिळल्यासारखी झाली.

''मग, साहेब?'' टेबलावर बोटांनी आवाज करत प्रेश्यसनं प्रश्न केला.

मंत्रिमहोदयांनी नजर वर उचलून तिच्याकडे पाहिलं.

''माफ करा मॅडम, मी फार उद्धटपणे वागलो तुमच्याशी.''

''ठीक आहे, केलं माफ तुम्हाला मी,'' प्रेश्यस म्हणाली. ''आता आपल्याकडील शिष्टाचाराप्रमाणे माझ्या सेक्रेटरीला अभिवादन करा आणि त्यानंतर आपण बोलायला सुरुवात करू.''

''आता मी तुम्हाला एक गोष्ट सांगणार आहे,'' प्रेश्यस रामोत्स्वे मंत्रिमहोदयांना म्हणाली. ''या कहाणीतल्या कुटुंबात तीन मुलगे होते. सगळ्यात मोठ्या मुलाचा जन्म झाला, तेव्हा त्याच्या वडिलांना खूप आनंद झाला. या मुलाचे त्यांनी भरपूर लाड केले. आपल्या नवऱ्याला मुलगा दिला, घराण्याला वारस दिला, म्हणून मुलांच्या आईलाही फार समाधान वाटलं. तिनंही आपल्या लाडक्या लेकाचं मनापासून

कोडकौतुक केलं. काही काळानंतर त्यांना आणखी एक मुलगा झाला. हा मुलगा बुद्धीनं बेताचाच होता, हे त्यांच्या लक्षात आलं, तेव्हा त्या दोघांना फार दुःख झालं. त्यांच्या मागे गावातले लोक मनाला येईल ते बोलू लागले. मुलाच्या आईची ती गरोदर असताना दुसऱ्या पुरुषाबरोबर भानगड होती, म्हणूनच हा मुलगा असा जन्मला, वगैरे. अर्थातच हे सगळं खोटं होतं, पण तिच्या जिव्हारी वार बसायचा तो बसलाच. बिचारीला गावात तोंड दाखवायची खोटी झाली. पण हा मुलगा मात्र आनंदात लहानाचा मोठा होत होता; गायीगुरांच्या संगतीत राहायला त्याला फार आवडायचं. दिवसभर गुरं मोजायची, एवढाच त्याचा उद्योग. तेपण त्याला नीट जमायचं नाही, पण त्याचा वेळ चांगला जायचा, एवढं मात्र खरं.

''सगळ्यात थोरला मुलगा डोक्यानं हुशार होता. अभ्यासात तो नेहमीच चमकायचा. पुढे तो गॅबोरोनला गेला अन् काही वर्षांनी तिथल्या राजकारणात त्यानं मोठं नाव कमावलं. पण जसजसं त्याचं नाव मोठं झालं कीर्ती वाढू लागली; तसतसा त्याचा अहंकारपण वाढू लागला.

''याच नवराबायकोंना आणखी एक मुलगा झाला. थोरल्या मुलाला फार आनंद झाला. त्याला आपल्या या धाकट्या भावाबद्दल फार प्रेम वाटायचं, पण त्याच वेळी त्याच्या मनात एक प्रकारची भीतीची भावनाही निर्माण झाली. आपल्या या सगळ्यात धाकट्या भावावर आपले आईवडील जास्त माया करतील, आपल्यावरचं त्यांचं प्रेम कमी होईल, अशी असुरक्षिततेची भावना त्याच्या मनात निर्माण झाली. आपले वडील त्यांच्या मालमत्तेतला मोठा हिस्सा त्यालाच देतील, अशी शंका त्याला वाटू लागली. वडिलांच्या प्रत्येक कृतीत त्याला भेदभाव दिसू लागला. पण ते काही खरं नव्हतं, कारण वडिलांची सगळ्या मुलांवर सारखीच माया होती.

''सगळ्यात धाकट्या मुलानं आपल्या मनानं लग्न केलं, तेव्हा या मोठ्या मुलाला भयंकर राग आला. मनातला राग त्यानं कुणाजवळ व्यक्त नाही केला, पण म्हणूनच तो आतल्या आत खदखदत राहिला. गॅबोरोनमधल्या राजकीय वर्तुळात त्यानं मोठं नाव कमावलेलं होतं, त्याच्या नावाचा सगळीकडे दबदबा होता, हातात मोठी सत्ता होती; त्यामुळे त्याचा उद्दामपणा इतका वाढला होता की, कुणाशी मोकळेपणानं बोलायची त्याला गरज वाटत नव्हती. आपली धाकटी भावजय आपल्या भावाला आपल्यापासून तोडेल, मग आपल्यावर प्रेम करणारं कुणीच उरणार नाही, अशी भीती त्याला सारखी सतावू लागली, एवढंच नव्हे; तर ही शहरातून आलेली मुलगी आपल्या घरादाराचा, गायीगुरांचा कब्जा मिळवेल, असंही त्याच्या मनानं घेतलं.

''आता त्याच्या डोक्यात संशयाचा एक नवाच किडा वळवळू लागला – ज्या भावावर त्याचं जिवापाड प्रेम होतं, त्या आपल्या भावाला – तिच्या नवऱ्याला –

मारण्याचा कट ती रचते आहे. त्याची रात्रीची झोप उडाली, कारण आता त्याच्या संपूर्ण मनाचा ताबा ह्याच द्वेषाच्या भावनेनं घेतला. शेवटी त्यानं एका स्त्रीची – मीच ती स्त्री – मदत घ्यायचं ठरवलं. त्यानं तिला आपल्या घरी जायला सांगितलं. 'माझ्या घरात काय कटकारस्थान शिजतंय, त्याचा शोध घ्या', अशी तिला विनंती केली. अशा रीतीनं आपल्याला आपल्या भावजयीचा काटा काढता येईल, असा डाव त्याच्या मनात होता.

"त्या स्त्रीला यामागचा त्याच्या मनातला हेतू माहीत नव्हता, म्हणून ती काही दिवसांसाठी या कुटुंबाच्या घरी राहायला गेली. त्या निमित्तानं घरच्यांना जवळून पाहता येईल, त्यांच्या मनात शिरून तिथल्या कारस्थानाचा सुगावा लावता येईल, असा विचार तिच्या मनात होता. त्यांच्याशी बोलल्यानंतर तिच्या असं ध्यानात आलं की, कुणीच कुणाला विष घालून मारण्याचा डाव खेळत नव्हतं. त्या घरात स्वयंपाक्याचं काम करणारा जो माणूस होता, तो या सगळ्या प्रकरणामागे होता. त्याच्यावर हे काम त्याच्या मनाविरुद्ध लादलं गेलं असल्यामुळे आपल्या मनातला राग तो जेवणात कसलेतरी वाईट पदार्थ मिसळून काढत होता. पण त्याच्याही मनात कुणाला फार अपाय करण्याचा हेतू नव्हता. गॅबोरोनमधल्या या स्त्रीनं घरातील सगळ्या माणसांशी बोलून त्यांचं मन जाणून घ्यायचा प्रयत्न केला. अर्थात प्रत्येकाला वेगळ्या वेळी गाठून. मग ती गॅबोरोनला परत आली आणि तिनं मोठ्या भावाशी बोलायचा प्रयत्न केला. त्यानं आपल्या नेहमीच्या सवयीनुसार तिच्याशीपण उर्मटपणे वागून पाहिलं, कारण याच पद्धतीनं तो सगळ्यांशी वागायचा. पण तिच्या एक गोष्ट लक्षात आली होती – इतरांवर अरेरावी करणाऱ्या या उद्दाम माणसाच्या आत एक घाबरलेला, दुःखी माणूस दडला होता. तिनं या घाबरलेल्या, दुःखी माणसाला बोलतं करायचं ठरवलं.

"तिला हेही माहीत होतं की, तो स्वत: आपल्या कुटुंबीयांबरोबर मोकळेपणी बोलू शकणार नाही, म्हणून ते काम तिनं स्वत:च्या शिरावर घेतलं. तिनंच त्याच्या घरच्यांना त्याच्या मन:स्थितीची कल्पना दिली. आपल्या लहान भावाबद्दल त्याला वाटणाऱ्या असीम प्रेमापोटीच त्याच्या मनात असूयेची भावना निर्माण झाली होती. त्याच्या भावजयीनं मनाचा मोठेपणा दाखवला. 'मी काही तुमच्या थोरल्या दादांना तुमच्यापासून दूर करणार नाही, असं मी त्यांना समजावेन,' असं वचन तिनं या स्त्रीला दिलं. त्याच्या आईच्याही लक्षात आलं की, त्यांनीही नकळतच का होईना, पण आपल्या धाकट्या मुलाला सतत झुकतं माप दिलं होतं. त्यामुळेच या मोठ्या मुलाला अशी भीती वाटत होती की, आपल्याला घरच्या स्थावर मालमत्तेत वाटा मिळणार नाही. त्यांनीही तिला सांगितलं की, ते दोघं सगळ्या संपत्तीची दोघा मुलांमध्ये समान वाटणी करतील. याबाबतीत त्याला चिंतेचं काही कारण उरणार नाही.

"या स्त्रीनं त्यांना सांगितलं की, मी गॅबोरोनमध्ये गेल्यावर ह्या सगळ्या गोष्टी त्याच्या कानावर घालेन आणि मग सगळे संशय दूर होतील. तुम्हाला त्यांना काही सांगायचं असेल, तर तेही मी त्यांच्या कानावर घालेन, असं वचन तिनं त्याच्या आईवडिलांना दिलं. ती त्यांना म्हणाली, 'कुठल्याही घरात जे खरं विष असतं, ते अन्नात कालवण्यासारखं नसतं. ते लोकांच्या मनात तयार होतं. एकमेकांचा द्वेष करणं, मनातले संशय मोकळेपणानं बोलून दूर न करणं, यांसारख्या प्रकारांमुळे खरंतर मनं कलुषित होत असतात. विष म्हणजे हेच.'

"मग ती गॅबोरोनला परत आली. येताना तिनं आपल्याबरोबर त्यांचे निरोप आणले. त्याच्या धाकट्या भावाचे शब्द असे आहेत, 'माझं माझ्या भावावर मनापासून प्रेम आहे. मला त्याचा कुठलाही हक्क त्याच्यापासून हिरावून घ्यायचा नाही. घरची सारी संपत्ती-जमीनजुमला, गायीगुरं ही दोघांच्याही समान मालकीची आहेत.' या माणसाच्या भावजयीनं त्याला असा निरोप दिलाय – 'मला माझ्या नवऱ्याच्या मोठ्या भावाबद्दल आदर वाटतो, दोघा भावांमधलं प्रेम कमी व्हावं, असं मला मुळीच वाटत नाही.' त्याच्या आईचे शब्द असे आहेत – 'मला माझ्या मुलाच्या कर्तृत्वाचा अतिशय अभिमान वाटतो. या घरात सगळ्यांना सारखंच स्थान आहे. माझी मुलं मोठी झाल्यावर त्यांची लग्नं होतील, त्यांच्या बायकांमुळे घरातली एकीची भावना नष्ट होईल, अशी मला काळजी वाटायची. पण आता मी निश्चिंत झाले आहे. माझ्या मुलाला लवकरात लवकर घरी परत यायला सांगा. माझे आता फार दिवस राहिलेले नाहीत.' त्याच्या वडलांनी एकाच वाक्यात आपल्या मनातली भावना सांगितली आहे – 'कुणीही हेवा करावा, असे मुलगे मला लाभले आहेत.'"

टाइपरायटरचा आवाज आता थांबला होता. मॅडम रामोत्स्वे बोलायची थांबली अन् तिनं मंत्रिमहोदयांकडे पाहिलं. ते अगदी निश्चलपणे बसले होते. त्यांची छाती तेवढी वरखाली होत होती. काही वेळानं त्यांनी आपला हात वर नेला अन् ते किंचितसे खाली झुकले. मग त्यांनी दुसरा हातही वर केला अन् दोन्ही हातांनी आपला चेहरा झाकून घेतला.

"मन मोकळं करून घ्या, साहेब. रडण्याची लाज वाटण्याचं काही कारण नाही. त्यामुळेच मनं मोकळी होतात अन् हलकीही होतात. हेच पहिलं पाऊल असतं."

आफ्रिकेसाठी शब्द

त्यानंतरचे चार दिवस पावसानं रोज हजेरी लावली. दुपार झाली की, आकाशात ढग दाटून यायचे अन् मग ढगांचा गडगडाट आणि विजांचा कडकडाट यांसह पाऊस जमिनीवर कोसळायचा. एरवी कोरडे रखरखीत असणारे रस्ते पावसाच्या पाण्यानं भरून वाहू लागले, शेतांमध्ये साचलेल्या पाण्यामुळे शेतं चमकू लागली. काही वेळातच तहानलेल्या धरणीनं सगळं पाणी शोषून घ्यायची आणि परत एकदा जमीन दृष्टीला पडायची. लोकांची मनं समाधानानं भरून वाहू लागली. धरणात आता पुरेसं पाणी साठलं होतं, विहिरींमध्येही जमिनीतलं पाणी जाईलच, या विचारानं त्यांना दिलासा मिळाला. सगळ्यांच्याच मनाला समाधान लाभलं. आणखी एक वर्ष पावसाविना काढायचं, दुष्काळाला तोंड द्यायचं, हा विचारही त्यांना असह्य वाटत होता. अर्थात आत्तापर्यंत असे अनेक उन्हाळे त्यांनी पाहिले होते. लोक बोलत होते की, अलीकडे हवामान बदलत होतं. प्रत्येकाचं मन आतून धास्तावलेलं होतं. बोट्स्वानासारख्या दुष्काळी देशात, जिथे जमीन आणि जनावरंही कशीबशी तग धरून असायची, तिथे थोडाफार बदलही लोकांच्या तोंडचं पाणी पळवायचा. पण देवाच्या दयेनं पाऊस आला होता, हीच मोठी गोष्ट होती.

त्लॉक्वेंग रोड स्पीडी मोटर्समधलं काम दिवसेंदिवस वाढतच होतं. शेवटी, तात्पुरत्या काळापुरती का होईना पण, व्यवस्थापक असलेल्या मॅडम माकुत्सीनं एक महत्त्वाचा निर्णय घेतला – काही महिन्यांकरता आणखी एक तंत्रज्ञ कामावर घ्यायचा, पुढे काय करायचं, ते नंतर बघू. तिनं वृत्तपत्रात एक छोटीशी जाहिरात दिली. ती वाचून एक माणूस तिला भेटायला आला. त्यानं हिऱ्यांच्या खाणीत डिझेल मेकॅनिक म्हणून काम केलेलं होतं आणि तिथेच तो निवृत्तही झाला होता. त्यानं आठवड्याचे तीन दिवस काम करायचं कबूल केलं. लगेचच तो कामावर रुजू झाला अन् विशेष म्हणजे त्याचं आधीच्या कामगारांशी चांगलं जुळलं.

"श्री. मातेकोनी परतले आणि ह्याला भेटले की, तेदेखील खूश होतील," प्रेश्यस म्हणाली.

"कधी येणार आहेत ते?" मॅडम माकुत्सीनं विचारलं. "दोन आठवडे होऊन गेले, नाही?"

"येतील एक दिवस," प्रेश्यसनं उत्तर दिलं. "आपण घाई करून उपयोग नाही."

दुपार झाल्यावर ती अनाथाश्रमात गेली. बरेच दिवसात श्री. मातेकोनींच्या प्रकृतीची चौकशी करायला तिला वेळ मिळाला नव्हता. या वेळी तिनं आपली व्हॅन मॅडम पोतोक्वानींच्या ऑफिसच्या खिडकीपाशीच उभी केली. त्यांनी तिला येताना पाहिलं असल्यामुळे लगेच चहासाठी पाण्याची किटली सुरू केली.

"या, मॅडम रामोत्स्वे, बऱ्याच दिवसांत आपली भेट झाली नाही," तिला भेटताच त्या म्हणाल्या.

"खरं आहे. काही दिवसांसाठी मला बाहेर जावं लागलं. मग चार दिवस पावसानं हजेरी लावली. ह्या बाजूचे रस्ते चिखलानं नुसते भरून जातात. माझी व्हॅन मला चिखलात अडकायला नको होती."

"योग्यच निर्णय घेतलात तुम्ही," मॅडम पोतोक्वानी म्हणाल्या. "आपल्या फाटकाबाहेर एक-दोन ट्रक चिखलात रुतून बसले, तेव्हा इथल्या मोठ्या मुलांना मला त्या कामावर जुंपावं लागलं. फार वैताग आला. सगळी मुलं चिखलानं तांबडीलाल झाली. बाहेर अंगणातच आम्ही त्यांना सरळ पाण्याच्या पाइपानं धुवून काढलं, बघा."

"यंदा पाऊस चांगला होणार, अशी लक्षणं तरी दिसताहेत," प्रेश्यसनं आपला अंदाज वर्तवला. "आपल्या देशाची थोडीफार चिंता कमी होईल त्यामुळे."

कोपऱ्यात ठेवलेल्या किटलीतलं पाणी उकळल्याचा आवाज येऊ लागला, तेव्हा मॅडम पोतोक्वानी चहा करण्यासाठी उठल्या.

"आज चहाबरोबर देण्यासाठी केक नाहीये," त्या म्हणाल्या. "कालच मी केक बनवला होता, पण सगळ्यांनी अगदी फडशा पाडला. एक कणसुद्धा ठेवला नाही. जणूकाही टोळधाड आली होती, असं वाटलं मला."

"लोक कधीकधी फारच अधाशासारखे वागतात," प्रेश्यसनं म्हटलं. "चहाबरोबर केक खायला मलाही आवडलं असतं, पण ठीकच आहे. आज त्याचा विचार करत बसायला मला वेळ नाही."

दोघी जणी मग शांतपणे चहाचा आस्वाद घेत राहिल्या. थोड्या वेळानं प्रेश्यस त्यांना म्हणाली, "आज माझ्या मनात आलं की, श्री. मातेकोनींना व्हॅनमधून थोडं हिंडवून आणावं. तुम्हाला काय वाटतं, त्यांना आवडेल बाहेर जायला?"

मॅडम पोतोक्वानी हसून म्हणाल्या, "का नाही आवडणार? नक्कीच आवडेल. इथे आल्यापासून ते तसे गप्पगप्पच आहेत. पण एक गोष्ट करण्यात त्यांना आनंद

वाटत असावा, असं माझ्या लक्षात आलंय. अन् माझ्यामते ते चांगलं लक्षण आहे.''

''अस्सं? काय करतात ते?'' प्रेश्यसनं उत्सुकता दाखवली.

''श्री. मातेकोनी अलीकडे त्या लहान मुलाला मदत करत असतात,'' त्या म्हणाल्या. ''तुम्हाला आठवतं, त्याच्याविषयी माहिती मिळवायला मी तुम्हाला सांगितलं होतं? तो मुलगा आठवतो का तुम्हाला?''

''हो'', काहीसं अडखळतच प्रेश्यसनं त्यांच्या प्रश्नाला उत्तर दिलं. ''मला तो मुलगा चांगला आठवतोय.''

''मग? काही कळलं का त्याच्याविषयी?''

''नाही,'' प्रेश्यसला हे उत्तर देताना थोडं अपराधीही वाटलं. ''पण खरं सांगू? मला नाही वाटत, मला त्याच्याविषयी काही शोधून काढता येईल. पण माझ्या मनात एक कल्पना आलीय त्याच्याबद्दल. म्हणजे फक्त कल्पनाच आहे.''

मॅडम पोतोक्वानींनी आपल्या चहात आणखी एक चमचा साखर घातली. हलक्या हातानं चहा ढवळत त्यांनी विचारलं, ''खरंच? काय वाटतं तुम्हाला?''

कसं बोलावं, या संभ्रमामुळे तिच्या कपाळावर एक बारीकशी आठी उमटली. ''मला नाही वाटत, माझ्या कल्पनेचा तुम्हाला काही विशेष उपयोग होईल. खरं म्हणजे काहीच उपयोग होणार नाही.''

मॅडम पोतोक्वानेंनी चहाचा एक मोठा घुटका घेतला. मग कप बशीत ठेवत त्या म्हणाल्या, ''मला वाटतं, माझ्या लक्षात येतंय तुम्हाला काय म्हणायचंय ते. माझ्याही डोक्यात तो विचार आला होता, पण माझं मन त्यावर विश्वास ठेवायला तयार नव्हतं. असं काही घडू शकतं, असं मला तरी नाही वाटत.''

मान हलवत प्रेश्यस म्हणाली, ''मीसुद्धा स्वत:शी तेच म्हणाले. लोकांना मी त्याबद्दल बोलताना ऐकलंय, पण आत्तापर्यंत त्यांना काहीच सिद्ध करता आलेलं नाही. ऐकलंय का तुम्ही? अशी काही जंगली मुलं असतात आणि मधूनच कुणालातरी एखादं मूल सापडतं म्हणे. पण आजतागायत कुणीतरी असं खरोखरच सिद्ध केलंय का की, प्राण्यांनी मुलांचं संगोपन केलंय, त्यांना आपल्या कळपात लहानाचं मोठं केलंय? कुणाकडे तसा ठोस पुरावा आहे का?''

''मी तरी कधी ऐकलेलं नाही त्याविषयी,'' मॅडम पोतोक्वानी म्हणाल्या.

''आणि आपण कुणाजवळ आपल्या मनातली ही कल्पना बोलून दाखवली, तर काय होईल? सगळीकडे त्याची चर्चा होईल, वृत्तपत्रं त्यावर रकानेच्या रकाने भरून लिहितील, सगळ्या जगभरातून लोक इथे येतील. त्यांपैकी काही जण म्हणतील, 'आम्ही ह्याला आमच्याबरोबर नेतो, डॉक्टरांकडून त्याची तपासणी करवतो' वगैरे, वगैरे. कुणी सांगावं, ते त्याला बोट्स्वानाच्या बाहेरही न्यायला बघतील.''

''छे! छे!,'' मॅडम पोतोक्वानी जोरात म्हणाल्या. ''आपलं सरकार असंकाही

करू देणार नाही त्यांना.''

''आपण कशाचीच खात्री नाही देऊ शकत. कुणी सांगावं, देतीलही परवानगी,'' प्रेश्यसनं शंका उपस्थित केली.

काही वेळ दोघीही आपल्याच विचारात गढल्यासारख्या स्वस्थ बसून राहिल्या. मग प्रेश्यस म्हणाली, ''मला वाटतं, काही गोष्टी अशा असतात की, त्या जशा आहेत तशाच राहू द्याव्यात. त्यांचं उत्तर मिळवायचा प्रयत्न आपण न केलेलाच बरा. ते नाही समजलं, तरच चांगलं, असं नाही वाटत तुम्हाला?''

''खरं आहे तुम्ही म्हणता ते. काही वेळा अज्ञानातच सुख असतं, असं म्हणतात, ते मला पटतं.''

प्रेश्यसनं त्यावर काही मत व्यक्त केलं नाही. त्यांच्या बोलण्यात नक्कीच तथ्य होतं, असं तिला वाटलं. ते नेहमीच खरं असेल का, याबद्दल मात्र तिला खात्री नव्हती. 'परत कधीतरी त्याची सत्यता पडताळून पाहिली पाहिजे,' ती मनातल्या मनात बोलली. पण आत्ता नाही. आत्ता या क्षणी तिच्या मनात त्याहून महत्त्वाचा विचार होता – श्री. मातेकोनींना गाडीतून हिंडवून आणायचं हा. त्यांना मोचुडीला न्यायचं, तिथल्या पठारावर चढून जायचं अन् तिथून खालचा परिसर न्याहाळायचा, असा तिच्या मनातला विचार होता. समोर दिसणारं नदीचं पात्र पाहिल्यावर त्यांना बरं वाटलं असतं, याची तिला खात्री होती; पाण्याकडे पाहूनदेखील त्यांच्या चित्तवृत्ती प्रसन्न झाल्या असत्या.

''श्री. मातेकोनी त्याच मुलाला मदत करत असतात,'' मॅडम पोतोक्वानी म्हणाल्या. ''त्यांच्या मनालाही काहीतरी उद्योग मिळाल्यासारखा झालाय त्यामुळे. एकदा ते त्याला बेचकी कशी वापरायची, ते शिकवत असताना मी पाहिलं. काही शब्दांचा उच्चारही ते त्याला शिकवत असतात, थोडंथोडं बोलायलाही शिकवतात ते त्याला. खूप प्रेमानं वागतात ते त्याच्याशी. मला वाटतं, हे एक चांगलं लक्षण आहे, नाही का?''

प्रेश्यसही समाधानानं हसली. तिच्या डोळ्यांसमोर ते चित्र उभं राहिलं – श्री. मातेकोनी त्या जंगली मुलाला आसपासच्या वस्तूंना काय म्हणतात, ते शिकवत आहेत; त्याच्या जगातल्या वस्तूंसाठी वापरण्यात येणारे शब्द, आफ्रिकेतले शब्द...

मोचुडीच्या रस्त्यावरून ती व्हॅन चालवत होती, तेव्हा श्री. मातेकोनी काही न बोलता नुसतेच बसून होते. त्यांची नजर खिडकीबाहेरच्या दृश्यावर, रस्त्यानं जाणाऱ्यायेणाऱ्या लोकांवर लागली होती, पण ते निर्विकारपणेच बसून होते, असं तिला वाटलं. तसे एकदोनदा ते काहीतरी बोलले. गॅरेजमध्ये काय चाललं होतं, त्याचीही त्यांनी चौकशी केली. मागच्या वेळी ती त्यांना भेटायला गेली होती, तेव्हा

ते एक शब्दही न बोलता खिडकीबाहेर बघत बसले होते.

"मॅडम माकुत्सीला माझ्या कामगारांना संभाळणं जमत असावं, असं मला वाटतं," ते म्हणाले. "तसे एक नंबरचे आळशी आहेत दोघेही. सतत बायकांचा विचार घोळत असतो त्यांच्या डोक्यात."

"त्या बाबतीत फारसा फरक नाही पडलेला त्यांच्यात," तिनं म्हटलं "पण ती त्यांच्याकडून चापून काम करून घेते आणि ते तिचं ऐकतातही."

लवकरच ते मोचुडीकडे जाणाऱ्या रस्त्याच्या वळणावर आले. इथूनच सरळ पुढे गेल्यावर प्रथम हॉस्पिटल अन् मग वरच्या बाजूला खडक असलेलं पठार होतं.

"आपण ते पठार चढून जावं नाही? तेथून छान दृश्य दिसतं. पाऊस पडून गेल्यामुळे सगळं कसं छान दिसत असेल."

"माझ्यात काही पठार चढून जाण्याचं त्राण नाही. मी इथेच थांबतो. तुम्ही वर जा हवं तर."

"ते काही नाही," प्रेश्यस ठामपणे म्हणाली. "आपण दोघंही वर जाऊ या. माझा हात धरा आणि चला."

चढण पार करायला त्यांना काही फार वेळ लागला नाही. लवकरच ते उंचावर असलेल्या मोठ्या सपाट खडकावर उभे राहिले. तेथून खालच्या बाजूला असलेलं मोचुडी गाव दिसत होतं : लाल रंगाचं पत्र्याचं छप्पर असलेलं चर्च, छोटंसं हॉस्पिटल, ज्या ठिकाणी काम करणारे वैद्यकीय कर्मचारी तुटपुंज्या सामग्रीसह रात्रंदिवस मृत्यूशी संघर्ष करायचे. नुकताच पाऊस झाला असल्यामुळे नदीला भरपूर पाणी होतं. वाटेत येणाऱ्या अडथळ्यांना पार करत ते संथ गतीनं मार्गक्रमण करत होतं. नदीकिनाऱ्यालगत एक लहानसा गुरांचा कळप हाकत एक गुराखी निघाला होता. इतक्या दूर अंतरावरून ती गुरं खेळण्यांसारखी भासत होती. त्यांच्या गळ्यातील घंटांचा आवाज प्रेश्यसच्या कानांपर्यंत पोचत होता. त्या मंजुळ घंटानादानं तिचं मन भूतकाळात गेलं. लहानपणी ऐकलेला बोट्स्वानातल्या गुरांच्या गळ्यातील घंटानाद तिच्या कानात गुंजू लागला. प्रेश्यस अगदी स्तब्ध उभी राहिली. आफ्रिकेतल्या उंच खडकावर उभी असलेली एक स्त्री. तिच्या मनातल्या प्रतिमेप्रमाणे तिला तिथंच उभं राहावंसं वाटलं.

"पहा, तिकडे खाली पहा," तिनं श्री. मातेकोनींना हातानं दाखवत म्हटलं, "त्या घरात मी माझ्या वडिलांबरोबर राहायची. ते माझं जन्मठिकाण आहे."

त्यांनी खालच्या बाजूला पाहिलं अन् त्यांच्या चेहऱ्यावर स्मित तरळलं. तिच्या नजरेनं ते टिपलं.

"आता तुम्हाला पुष्कळ बरं वाटतंय, हो ना?" तिनं प्रेमानं विचारलं.

श्री. मातेकोनींनी होकारार्थी मान हलवली.

9 788184 987935

Printed by BoD™in Norderstedt, Germany